படையல்

படையல்

ஜெயமோகன்

விஷ்ணுபுரம் பதிப்பகம்

படையல்
சிறுகதைகள் - ஜெயமோகன்

Padaiyal
Short Stories by Jeyamohan ©
First Edition: July 2023
No of Pages: 248
ISBN: 978-93-95260-50-3

Vishnupuram Publications
No. 1/28, Nehru Nagar, Kasthurinaicken Palayam,
Vadavalli, Coimbatore – 641041, Tamilnadu, India.
Phone: +91 90802 83887
Website: www.vishnupurampublications.com
Email: info@vishnupurampublications.com

Printer: Mani Offset, Chennai - 600077

Author's Website: www.jeyamohan.in
Author's Email: jeyamohan.writer@gmail.com

All rights reserved. No part of the publication may be reproduced, stored in a retrievel system, or transmitted, in any form or by any means, electronic, mechanical, photocopying, recording or otherwise, without the prior permission of the publishers.

மணிரத்னம் அவர்களுக்கு

அன்புடன்

ஆசிரியர் குறிப்பு

நவீனத் தமிழ் இலக்கியத்தில் முதன்மை ஆளுமையாக கருதப்படும் ஜெயமோகன் தமிழில் நாவல்கள், சிறு கதைகள், நாடகம், இலக்கிய விமர்சனம், இலக்கிய வரலாறு, வாழ்க்கை வரலாறு, பயணக்கட்டுரைகள், சிறுவர் இலக்கியம், பண்பாடு, மரபு, மதம், தத்துவம், ஆன்மீகம் என பல தளங்களில் எழுதிவருகிறார். இலக்கியம், தத்துவம், மதம், மரபு என பல தலைப்புகளில் பேருரைகளையும், சிற்றுரைகளையும் நிகழ்த்திவருகிறார். மலையாளத்தில் கட்டுரைகள் எழுதி வருகிறார். இவரது படைப்புகள் மலையாளத்திலும் ஆங்கிலத்தும் மொழியாக்கம் செய்யப்பட்டுள்ளது. தமிழ் மற்றும் மலையாளத் திரைத் துறையில் வசனம் மற்றும் திரைக்கதை உருவாக்கத்தில் பணியாற்றுகிறார்.

பள்ளி நாள்களிலேயே எழுத ஆரம்பித்த இவரது முதல் கதை ரத்னபாலா என்ற சிறுவர் இதழில் வெளிவந்தது. 1990இல் இவரது முதல் நாவலான 'ரப்பர்' வெளிவந்தபோது 'அமரர் அகிலன் விருது' பெற்றது. 1997இல் வெளிவந்த 'விஷ்ணுபுரம்' நாவல் நவீனத் தமிழ் இலக்கியத்தில் முக்கியமான படைப்பு. நவீனத்துவ பாணி நாவல்கள் வெளிவந்துகொண்டிருந்த காலகட்டத்தில் மீபுனைவுத் தன்மை கொண்டதும், இந்தியக் காவியமரபின் அழகியலை ஒட்டி எழுதப்பட்டதும், தத்துவ விவாதத்தன்மை கொண்டதுமான 'விஷ்ணுபுரம்' தொடர் விவாதங்களை உருவாக்கி ஒரு புதிய வாசகர் வட்டத்தை உருவாக்கியது.

இவரது வாசகர்களால் உருவாக்கப்பட்ட 'விஷ்ணுபுரம் இலக்கிய வட்டம்' வாசிப்பு, விவாதம் பற்றிய பயிற்சிப் பட்டறைகளை நடத்திவருவதோடு, 2010 முதல் ஆண்டு தோறும் நவீன தமிழிலக்கியத்திற்கு செழுமை சேர்த்த முன்னோடி படைப்பாளுமைகளுக்கு 'விஷ்ணுபுரம் இலக்கிய விருது'-ம்; குமரகுருபரனின் மறைவுக்குப் பிறகு (2016) ஆண்டுதோறும் 'குமரகுருபரன் – விஷ்ணுபுரம்' என்ற பெயரில் இளம் கவிஞர்களுக்கான விருதும் வழங்கிவருகிறது.

2014 முதல் தொடர்ந்து ஏழு வருடங்களாக இவர் எழுதிய மகாபாரதத்தின் மறுஆக்கமான 'வெண்முரசு' தொடர் நாவல் வரிசை நவீன உலக இலக்கியத்தின் மிகப்பெரிய நாவலாகக் கருதப்படுகிறது. தமிழ் இலக்கியம், மொழி, கலாச்சாரம், வரலாறு சார்ந்த இணையத் தகவல் கலைக்களஞ்சியமான 'தமிழ் விக்கி' என்ற இவரது முன்னெடுப்பு தமிழ் இலக்கியத்திற்கு முக்கியமான பங்களிப்பு.

பழையநிலங்களில் முளைத்தெழல்

புனைவின் களம் என்பது வெறும் கதைப்பின்னணி மட்டும்தானா? நான் அனுபவத்தில் அப்படியில்லை என்று கண்டிருக்கிறேன். ஒரு காலகட்டத்தை கதைப்பின்னணியாக எடுத்துக்கொள்ளும்போது தரவுகள் வழியாக, அக்காலகட்ட இலக்கியங்கள் மற்றும் கலை வழியாக நாம் அந்த உலகுக்குள் செல்கிறோம். அந்தச் சாரம் நம்மை ஒரு நுண்வடிவில் வந்தடை கிறது. அந்தக் காலகட்டத்தின் எல்லா சிக்கல்களிலும், எல்லா வாழ்க்கைத்தருணங்களிலும், எல்லா ஆளுமைகளிலும் அந்த வரலாற்றுக் காலகட்டத்தின் சாராம்சமான சில விஷயங்கள் உள்ளன என்பதைக் காணமுடிகிறது. அது புனைவைத் தீர்மா னிப்பதாக ஆகிவிடுகிறது.

உதாரணமாக, சோழர்காலம் போல பேரரசு ஒன்று அமைந்து, உள்நாட்டு நிர்வாகம் வலுப்பெற்று, போரில்லாத சூழல் நிலவிய ஒரு காலகட்டத்தில் குடிமகனின் உள்ளம் எப்படி இருந்திருக்கும்? அன்றைய இலக்கியத்தை வைத்துப்பார்த்தாலே தெரியும், அது பெருமிதம், கலையார்வம், மற்றும் ஆன்மிகம் ஆகிய மூன்று அடிப்படைகள் கொண்டதாக இருந்தது. ஆனால் அன்னியப் படை யெடுப்புகளால் சீரழிந்து, பஞ்சமும் பசியும் இடப்பெயர்வும் நிறைந்திருந்த வரலாற்றுக் காலகட்டத்தில் மக்களின் மனநிலை அப்படி இருந்திருக்காது. அவநம்பிக்கை, இடப்பெயர்வின் விளைவான பண்பாட்டு இழப்பு, வெறிகொண்ட பக்தியும் மறு பக்கம் நாத்திகமும் என இருந்திருக்கும்.

திருவிதாங்கூர் வரலாறு சார்ந்த கதைகளை ஆயிரம் ஊற்றுகள் என்னும் பெயரில் ஒரு தொகுதியாக வெளியிட்டோம்.

தமிழகத்தில் நாயக்கர் ஆட்சிக்காலத்தில் நிகழ்ந்தவையாக எழுதப்பட்ட கதைகள் நான்கு இருந்தன. அவை பிற தொகுதிகளில் இணையவில்லை. அண்மையில் இரண்டு நாட்களில் ஒரு குறுநாவல் எழுதினேன், மங்கம்மா சாலை. மிக எளிமையாக எழுத ஆரம்பித்து நானே ஒரு புதிர்நோக்கி இட்டுச்செல்லப்பட்டு, அதன் உச்சத்தில் நின்றுவிட்ட கதை அது. ஆன்மிகம், இலக்கியம் இரண்டும் உலகியலை எதிர்கொள்ளும் விதம் பற்றிய படைப்பு என அதை இப்போது வாசிக்கையில் தோன்றுகிறது. எங்கும் வெளியாகாத அந்த குறுநாவலையும் இணைத்துக் கொண்டபோது இந்நூலுக்கான கதைகள் தேறின.

நாயக்கர் ஆட்சிக்காலம் நிலையான அரசு கொண்டது, ஆனால் கொந்தளிப்பானதும்கூட. அக்காலகட்டத்தில்தான் தமிழகத்தில் ஏராளமான கண்மாய்கள் வெட்டப்பட்டு வறண்ட நிலங்கள் வேளாண்மைக்கு வந்தன. சோழர் ஆட்சிக்குப்பின் தமிழகத்தில் நிகழ்ந்த மாபெரும் பாசனப்புரட்சி அவர்களால் உருவாக்கப்பட்டது. ஆலயங்கள் கட்டப்பட்டன. புதிய சந்தைகளும் நகர்களும் வணிகப்பாதைகளும் உருவாகி வந்தன. ஆனால் தொடர்ச்சியாக சுல்தான்கள், முகலாயர், மற்றும் மராட்டியரின் அயல்படையெடுப்பு வடக்கிலிருந்து வந்துகொண்டே இருந்தது. ஐரோப்பியர் ஊடுருவத் தொடங்கிவிட்டிருந்தனர். தமிழகத்திற்குள் இருந்த நவாப்களின் தாக்குதல்கள் நிகழ்ந்தன. உள்ளூரில் குடியேறிகளான தெலுங்குமக்களுக்கும் உள்ளூர் மக்களுக்கும் இடையே சமரசங்கள் செய்யவேண்டியிருந்தது. அத்துடன் தெலுங்கு நாயக்கர்களிடையே வேறுவேறு அரச குலச் சாதிப்பிரிவுகள் நடுவே பூசல்கள் இருந்தன. தஞ்சை, செஞ்சி, மதுரை நாயக்கர்கள் தங்களுக்குள் போரிட்டனர். இவை யனைத்தையும் விட நிர்வாகச் சிக்கல்களும் ஊழல்களும் அரசை ஆட்டுவித்தன. சில அரசர்கள் திறனற்றவர்களாக இருந்தனர். அவர்களைப் பயன்படுத்திக்கொண்டு நிர்வாகிகள் ஊழலில் திளைத்தனர். மங்கம்மா போன்ற மாபெரும் ஆட்சியாளரே அவருடைய அரசவையினால் கொல்லப்பட்ட அவலமும் நிகழ்ந்தது. அறுதியாக ராணி மீனாட்சி சந்தாசாகிப்பால் கொல்லப்பட்டு மதுரை நாயக்கர் ஆட்சி முடிவுக்கு வந்தது.

இந்தக் கதைகள் அந்த வரலாற்றுச்சூழலில் மனித நிலைகளை ஆராய்கின்றன. வரலாற்றைவிட அங்கே வெளிப்பட்ட வாழ்க்கைச் சிக்கல்களும், அவற்றை மனித உள்ளம் எதிர்கொண்ட விதமும்தான் இக்கதைகளுக்கு கரு. அன்றும் இன்றும் மனித வாழ்க்கையின் கேள்விகளும், சிக்கல்களும், கண்டடையப் படும் தீர்வுகளும் ஒன்றே. மனிதன் வெவ்வேறு வாழ்நிலைகளில் எப்படி வெளிப்படுகிறான் என்பதை கற்பனை வழியாக நாம் நிகழ்த்திப்பார்க்கிறோம் என்பதே இலக்கியம் எனப்படுகிறது. இது இன்று, இங்கே நாம் வாழும் வாழ்க்கையை கொஞ்சம் அகன்றுநின்று பரிசீலிக்கவும், மதிப்பிடவும், கடந்துசெல்லவும் நமக்கு உதவுகிறது. அவ்வகையில் இக்கதைகள் இன்றுநிகழும் கதைகளும் கூட.

இக்கதைத்தொகுதியை என் பிரியத்திற்குரிய மணிரத்னம் அவர்களுக்கு சமர்ப்பிக்கிறேன்

14.06.2023 ஜெ

பொருளடக்கம்

1. கந்தர்வன் — 15
2. யட்சன் — 60
3. படையல் — 96
4. எரிசிதை — 117
5. திரை — 160
6. மங்கம்மாள் சாலை — 210

கந்தர்வன்

மதுரை பெரியநாயக்கர் விஜயரங்கசொக்கநாதர் தன் படைகளுடன் திருக்கணங்குடிக்கு வருவது உறுதியானதுமே பணகுடி புறக்காட்டில் காராய்மைக்காரர்கள் அறுபதுபேர் கூடி என்ன செய்வது என்று யோசித்தார்கள். காராய்மைக்காரர்கள் அனை வருக்கும் ஓலை போகவில்லை. அவர்களில் எட்டுபேர் கோழை கள், நாவில் சொல்நிற்காதவர்கள். நான்குபேர் புல்லுருவிகள். பிழைப்புக்காக மற்றவர்களை காட்டிக்கொடுக்க அஞ்சாதவர்கள்.

ஊராய்மைக்கார நம்பூதிரிகளுக்கு செய்தி தெரியக்கூடாது என்பதில் சத்தியம் காக்கப்பட்டது. ஆனால் அவர்களில் முதலடி வலியகோணன் நம்பூதிரிக்கு சிறிய சந்தேகம் இருந்தது. அவர் காராய்மைக்காரர்களில் ஒருவரான மேலோட்டுக்கோணம் கொச்சு பகவதியாபிள்ளையிடம் “என்னடே பகவதி? என்னவாக்கும் காரியங்கள்? நாயக்கரு வாற காலமாக்குமே? நாம இருக்கோம்னு காட்டவேண்டாமாடே? இல்லேன்னா செத்த பொணம்னு எடுத்து சாத்திட்டுப் போயிடுவான்லா டே?” என்று சொல்லிப்பார்த்தார்.

கொச்சு பகவதியாபிள்ளை “நாம என்ன செய்ய? தலைக்கு மேலே கிரீடம் வைச்சு இருக்கப்பட்டவன் கண்கண்ட பெருமா ளாக்கும்... அவன் அடிச்சாலும் அவன் பெயரைச் சொல்லில்லா அழணும்?” என்றார்.

“நீ தண்ணியிலே தடம் பாக்கத்தெரிஞ்ச கள்ளனாக்கும்டே” என்று நம்பூதிரி சொல்லிவிட்டார்.

விஜயரங்க சொக்கநாதர் ஏற்கனவே திருநெல்வேலி வந்து நயினார்குளத்துக்கு அருகே இருந்த வசந்தகொட்டாரத்தில்

தங்கியிருந்தார். பணகுடி, வள்ளியூர், திருக்கணங்குடி, நான்குநேரி, தளபதிசமுத்திரம் பிடாகைகளில் இருந்து காராய்மைக்காரர்களும் கரைவேளாளர்களும் கூடி அவரைச் சென்று பணிந்து சங்கடம் உணர்த்திக்க முயன்றனர். சங்கட ஹர்ஜி ஒன்றையும் அனைவரும் சேர்ந்து எழுதினார்கள். அதற்கு ஐம்பது வெள்ளிப் பணம் கொடுத்து சுந்தரையன் என்ற பிராமணனை அமர்த்திக் கொண்டார்கள்.

அதில் திருக்கணங்குடி ராயசம் திம்மப்பையனைப் பற்றியோ, கோயில் காறுபாறு வேங்கட சுப்பையரைப்பற்றியோ ஒரு வார்த்தைகூட குறைசொல்லக்கூடாது என்பதில் மிகுந்த கவனம் எடுத்துக்கொண்டார்கள். எங்கும் தொடாமல் சுற்றிச்சுற்றி வந்த சங்கடஹர்ஜியில் பெரும்பாலான சொற்களில் பெரியநாயக்கர் விஜயரங்க சொக்கநாதர், அவருடைய மகாமாத்ரிகர் நரசப்பையர், தளவாய் வெங்கடராகவாச்சாரியார், ராயசம் சுப்பண்ணா ஆகியோரை பற்றிய புகழ்மொழிகளும் துதிகளும்தான் நிறைந்திருந்தன. திருக்கணங்குடி ராயசம் திம்மப்பையன், அவருடைய அமாத்யன் கிருஷ்ணப்பையன், கோயில் காறுபாறு வேங்கட சுப்பையர் ஆகியோர் பற்றியும் புகழ்மொழிகளும் துதிகளும் கூடவே இருந்தன.

அனைவரையும் முறையாக வாழ்த்திய பின்னர் அரசாங்கத்தால் கல்பித்து கைக்கொள்ளப்படும் பூமிகரம் எனப்படும் நிலவரியானது எல்லாவகையிலும் நியாயமானதாகவும் நாட்டின் க்ஷேமத்துக்கு இன்றியமையாததாகவும் இருந்தாலும், அதை ஆண்டோடாண்டு அளிப்பதென்பது காராய்மைக்காரர்களுக்கும் கரைவேளாளர்களுக்கும் மிகக்கடினமானதாக இருப்பதாகவும்; அதற்கு காரணம் மழைவளம் குறைந்து ஏரிகள் வறண்டு குடியான்கள் காட்டுக்கு மலையேறி கன்றுகாலிகள் செத்தொழிந்து கூடவே நடப்புதீனமும் நடுக்குகாய்ச்சலும் வந்து ஊரே தட்டழிந்ததுதான் என்றும்; அரசரின் தானதர்ம விசேஷத்தாலும் தெய்வ கைங்கரிய வைபவத்தாலும் வானம் கனிந்து மழைவளம் சுரந்து ஏரிகள் பெருகி ஊர் செழித்து வயல்கள் நிறையும்போது கரமும் தீர்வையும் பாட்டமும் வாரமும் கணக்குவைத்து தலைகொண்டு மரக்கால் சுமந்து அள்ளி அள்ளி அளித்து ராஜ பண்டாரத்தை

நிறைத்துக் கொள்கிறோம் என்ற உறுதிமொழி எடுப்பதாகவும் சொல்லப்பட்டிருந்தது.

ஏற்கனவே அளிக்கப்படாத வரி நான்குமடங்கு நிலுவை யிலிருந்தது, அதை ரத்துசெய்யவேண்டும் என்று மாராயவிளை அப்புசிவம் பிள்ளை சொன்னார். "அதை இப்ப அளந்து குடுத்தா மேக்கொண்டு மண்ணை அள்ளித்தான் விதைக்கணும்... அடுத்த பூவுக்கு நாமளும் பூதப்பாண்டி மலையேறி அந்தாலே போக வேண்டியதுதான்."

"அதை இப்ப இதிலே எளுதினா..." என்று நாலுமலை பரமேஸ்வர பிள்ளை இழுத்தார்.

"சொல்லுகதுக்கு என்னா? இப்ப சொல்லேல்லன்னா வேற எப்ப சொல்லப்போறம்?"

எனவே அதையும் எழுதிச்சேர்த்தார்கள். ஆனால் சங்கட ஹர்ஜி எழுதப்படுவது அதை எழுதி முடிப்பதற்குள்ளாகவே திருக்கணங்குடி ராயசம் திம்மையனுக்கு தெரிந்துவிட்டது. அவனுடைய ஆணையின்படி நாற்பது குதிரைகளில் படை வீரர்கள் சங்கட ஹர்ஜி எழுதப்பட்டுக்கொண்டிருந்த வள்ளியூர் மலைக்கோயில் மண்டபத்துக்கு வந்துவிட்டனர். அங்கிருந்த அனைவரையும் அடித்து இழுத்துக்கொண்டு சென்றார்கள். அவர்கள் அனைவருக்கும் ஆளுக்கு பத்து கசையடியும் ஆயிரம் நாழி நெல் அபராதமும் விதிக்கப்பட்டது.

ஆனால் அந்த ஓலையை எப்படியாவது அமாத்யர் நரசப்பையர் அல்லது தளவாய் வெங்கடராகவாச்சாரியர் கைக்கு கொண்டுசென்று சேர்ப்பித்துவிடவேண்டும் என்று நிலைச்செவல் காராய்மைக்காரர் நல்லகுத்தாலம் பிள்ளை திட்டமிட்டார். அந்த ஓலையிலிருந்த வார்த்தைகள் அவருடைய கணக்குப்பிள்ளை குமரேசக் கம்பருக்கு நினைவிலிருந்தது. அவர் அதை இன்னொரு ஓலையில் எழுதினார். குத்தாலம்பிள்ளையே அதில் தன்னுடைய சக்கர வடிவத்தை பொறித்து எடுத்துக்கொண்டு ரகசியமாக திருநெல்வேலிக்கு போனார்.

சவுக்கடி பட்டு முதுகுத்தோல் உரிக்கப்பட்டிருந்தமையால் முழுப்பயணத்திலும் நல்லகுத்தாலம்பிள்ளை குப்புற படுத்தே செல்லவேண்டியிருந்தது. திருநெல்வேலி சன்னிதித்தெருவில் எங்கே தங்கினாலும் ஆள்வைத்து பிடித்துவிடுவார்கள் என்பதனால் அவர் தாசித்தெருவுக்குச் சென்று அங்கே ஸ்ரீவில்லிப்புத்தூர் உலகம்மை வீட்டில் தங்கினார். பக்கத்து கட்டிடம் கூழைக் காட்டாள் பங்கஜவல்லியின் வீடு. அங்கே தளவாய் வெங்கடராகவாச்சாரியார் வருவதுண்டு. அப்போது அறிவிப்பில்லாமல் கொல்லை வழியாக உள்ளே சென்று முதுகைக் காட்டி அழுது ஓலையை சமர்ப்பிக்கவேண்டும் என்பது திட்டம்.

ஆனால் உள்ளே நுழையும்போதே அவரைப் பிடித்து விட்டார்கள். கட்டி இழுத்து கொண்டுபோய் வெங்கடராகவாச்சாரியார் முன் நிறுத்தினர். அவர் முதுகுப்புண்ணைப் பார்த்து கொஞ்சம் இரங்கினார். ஆனால் ஓலையை வாசித்ததும் வெறிகொண்டார். நல்ல குத்தாலம் பிள்ளை அங்கேயே எங்கோ தலைவெட்டி புதைக்கப்பட்டார்.

அதன்பிறகும் பெரியநாயக்கரை நேரில் கண்டு ஓலையில் இருந்த விஷயங்களை தெரிவிக்க முயற்சி செய்யப்பட்டது. விஜயரங்க சொக்கநாதன் பெரும்பக்தன். நெல்லையில் தங்கிக் கொண்டு நான்குநேரி தொட்டுத் தொடங்கி தாமிரவருணிக்கரை திருப்பதிகளில் எல்லாம் விஷ்ணுதரிசனம் நடத்திக்கொண்டிருந்தான். அவன் செல்லுமிடமெல்லாம் ஓலையைக் கொண்டு சென்று அவனிடம் கொடுத்துவிடுவதற்காக காராய்மைக் காரர்கள் ஆளனுப்பினர். எல்லா முயற்சிகளையும் நரசப்பையரும் வெங்கடராகவாச்சாரியாரும் திறம்பட தடுத்து நிறுத்தினர். ஓலையுடன் போன எட்டுபேர் எட்டு இடங்களில் தலைவெட்டி புதைக்கப்பட்டனர்.

காராய்மைக்காரர்கள் சோர்ந்து இருக்கும்போதுதான் பெரிய நாயக்கர் திருக்கணங்குடிக்கு வரும் செய்தி வந்தது. ஆனால் ஏற்கனவே வெவ்வேறு கோயில்களில் நாயக்கர் சன்னிதிக்கு காராய்மைக்காரர்களில் சிலர் முண்டியடித்து நுழைய முற்பட்டமையால் இம்முறை ஏழடுக்கு காவல் ஏற்பாடு செய்யப்பட்டது. காராய்மைக்காரர்களும் கரைவேளாளர்களும் தங்கள்

காணிக்கைகளை மட்டும் அரசரின் செங்கோலின் முன் கொண்டு வந்து படைத்தால்போதும் என்று ஆணையிடப்பட்டது. அரசரின் செங்கோல் மதுரையில் இருந்தது. ஆகவே செங்கோலுக்குப் பதிலாக ஒரு பூங்கொத்துக்கிளை அரியணையில் வைக்கப் பட்டது. அவர்கள் காணிக்கைகளை படைத்துவிட்டு விலகிச் சென்ற பின்னர் பெரிய நாயக்கர் கல்பித்து எழுந்தருளி அவற்றை திருக்கண் பார்த்து ஏற்றுக்கொண்டு அருள்வார் என்று அறிவிக்கப் பட்டது.

"இவன் என்ன ராசா? அவனுக்க ஜனங்கள் ஒரு வார்த்தை அவன்கிட்ட சொல்ல முடியாதுன்னா இவன் என்னத்துக்கு கோலும் முடியுமாட்டு அலையுதான்?" என்றார் கரிவந்தநல்லூர் பத்மநாப பிள்ளை.

"பெரிய பக்தனாக்கும்..." என்றார் பேராலங்காட்டான் சுப்பு பிள்ளை.

"மயித்தினான்" என்று பத்மநாப பிள்ளை காறித்துப்பினார்.

"நம்ம ஓலையை அவன் கிட்ட கொண்டுசேக்க வளியே இல்லை... அப்டி ஒரு வளி இருந்திருந்தா சீவில்லிப்புத்தூரிலயும் திருநெவேலியிலயும் கழுகுமலையிலயும் ஓலையால அவனை மூடியிருப்பானுக..." என்றார் அம்பரம் தாணுபிள்ளை. "எட்டெ ரட்டி வரி. அபராத வரி. மாடுன்னா கறவை வத்தினா கொன்னு தோலும் கொம்பும் கொண்டுபோயி குடுக்கலாம். இது மண்ணு... அடிக்கமுடியுமா, அறுத்து கொல்ல முடியுமா? என்ன செய்ய?"

"வடுகப் பாப்பானுக... அவன் என்ன வயலைக்கண்டானா, வெளைச்சலைக் கண்டானா?"

"ஏன் அதுக்கு மின்னாடி பாண்டிப்பாப்பான் இருந்தானே? அவன் காலத்திலேதானேவே கூடுதல் வரி பொறுக்க முடியாம நம்ம மூத்தான்மாரு தலைமுதல் காலுவரை நெய்யை விட்டுக் கிட்டு எரிச்சு செத்தாங்க? சோளராஜா காலத்திலே ஊரோட தீய வைச்சுக்கிட்டு குலமுடியச் செத்தாங்க? இது நமக்கு எப்பமும் உள்ள விதியாக்கும். நக்கி நக்கி மேய்ஞ்சு குட்டி பெத்து வளக்கும்

பசு. அதை பிடிச்சுக் கிளிச்சு திங்கும் புலி. அது பிரம்மனுக்க வெளையாட்டாக்கும்'' பிரமநாயகம்பிள்ளை சொன்னார்.

''சும்மா பேச்சு வேண்டாம்... செய்யுகதுக்கு என்ன உண்டு ண்ணு பாப்பம்.''

''செய்யுகதுக்கு ஒண்ணுமில்லை. நாம எப்டி போனாலும் நாயக்கனை கிட்டக்க போயி பாக்கமுடியாது. வேணுமானா இப்ப இவரு சொன்னது மாதிரி தீயவைச்சு கொளுத்திக்கிடலாம்'' என்றார் பத்மநாப பிள்ளை.

''பண்டு தேரை கொளுத்தினதா சரித்திரம் உண்டு'' என்றார் பரமேஸ்வர பிள்ளை.

''அப்ப அப்டி தேரை கொளுத்தினப்ப காராய்மைக்காரங்க பதினெட்டுபேரை கழுவிலே ஏத்தினாங்க'' என்றார் பெருமாள் பிள்ளை. ''அவனுகளுக்க கழுபீடம் ஈசாந்திமங்கலத்திலே இருக்கு, கேட்டுக்கிடும்.''

''என்னமாம் ஒரு வழி சொல்லுங்க'' என்றார் பத்மநாப பிள்ளை. ''வேறே ஒரு சங்கட ஹர்ஜி வேணுமானா எழுதலாம்.''

''ஏன், முன்ன எழுதினதுக்கு என்ன கொறை?''

''அது நல்ல ஓலையாக்கும்'' என்று யாரோ சொன்னார்கள்.

''உடையோன் வாசிக்காத ஓலை நல்லா இருந்தென்ன, இல்லாட்டி என்ன? பெண்டுசட்டி இல்லாதவனுக்கு குண்டு கோல் தூக்கினா என்ன சுருங்கினா என்ன?''

வயதானவரான செம்பூர் மாராயக்குட்டிப்பிள்ளை சொன்னார் ''ஒரு வழி உண்டு...''

''சொல்லும்வே... வெத்தில பாக்கு வேணுமோ?''

''நாம என்ன அளிவு செய்தாலும் நம்ம குலத்தை பளிவாங்கு வானுக... நாம எதையும் நாமளே அளிக்கப்பிடாது.''

''பின்ன?''

''நம்மளை நாமே அளிச்சா பின்ன கேள்வி இல்லேல்லா?''

"என்ன செய்யணும்?"

"நம்மளிலே ஒருத்தன் நாயக்கன் முன்னாலே செத்துவிளணும்."

காராய்மை கூட்டத்தில் அமைதி நிலவியது.

"செத்து விளுகதுன்னா..." என்றார் பத்மநாப பிள்ளை.

"கோபுரத்துக்குமேலே ஏறி ஒளிச்சு இருக்கணும். கையிலே இந்த ஓலை இருக்கணும். நாயக்கன் பல்லக்கிலே இருந்து எறங்கி ராயகோபுரத்து முற்றத்துக்கு வந்ததும் தர்மப்பிரபுவே ராஜாவே எங்க பிராதுகேளு, எங்க ஓலையை படிச்சுப்பாரு, எங்களுக்கு நீதி குடுன்னு கூவிக்கிட்டே மேல இருந்து அவனுக்கு நேர்முன்னாலே விளுந்து அங்கேயே சாவணும்... அவன் ஓலையை எடுத்து படிக்காம அடுத்த அடி வைக்க முடியாது. பளி வந்திரும்."

"அதிப்ப... என்னன்னா..." என்று பத்மநாப பிள்ளை தயங்கினார்.

"நாயக்கன் பெரிய பக்தனாக்கும். கோயிலுக்கு முன்னாலே இப்டி நடந்தா தெய்வகுத்தம்னுதான் நினைப்பான்... அப்டி விட்டிரமாட்டான்."

"ஆமா, அது உள்ளதுதான்" என்றார் பரமேஸ்வர பிள்ளை.

"வேற வளி இல்லை... இது ஒண்ணுதான் வளி" என்றார் மாராயக்குட்டிப்பிள்ளை.

"கேக்க நல்லாருக்கு மாமா. ஆனா கோபுரத்துமேலே ஏறி குதிக்கணுமானா..."

"ஏலே, இங்கிண கூட்டமா செத்திட்டிருக்கோம். இப்டியே போனா அடுத்த வேனில்பூவுக்கு வயலு உப்பு பாய்ஞ்சிரும்... ஒருத்தன் செத்தா என்ன? நான் வயசானவன். கோபுரத்து மேலே ஏறி விளுறதுக்கு ஏலு இருந்தா இந்நேரம் நானே விளுந்திருப்பேன்."

"அதனாலேதானே சொல்லுதீரு?"

"ஏலே வாய மூடுலே..."

“சண்டை வேண்டாம்” என்றார் பத்மநாப பிள்ளை. “இது நல்ல உபாயமாக்கும்.”

“நான் ஒண்ணு சொல்லுதேன்... நாம காராய்மைக்காரனு களிலே ஒருத்தன்தான் விளணுமா? நம்மளிலே ஒருத்தன் விளுந்தாத்தானா?”

“ஆமா, ஒரு பொணம் விளணும். நாயக்க ராஜா ஓலையைப் பாக்கணும். அம்பிடுதானே?”

“ஆமா, அதுக்கு ஒரு ஆளு விளுந்தா போருமே. அதுக்குண் டான ஆளை நாம பாத்து எடுப்போம்... நாம சொன்னா கேக்கக் கூடியவன்...”

“கீளச்சாதிப் பயலுக இருக்கானுக. ஆனா கோபுரம் மேலே ஏறணும்.”

“நம்ம சாதிப்பயதான் வேணும்.”

“நம்ம சாதின்னு வேண்டாம். கைக்கோளன், செட்டி இந்த மாதிரி இருந்தாலும் போரும்.”

“அதுக்கு ஒரு ஆளு வேணுமே... அவனே நினைச்சு மனசி லாக்கி கோபுரத்திலே ஏறி இருக்கணும்...”

“நாயக்கரு வந்தா ஒரு ரெண்டுநாள் கோபுரத்துக்கு ஈட்டிக் காரன் காவல் இருக்கும். அப்ப அதுக்கு முன்னாலேயே மேலே ஏறி ஒளிச்சு இருக்கணும். சாவை நினைச்சுக்கிட்டு மனதைரியத் தோடே காத்திருக்கணும். சரியா நாயக்கரு பல்லக்குவிட்டு இறங்கி முற்றத்திலே வந்து நிக்கிறப்ப குதிக்கணும். மடையனும் மட்டியும் செய்துக்கிடுத வேலை இல்லை. பணம் வாங்கிட்டு ஆளு வருவானுக. ஆனா கடைசிநேரத்திலே பயந்துட்டான்னாக்க கதை முடிஞ்சுது.”

“அதைவிட மாட்டிக்கிட்டா நம்ம பேரைச் சொல்லப்பிடாது.”

அதை உடனே அனைவரும் உணர்ந்துகொள்ள, அங்கே அமைதி எழுந்தது.

பத்மநாப பிள்ளை ஒரு வாய் வெற்றிலை போட்டுக்கொள்ள அத்தனைபேரும் வெற்றிலைக்கு கைநீட்டினர். மெல்லும் ஓசைகள் நிறைந்திருந்தன.

"ஒரு ஆளு இருக்கு" என்றார் மாதேவன்பிள்ளை.

"ஆரு?"

"நல்ல பயலாக்கும்... கோயிலுக்காளைதான். கொஞ்சம் மங்கின ஆளாக்கும். ஆனா..."

அப்போதே அனைவரும் அது யாரென உணர்ந்தனர். கோயிலில் எண்ணை கொண்டு வந்து ஊற்றும் அணைஞ்ச பெருமாள்.

"அவன் பண்டாரமாக்குமே" என்றார் பத்மநாப பிள்ளை.

"அது நல்லதுல்லா? பிள்ளையில்லை குட்டியில்லை... போற வளிக்கு ஒரு நல்ல காரியம்" என்றார் மாதேவன்பிள்ளை.

*

2

அணைஞ்சபெருமாளை பண்டாரம் என்றுதான் பணகுடி ஊரிலே சொன்னார்கள். ஆனால் அவன் பண்டாரம் இல்லை. அவன் அம்மைக்கு ஒற்றை மகன். கோயிலுக்கு தெற்கே வாணியத் தெருவில் குருணிப்பிள்ளையார் கோயில் அருகே அவர்களுக்கு வீடு. அவன் அப்பா செயலாக இருந்த எண்ணைச்செட்டி. திடீ ரென்று அவர் சாகும்போது அணைஞ்சபெருமாளுக்கு மூன்று வயது. அவனுடைய சித்தப்பன்கள் அவர்களின் வீட்டைத்தவிர எல்லாவற்றையும் பிடுங்கிக்கொண்டார்கள்.

எட்டுவயது வரை அவனை அவன் அம்மா பிற வாணியச் செட்டிகளின் செக்குகளில் அடிக்காறல் பிண்ணாக்கை இரந்து பெற்று கோனார்களுக்கு விற்று அந்த பணத்தில் கஞ்சியூற்றி வளர்த் தாள். திடீரென்று ஒருநாள் அவளும் செத்தபோது அணைஞ்ச பெருமாள் அனாதையானான். அவனுடைய சித்தப்பனின் மைத்துனன் ஒருவன் கிழவி அவனிடம் பணம் பெற்றிருந்தாள் என்ற ஆதாரத்தைக் காட்டி வீட்டை எடுத்துக்கொண்டான். அணைஞ்சபெருமாள் நேராக கோயிலுக்கு வந்துவிட்டான். அதன்பின் செண்பகராமன் மண்டபம்தான் அவனுடைய இடம்.

எண்ணைச்செட்டிக்கு கோயிலில் ஏராளமான வேலைகள் இருந்தன. கோயில்முழுக்க கல்விளக்குகளில் எண்ணை ஊற்றி எரியவிடவேண்டும். தூண்களின்மேலும் சிற்பங்களின்மேலும் கல்விளக்குகளில் எண்ணை ஊற்றுவதற்கு சிறுபையன்கள் தேவை. கோயிலில் வாத்தியக்காரர்கள், திருச்சேவைக்காரர்கள், மடப்பள்ளி அய்யர்கள் எவர் வேண்டுமென்றாலும் அவனுக்கு வேலை ஏவலாம். அடிக்கலாம், வசைபாடலாம்.

கோயிலிலேயே அவனுக்குத் தீனி கிடைத்தது. எதுவானாலும் சாப்பிடுவான். பெரிய உருளிகளில் ஓரம்பிடித்த பொங்கலும்

சோறும் சுரண்டி எடுத்து வைத்தாலே நாலாள் தின்னும்படி இருக்கும். அவன் குந்தி அமர்ந்து ஓர் ஓரத்திலிருந்தே தின்று தீர்த்துவிடுவான். இருபது வயதில் அனந்தன் சப்பரம் போல அகன்று திரண்டு உருளை உருளையான தசைகளுடன் பலகை மார்புடன் இருந்தான்.

அவனை கோயில்காளை என்றுதான் சொன்னார்கள். பெரிய எண்ணைத்தாழிகளை காவடிபோட்டு அவன் தூக்கிச் செல்லும் போது பெண்கள் சன்னலருகே வந்து நின்று ஓரக்கண்ணால் அவன் தசைகள் இறுகியசைவதை பார்த்தார்கள். அதை ஆண்கள் பார்த்துவிட்டால் அடிதடிதான். "தட்டறுவாணி, பாத்துப்பாத்து ஊறலெடுக்குதோ? அரிஞ்சுபோடுவேன் ரெண்டையும்... உள்ள போடி"

ஆனால் எல்லா பெண்களும் அவனைப் பார்த்தனர். கிணற்றுக்கு நீர் சேந்த போகும்போதும் குளிக்க ஆற்றுக்கு போகும்போதும் அவனைப்பற்றி கிளுகிளுவென பேசிக்கொண்டார்கள்.

"எளவு எல்லாம் சொறிஞ்சுக்கிட்டுல்லா அலையுது?" என்றான் முருகப்பன். "நம்ம வீட்டுக்காரிய வச்சு சாத்திப்போட்டேன் பாருங்க."

"சேச்சே, என்ன பேச்சு பேசுதே? பொண்ணு மனசு அப்டித் தான். ஆடுத காத்திலே ஆடும். வேரு ஒறைச்சு நிக்குதான்னு பாக்கவேண்டியது நாம... அதை நாலாளு கேக்க சத்தம்போட்டா நம்ம பல்லிடுக்க நாம குத்தி மோந்து பாக்கிறதாக்கும்" என்று தாணப்பன் பிள்ளை முருகப்பனிடம் சொன்னார்.

"இல்ல மாமா, இவ கொஞ்சம் அடங்காத எனமாக்கும்" என்றான் முருகப்பன்.

"எல்லா குட்டிகளும் அடங்கா எனம்தாண்டே.... நீ இப்டி நாலாளு செவிமடக்க விளிச்சு கூவினேன்னா உனக்க பெஞ்சாதி க்குத்தான் முத்திரை விளும் பாத்துக்கோ."

முருகப்பன் இரவில் வள்ளியம்மையிடம் "அப்டி என்னட்டி பாக்கே? அவன் என்ன மம்மதனா?" என்றான்.

"நான் பாக்கேல்ல" என அவள் முனகினாள்.

“நீ பாத்தே... நீ பாத்ததை நான் பாத்தேன்.”

“தயிருகாரி வாறாளோன்னு பாத்தேன்.”

“இல்ல, நீ பாத்தே... நீ பாத்தே.”

“அம்மை சத்தியமாட்டு இல்லை... பெருமாள் மேலே ஆணை.”

“சம்மதிக்க மாட்டீக... வெட்டி துண்டு துண்டா போட்டாலும் சம்மதிக்க மாட்டீக.”

அவள் உடனே அழ ஆரம்பித்தாள்.

“செரி செரி விடு... என்ன இப்பம் அளுதுகிட்டு?”

உறவு முடிந்து அவள் அரை மயக்கிலே இருக்கும்போது அவன் மீண்டும் கேட்டான். “என்னடீ பாக்குதிய அப்டி?”

“ஆரு?” என அவள் கண்மலர்த்தி கேட்டாள்.

“நீ படிச்ச கள்ளி.”

அவள் மீண்டும் அழுதாள்.

“அளுது சாவு, சனியன் புடிச்சவ.”

ஆனால் பண்டாரம் எவரையும் பார்ப்பதில்லை. சோறு தவிர இவ்வுலகில் வேறெதிலும் அவனுக்கு ஆர்வமிருப்பதாகவும் தெரியவில்லை. என்றாலும் ஊரில் அனைவரும் அவனை ஏளனம் செய்வார்கள். சீண்டிப்பார்ப்பார்கள்.

“பய சின்ன வயசிலே தூணிலே ஏறுறப்ப விளுந்து காயடி பட்டுப் போட்டான். அதாக்கும் இந்த மாதிரி வெம்பொலி ஏறி கிடக்கு.”

“வே பண்டாரம் உனக்கு ஒரு குட்டி வேணும்லாடே? நம்ம பொறவாசத்தெரு குச்சுக்காரி கோசலைக்கு ஆளுவேணுமாம்... நல்ல செம்பகராமன் கல்லுத் தூணுதான் அவளுக்குச் செரியா வருமாம்”

“பொலிகாளைய ஒழவிலே கெட்டிப்பாக்கணும்டே.”

அவன் அவர்கள் பேசுவதை பெரிய கண்களால் வெறுமே பார்த்துக்கொண்டிருப்பான். ஏதாவது கேலிசெய்தால் அவர் களுடன் சேர்ந்து தானும் சிரிப்பான். பெரிய மாட்டுப்பறகளுடன் அவன் சிரிப்பு அழகாக இருக்கும்.

"இந்த சோறெல்லாம் தலைக்கு போயிருந்தா இவன் இந்நேரம் உலகை வித்திருப்பாண்டே.... நல்லவேளை அங்க உள்ளுக்குள்ள பத்தாயம் காலியாக்கும்."

அவனுடைய பேச்சும் சிரிப்பும் பத்துவயது பையன் போல. ஆனால் முட்டாள் அல்ல. கோயில் மண்டபத்தில் அண்ணாவி தேவார திருவாசக வகுப்பு எடுக்கும்போது போய் கேட்டுக் கொண்டிருப்பான். கதை சொல்லும் இடங்களில் எல்லாம் பின் வரிசையில் தூண் சாய்ந்து அமர்ந்திருப்பான். அவனுக்கு எல்லாம் புரிகிறது என்றும் தோன்றும்.

மாராயக்குட்டிப்பிள்ளை அவனிடம் விஷயத்தைச் சொல்லும் பொறுப்பை ஏற்றுக்கொண்டார். காலையில் நேராக ராமலிங்கசாமி சன்னிதிக்குப் போய் கும்பிட்டுவிட்டு விபூதிப் பட்டையுடன் பெருமாள் சன்னிதியில் இருந்த அவனிடம் போய் அருகே அமர்ந்தார். அவன் புன்னகைத்தான்.

"லே அணஞ்சி, நான் உங்கிட்ட ஒரு வார்த்தை பேசணும் னாக்கும் வந்தது."

"சொல்லுங்க" என்று அவன் கும்பிட்டான்.

"நீ அறிவுள்ளவனாக்கும்டே. இப்ப நீயே பாத்திருப்பே. இங்க நேரே செவ்வே மளை பேய்ஞ்சு எம்பிடு நாளாகுது?"

அவன் யோசித்து "நெறைய நாள்" என்றான்.

"மளை பெய்ஞ்சாத்தானேடே வெள்ளாமை? வெள்ளாமை கைக்கு வந்தாத்தானே ஊருக்குச் சோறு? சாமிக்குப் படைய லுக்கும் நெல்லு வேணுமே?"

"ஆமா"

"இப்ப பாரு. ஊரிலே முக்காவாசி குடியானவன் மலையாளக் கரை பக்கம் மலையேறி போயிட்டான். வயலுகளிலே வெதைப்பு

இறக்க ஆளில்லை, தண்ணியுமில்லை. இப்ப இப்டி வரிபோட்டு ஓலைக்குமேல் ஓலை விட்டா நாங்க என்னண்ணு குடுப்போம்? இந்த பூவிலே வயலு புகைஞ்சுபோச்சு. இந்த வரியே குடுக்க முடியாது. எட்டு வருசத்து பாக்கி வரிகளையும் கேக்குதானுக...''

அவன் பேசாமல் பார்த்துக்கொண்டு அமர்ந்திருந்தான்.

''குடுக்கக்கூடாதுன்னு இல்லை. ஆண்டவனுக்கும் அரசனுக்கும் மடத்துக்கும் மகமைக்கும் ஆண்டிகளுக்கும் அணைஞ்சவனுகளுக்கும் குடுத்து சாப்பிடணும் வெள்ளாளன். அது நியாயம். ஆனா வெளைஞ்சு வரணும்ல? குடுக்கிறோம். மழை பெய்யட்டு, ஏரி நெறையட்டு. வயலு வெளைஞ்சா அள்ளி அள்ளி குடுக்கோம்.''

''ஆமா'' என்று அவன் சொன்னான்.

''அதை ராசாகிட்டே சொல்லணும்... ராசா கண்ணுபாத்து நெஞ்சு இரங்கி இந்த ஆண்டு நிலவரியை வஜா பண்ணி விடுங்கன்னு சொல்லணும். சங்கட ஹர்ஜி எளுதி ராஜாகிட்டே குடுக்கப் பட்டபாடு கொஞ்சமில்லை. ராஜா மனசுலே கனிவு உண்டு. ஆனா சுத்தியிருக்கப்பட்டவனுக ஏழு வளையமா இருக்கானுக. அருகே போக விடமாட்டானுக... எல்லா வளியிலேயும் பாத்தாச்சு... ஏன் விடமாட்டானுகன்னா கொள்ளையடிக்குததே இவனுகதான். இவனுகளை ராஜா கணக்குக் கேட்டுட்டார்னா நாறிரும். அதனாலே ராஜாவை சாமி கொளம் பூசை வழிபாடுன்னு ஆண்டிப்பண்டாரம் கணக்கா வச்சிருக்கானுக.''

''ஓகோ''

''ஆனா வேறவளியில்லை. சொல்லியாகணும். ஏளு வேலியையும் கடந்து ராஜாகிட்ட போயி சொல்லியாகணும்... அதுக்கு ஒரு வளிதான்... நாங்க யோஜனை பண்ணி கண்டுபிடிச்சோம். கொஞ்சம் கடுமையான வளி. ஆனா வேற வளி இல்லை பாத்துக்க.''

''சொல்லுங்க பண்ணையாரே.''

எப்படிச் சொல்வது என்று யோசித்து தலைதூக்கியபோது அப்பால் அனுமார் சிலை கண்ணுக்குப்பட்டது.

“நாங்க அனுமார்சிலைகிட்ட உக்காந்து பேசிட்டிருந்தோம். அப்ப ஒரு வளி தெரிஞ்சுது” என்றார். “அனுமார் என்ன செய்யும்?”

“மரம் ஏறும்.”

“ஆமா, கோயில்கோபுரத்து மேலேயும் ஏறும்லா?”

“ஆமா”

“அனுமார் அம்சமுள்ள ஒருத்தர் கோபுரத்துமேலே ஏறணும். அங்கேருந்து அப்டியே நாயக்கராஜா முன்னாலே குதிச்சிரணும்.”

“மேலேருந்தா?”

“ஆமா... அவன் குதிக்கிறப்ப சத்தம்போடணும்... ராஜா எங்க குறை கேளுங்க, எங்க சங்கட ஓலையை படியுங்க, எங்களுக்கு நீதி குடுங்கன்னு கூவிட்டே குதிக்கணும்.”

“மேலே இருந்தா?”

“கோபுரத்துக்கு உச்சியிலே இருந்துதான்... திருக்கணங்குடி கோபுரம் கொஞ்சம் பெரிசுல்லா?”

“திருக்கணங்குடியிலயா?”

“ஆமா. நாயக்கராஜா பல்லக்கிலே இருந்து எறங்கி கோயிலுக்குள்ள போகப்போறப்ப காலடியிலே வந்து விளுந்து போடணும். முற்றத்திலே கல்தளம் மேலே.”

“உயிரைக்கொடுக்கணும்?”

“அப்டி சொல்ல முடியாது... பக்தி இருந்தா...”

“எலும்பும் மிஞ்சாது”

“நாங்க அனுமார் சன்னிதியிலே குறிமானம் போட்டு பாத்தப்ப...”

“சரி, நான் குதிக்கிறேன்.”

“அதாவது...”

“ஊருக்காகத்தானே? பஞ்சம் போறவரை வரி வாங்கக்கூடாது. அந்த தாக்கல் நாயக்கரு வரைக்கும் போகணுமானா இந்த தந்திரம்... செய்யுதேன்.”

“அனுமாரு... நீ அனுமார் உபாசகன் ஆனதனாலே.”

“ஊருக்காக செத்தா நல்லதுதான். இது ஊரு போட்ட சோத்திலே வளந்த உடம்பு.”

“நாங்க என்ன செய்யணும்?”

“எனக்கு ஒண்ணும் வேண்டாம்.”

“இல்ல, நடுகல்லு நாட்டுதது, கொடை குடுக்குதது, இந்தமாதிரி...”

“வேண்டாம்.”

“இல்ல...” என மேலும் தயங்கினார் மாராயக்குட்டிப் பிள்ளை.

“சொல்லுங்க”

“கன்னி களியாம... அதாக்கும். ஆசை இருந்தா ஒரு குட்டிய பாத்து கெட்டி வைக்குதோம்.”

“அவ தாலியறுக்கணுமா? வேண்டாம்.”

“தாலி அறுக்காத சாதி இருக்கே... தாசிக்குடியிலேகூட நல்ல குட்டிகள் இருக்கு.”

“வேண்டாம்.”

“அப்ப செரி...”

“செரி”

மாராயக்குட்டிப் பிள்ளை தயங்கி “நான் சொன்னதாலே என் மேலேயோ என் குடும்பம் மேலேயோ கோவம் இருக்கப்பிடாது” என்றார்.

“சேச்சே” என்றான் அணஞ்சபெருமாள்.

“இந்த ஊருமேலே கோவம் இருக்கப்பிடாது... எங்களை சாபம் போட்டுட்டு போகப்பிடாது. நீ எனக்க சொந்த பயலை மாதிரியாக்கும். நான் அப்டித்தான் நினைக்கேன்... இப்பம் என் சங்கு வேவுதது எனக்குத்தான் தெரியும்.”

மாராயக்குட்டிப் பிள்ளை உண்மையாகவே மனம் உருகி அழத்தொடங்கினார். அவன் நிதானமாக சிரித்தபடிச் சொன்னான் "நான் இந்த ஊரை வாழ்த்திக்கிட்டேதான் போவேன். பயப்படவேண்டாம். எல்லாம் நல்லபடியா முடியும்."

"அப்ப உறுதி செய்துக்கிடலாமே."

"உறுதிதான்."

"சும்மா வாக்காலே சொல்லாமே..."

"என்ன பண்ணணும்?"

"அந்த அனுமாரை தொட்டு ஒரு வார்த்தை சொன்னா."

"அனுமார் சத்தியமா நீங்க சொல்லுற அண்ணைக்கு நான் கோபுரம் ஏறி நாயக்க ராஜா முன்னாடி பாய்ஞ்சு சாவுதேன். நீங்க சொன்னதை கூவுதேன். கையிலே அந்த ஓலையையும் வச்சிருக்கேன். போருமா?"

"போரும்... போரும்..." என்று மாராயக்குட்டிப் பிள்ளை கைகூப்பினார். "இந்த ஊரிலே மக்க மனுசங்க வாழுற வரை மறக்கமாட்டோம். எங்க குடும்பங்களுக்கு காவல்தெய்வமாட்டு கும்பிடுவோம்... நண்ணி மறக்குத ஆளுங்க இல்ல நாங்க."

"செரி. நல்லா வாழுங்க... நல்லபடியா நெறைஞ்சு வாழுங்க."

அவன் கும்பிட மாராயக்குட்டிப் பிள்ளை விசும்பி விசும்பி அழுதபடி அங்கிருந்து கிளம்பிச்சென்றார்.

*

3

அணஞ்சபெருமாள் சாதாரணமானவன் அல்ல என்று அத்தனை பேருக்கும் தெரிந்திருந்தாலும் அவன் மேல் சந்தேகமும் இருந்தது. மாராயக்குட்டிப்பிள்ளை மட்டும்தான் உறுதியாக இருந்தார். "நான் சொல்லுதேன், அவன் சொன்னதைச் செய்யுத ஆளாக்கும். அவனுக்கு எடம் வலம் இல்லை. உசிரு ஒரு பொருட்டு கெடையாது. அப்டிப்பட்ட ஆளாக்கும் அவன்."

"செரிதான், சொந்தம் சாதி சனம் ஒண்ணும் இல்லல்லா" என்றார் நம்பியாபிள்ளை.

பரமேஸ்வரன் பிள்ளை "ஆனா மனுசப்பய காரியமாக்கும். எப்ப என்ன செய்யுதான்னு தெரியாது. எல்லா உடம்புக்கும் உசிரு அருமையாக்கும்..." என்றார்.

"நானும் அதைத்தான் நினைச்சேன் மச்சினா. இவன் இப்ப இப்டி சொல்லுதான். கடைசிநாள் தயங்கிட்டான்னா?" என்றார் கொக்குமுறை சிவன்பிள்ளை.

"அப்டி நிக்குத ஆள் இல்லை" என்றார் மாராயக்குட்டிப் பிள்ளை.

"என்ன பிரச்சினைன்னா கோபுரத்திலே ஏறி ரெண்டு நாள் ஒற்றைக்கு காத்திருக்கணும். ஒருத்தன் தன்னந்தனியா சாவை எதிர்பாத்துட்டு அங்க உக்காந்திருக்கிறதை நினைச்சுப் பாருங்க. சட்டுன்னு கீழே சாடுதது பெரிய விஷயமில்லை. சாடிப்போடலாம். ஆனால் அங்க ரெண்டுநாள் ராவும்பகலும் ஓரோ நிமிசமும் சாவுறதைப்பத்தி நினைச்சுக்கிட்டு உக்காந்திட்டி ருக்கணும். ஒரு நிமிசம் மனசு விட்டுப்போச்சுன்னா? ஒரு தடவை எதுக்கு இதெல்லாம்னு நினைச்சு பாத்தான்னா? மனுச மனசுல்லா?" என்றார் பரமேஸ்வரன் பிள்ளை.

அது உண்மைதான் என்று அவர்கள் அனைவருக்குமே தோன்றியது. ஆனால் ஒன்றும் செய்வதற்குமில்லை. அவனை நம்பித்தான் ஆகவேண்டும்.

“நாம முடிவெடுத்தாச்சு. ஆளையும் தேடியாச்சு. இந்த மட்டுக்கும் இப்டி ஒருத்தன் அமைஞ்சதே பெரிய விஷயம். இனி ஆதிசிவனார் விட்ட வளி” என்றார் மாராயக்குட்டிப்பிள்ளை.

“அனாதையை பலிகுடுக்குததாவே ஆதிசிவனுக்க வளி?”

“இல்ல, அப்பனாத்தா உள்ள பிள்ளை வேணும். உனக்க மகன் ஆவுடையப்பனை கொண்டுட்டு வாறியாடே? கொண்டுவாடே. இவனை விட்டிருவோம்.”

“நான் பேச்சுக்கு சொன்னேன்.”

“என்ன பேச்சு? செய்யுததை செய்யவும் வேணும். பெரிய மன சாட்சி மயிரு மாதிரி ஒரு நொடிப்பும் காட்டணும்... போக்கத்த பயக்க.”

“மாமா என்ன, பேச்சு பேச்சா இல்ல?”

“டேய் விடு அதை... வே பாட்டா நீரு சும்மா இரும்... அப்ப காரியங்க எல்லாம் பேசி முடிச்சாச்சு. இனி சம்பவம் நடக்கிற வரைக்கும் வாய மூடி வச்சுக்கிட்டு இருங்க. சோலிமுடிஞ்ச சீரிலே பெஞ்சாதிகிட்டே பேசி வைக்கவேண்டாம். இங்க அவனவனன் கொடி எறங்கினதுமே கொடிமரத்தையும் சாய்ச்சுப்போடுதான்.”

“பெஞ்சாதிகிட்ட வாய மூடிக்கிடுவானுக. கூத்தியா கிட்ட உளறுவானுக”

“நீரு உம்ம கதையைச் சொல்லுதேரு”

“பொம்புளை ஆரா இருந்தாலும் தெரிஞ்சா அவனை சாவ விடமாட்டா... அதை நினைச்சுக்கிடுங்க.”

காராய்மைக்காரர்கள் அணைஞ்சபெருமாளுடன் எப்போதும் இருந்தார்கள். அவனுக்கு சிறப்பாக வீட்டிலிருந்து உளுந்தங்களி பொங்கி கொண்டுவந்தார் நம்பியா பிள்ளை.

"என்ன மாமா மாப்பிள்ளைச் சீராட்டு போல?" என்றான் சிவனடியா பிள்ளை.

"சவம் தின்னுட்டு போகட்டு. கோயிலிலே இதெல்லாம் அவன் எங்க தின்னான்?"

"நல்ல உளுந்தங்களி தின்னு ருசி கண்ட பயலுக்கு சாக மனசு வராது பாத்துக்கிடுங்க."

"ஏலே சும்மா இருலே... கிடந்து அலமுறை இடுதானே. யாராவது கேட்டா அம்பிடுதான்."

அவனுக்கு தேவையான எல்லாவற்றையும் செய்ய தயாராக இருந்தார்கள். யாராவது அவனிடம் அவனுக்கு என்ன வேண்டும் என்று கேட்டுக்கொண்டே இருந்தார்கள்.

"நல்ல வருக்கைச் சக்கை பளம் இருக்கு. பத்து சுளை எடுத்து கொண்டுவரட்டா? தேன் தொட்டு தின்னா அமிருதமாட்டு இருக்கும்."

"புட்டு அவிச்சு கொண்டுவரட்டாலே மக்கா? கதளிப்பளம் போட்டு பிசைஞ்சு தின்னு பாரு."

திருவடியாபிள்ளை அவனுக்கு நல்ல குண்டஞ்சி வேட்டியும் சிவப்புத்துணி கச்சையும் புளியிலை கரையிட்ட மேல்வேட்டியும் வாங்கி கொண்டு வந்து கொடுத்தார்.

முருகப்பனுக்கு திடீரென்று அணஞ்சபெருமாள் கல்யாணக் கோலம் பூண்டது வியப்பாக இருந்தது. "என்னடே நம்ம பய இப்ப இப்டி பொலிஞ்சு நிக்கான்? பொண்ணு கிண்ணு பாத்து கெட்டிவைக்க போறாகளா ஊரிலே?"

"அதுக்கு ஊரிலே எல்லா பெண்ணும் நான் நான்னு ஒருங்கித் தான் நிப்பாளுக" என்றான் தாணப்பன்.

முருகப்பன் வெறுப்புடன் "அரிப்பெடுத்த சனியனுங்க... மச்சான் கேட்டேரா, நல்ல அரக்கை உருக்கி வச்சு அடைக்கணும் சனியனுங்களை" என்றான்.

புதிய ஆடையுடன், கனமான கட்டுக்குடுமியில் பெருமாள் கோயில் பூசைச்சரம் வைத்து கட்டி வாய்நிறைய வெற்றிலையை குதப்பியபடி அணைஞ்சபெருமாள் மண்டபத்தின் கல்திண்ணையில் கவலையே இல்லாமல் படுத்திருந்தான். இடதுகாலை வலதுகால்மேல் வைத்து வெடுக் வெடுக் என ஆட்டினான். கண்கள் சோற்றுக்களைப்பில் சொக்கிச் சொக்கி அணைந்தன.

"பய இப்டி மயங்கி கிடக்கானே... கவலையே காணும்?" என்றார் நம்பியா பிள்ளை.

"கவலைப்படுதவனா இருந்தா இதுக்கு வருவானா வே?" என்றார் சண்முகம்பிள்ளை.

"வேற எதாவது திட்டமும் வச்சிருப்பானோ?"

"என்ன திட்டம்?"

"இல்ல... நாம வெள்ளாம்புள்ளைகோ. நமக்கு ராச்சியபாரம் தெரியாது. இவன் ஒருவேளை நாயக்கமாருக்க ஒற்றனா இருப்பானோ?"

அவ்வளவுதான், நம்பியாபிள்ளை கொளுத்திப் போட்டு விட்டார். காராய்மைக்காரர்கள் நடுவே பயம் படர்ந்து பிடித்தது. சாயங்காலம் சங்கர நயினார் பிள்ளை வீட்டுக்கு வந்த சண்முகம் பிள்ளை குமைந்தார்.

"அவன் ஆளு மத்தவனாக்கும். எனக்கு அப்பமே சந்தேகம் உண்டு மாப்பிள்ளை. பாக்க கிறுக்கன் மாதிரி இருக்கான். ஆனா இங்க ஊராய்மைக்காரங்களை வேவு பாக்குததுதான் அவனுக்க திட்டம்."

பீதியுடன் சங்கரநயினார் பிள்ளை கண்களை உருட்டினார்.

"நாயக்கன் வாற அண்ணைக்கு இங்க காராய்மைக்காரனுக களுவிலேதான் இருக்க போறானுக... குடபண்டி உள்ளவனுக்கு களுவு நல்லதாக்கும், அமைஞ்சு இருக்கும்."

"ஆமா, நாம தாசிக்குட்டிகளை நம்ம களுவிலே இருத்து தோம்லா? ஆண்டவன் விடுவானா?"

படையல் 35

பொறுமையிழந்துபோய் மாராயக்குட்டிப்பிள்ளை கத்தி விட்டார். "ஏலே கோட்டிக்காரப்பயக்களே. நீங்களே தேடிப் போயி களுவிலே ஏறி இருந்துபோடுவீங்க போல இருக்கே. சும்மா இருக்க மாட்டியளா? பீத்த பயக்களா..."

திருக்கணங்குடிக்கு திருநெல்வேலியில் இருந்து முதல் பட்டாளம் வந்துவிட்டது என்று செய்தி வந்தது. அவர்கள் கோயிலைச் சுற்றியிருக்கும் தெருக்களில் காவல் ஏற்படுத்து கிறார்கள். இரண்டாம் படை வந்து ஊரை சுற்றிவளைக்கும். அதன்பின் மூன்றாம்படை சாலையை காவல்காக்கும். அதன் பிறகுதான் பெரியநாயக்கர் தன் பரிவாரங்களுடன் வருவார்.

மாராயக்குட்டிப்பிள்ளை அணைஞ்சபெருமாளை தயார்ப்படுத்தினார். "ஏலே நீ ஒருக்கமாலே?"

"நான் போறேன். எப்ப போகணும் சொல்லுங்க."

"சொல்லுதேன்."

மறுநாள் விடியற்காலை காராய்மைக்காரர்கள் பணகுடியில் இருந்து திருக்கணங்குடிக்கு கிளம்பிக்கொண்டிருந்தார்கள். திருக்கணங்குடி பெருமாளுக்கு ஒரு புஷ்பாபிஷேகம் செய்ய லாம். எண்ணைக்குடத்துடன் அணைஞ்ச பெருமாளையும் கூட்டிக்கொண்டு போவதாகத் திட்டம்.

அப்போதுதான் நம்பியாபிள்ளை ஒரு சந்தேகத்தை கிளப்பினார். "இல்லை, இவன் சாடிச் சாவுதான். ஆனா இவனுக்கு இதிலே என்ன காரியம்னு ஒரு கேள்வி இருக்கும்ல? இது வரிவிதிப்பை குறைக்கணும்னு கோரிக்கை. இவனுக்கு வரியே இல்லியே. இவன் பண்டாரமாக்குமே."

"அதெல்லாம் யோசிச்சுத்தானே வே முடிவு செய்தோம்?"

"ஆமா, ஆனா அப்ப தோணல்ல. இவன் சாடி சாவணுமானா இவனுக்கு ஒரு பாதிப்பு இருக்கணும்லா?"

"அது உள்ளதுதான்" என்றார் மாராயக்குட்டிப்பிள்ளை.

"வாணியனுங்களுக்கும் வரி கூடுதலாக்கும். பாதிப்பேரு எண்ணையை ஒளிச்சு ஒளிச்சு விக்குதான். வடுகப்படை தேடி

வந்து அவனுகளை புடிச்சு முக்காலியிலே கட்டி வைச்சு அடிக்குது.''

"இவனுக்கு இதுக்கு முன்னாடி வரிகுடுத்த சன்னத்து எதாவது உண்டுமாடே?'' என்றார் மாராயக்குட்டிப்பிள்ளை.

"என்ன அம்மான் கேக்குதீக? வரியா இவனா?''

"வரி ஒரு முறை குடுத்தாக்கூட அங்க வடுகனுக்க கணக் கோலையிலே பேரு இருக்கும். இவன் பண்டாரமில்லா?''

"அண்ணாச்சி நான் சொல்லிடுதேன். வரியே குடுக்காதவன் வரிகூடுதலுண்ணு சொல்லி செத்தா அது செரியா இருக்காது. அவனை சொல்லி ஏமாத்தி சாவடிச்சோம்னு நம்ம மேலே பளி வரும்... தலைக்கு தீம்பு.''

"பின்ன இப்ப என்னடே செய்யுதது? இந்த கடைசி நேரத்திலே?''

"இவன்பேரிலே ஒரு அரைப்பணம் வரி கெட்டியிருந்தாக்கூட சமாளிச்சுப்போடலாம்.''

"வரி கெட்டுதான்னு நாம சொன்னா முடியாது. அவனுகளுக்க ஓலையிலே இருக்கணும்.''

அப்பால் குடத்தில் எண்ணையை நிறைத்துக்கொண்டிருந்த அணைஞ்சபெருமாளை மாராயக்குட்டிப்பிள்ளை திரும்பிப் பார்த்தார். திரும்பி சாலையை பார்த்தபோது ஓர் எண்ணம் தோன்றியது.

சாலையில் முருகப்பன் ஒருகாலை நீட்டி நீட்டி நடந்து வந்து கொண்டிருந்தான். உடம்பெல்லாம் எண்ணைபூசி குளிக்கச் சென்றுகொண்டிருந்தான். தொப்பை மொழமொழவென்று துள்ளியது.

"ஏலே முருகப்பா, இங்க வா''

அவன் அருகே வந்து "கும்பிடுதேன் பண்ணையாரே'' என்றான்.

"உனக்க கழுத்திலே கிடக்குத அந்த வெள்ளிக் கண்டிகையை களட்டிக்குடு.''

"அது எங்களுக்க குலச்சின்னமாக்குமே.''

“ஏய் சொன்னதைச் செய்டே.... உனக்கு வேற ஒண்ணு செஞ்சுக்க. அதுக்குண்டான பணத்தை வாங்கிக்கோ.”

“செரி” என்று அவன் குழம்பியபடி அதை கழற்றிக் கொடுத்தான். “எண்ணைச் சிக்கு நிறைஞ்சிருக்கு. வள்ளிகிட்டே சொல்லி ஒரு மட்டம் நல்லா புளியப்போட்டு...”

“இதுபோரும். நீ போ... இதை நான் வாங்கினதை ஆருகிட்டை யும் சொல்லாதே.”

“நான் என்னத்துக்குச் சொல்லப்போறேன். நான் உண்டு எனக்க சோலி உண்டுன்னு கெடக்கேன்...” அவன் வெறுப்புடன் மிக அப்பால் பயணத்துக்காக ஒருங்கிக்கொண்டிருந்த அணைஞ்ச பெருமாளைப் பார்த்துவிட்டு “இந்த போக்கணம் கெட்டவனை கெட்டி எடுக்க இந்த ஊரிலே ஆளில்லியா பண்ணையாரே? பெண்ணடிகள் மானமா சீவிக்க வளியில்லியே” என்றான்.

“பாப்பம்டே.... நீ போ.”

அவன் சென்றபின் “இந்த கண்டிகையை அணைஞ்ச பெருமாள் களுத்திலே போட்டுக்கிடச் சொல்லுங்க” என்றார் மாராயக்குட்டிப்பிள்ளை.

“என்ன சொல்லுதீக மாமா?”

“டேய், கோபுரத்திலே இருந்து அவன் விளுந்ததும் அடையாளம் காட்டணும்லா? நாம ஆராவது அங்க இருப்போம். ஓடிப்போயி இந்த கண்டிகையை பாத்துட்டு செத்தவன் மாயாண்டி மகன் முருகப்பன்னு சாட்சி சொல்லிடுவோம். முருகப்பன் ஆண்டுக்கு ரெண்டு தடவை வரி கட்டுதவன்லா?”

“ஆனா...”

“முருகப்பன் காரியத்தை பிறவு பாப்போம். அந்நேரம் முருகப்பன் இங்க இருக்கணும். அங்க வந்திரப்பிடாது.”

“செரி” என்றார் சண்முகம்பிள்ளை.

“சாவுதது வரிகெட்டி வரிகெட்டி நொடிச்சுப்போன முருகப்ப னாக்கும். சோத்துத் திண்டோதரன் அணைஞ்சபெருமாள்

இல்லை. தெரியுதுல்ல? எல்லாரும் கேட்டாச்சுல்ல?" என்றார் மாராயக்குட்டிப்பிள்ளை. "முதல்ல அது நடக்கட்டு. பிறவு இந்த முருகப்பன் வேற ஆளுண்ணு சொல்லிப்போடுவோம். ஊரிலே நாம சொல்லுதது தானே? பட்டாமணியம் பிரவர்த்தியாரு எல்லாம் நாமல்லா?"

அனைவரும் வெவ்வேறு குரலில் "ஆமா," "செரிதான் மாமா" "பாத்துக்கிடலாம் பண்ணையாரே" என்றார்கள்.

*

4

திருக்கணங்குடியில் ஏரிக்கரையிலிருந்தே காவலிருந்தாலும் அவர்களை எவரும் ஒன்றும் கேட்கவில்லை. கோயிலுக்கு நேர்ச்சைக்காகச்செல்லும் ஊராய்மைக்காரர்கள் என்று தொலைவிலேயே தெரிந்தது. எவருக்கும் எந்த ஆயுதமும் பழக்கமில்லை என்பதை உடம்பும் நடையும் காட்டிக்கொடுத்தன. நடுவே எண்ணைக்கொப்பரை சுமந்துசென்ற அணைஞ்சபெருமாளும் சந்தேகப்படும்படியாக இல்லை.

கோயிலுக்குள் போய் எண்ணைக்கிணறு அருகே எண்ணை குண்டானை வைத்துவிட்டு அணைஞ்சபெருமாள் நின்றான். "நான் மேலே போறேன்" என்றான்.

"ரெண்டு நாளைக்கு உண்டான தண்ணியும் நாலஞ்சு சுட்ட அப்பமும் இருக்குடே" என்றார் நம்பியாபிள்ளை.

"வேண்டாம்" என்று அவன் சொன்னான். அவர்கள் ஏதோ சொல்வதற்குள் "ஓலையை குடுங்க" என்றான்.

அவர்கள் ஓலையை கொடுத்தனர். அதை இடையில் செருகிக் கொண்டான். அவன் கழுத்தில் அந்த கண்டிகையை அணிந்திருந்தான். நம்பியாபிள்ளை மற்றவர்களைப் பார்த்தார்.

சண்முகம்பிள்ளை "கோபுரத்திலே கீழே காவலிருக்கு. மேலே முதல் அடுக்கிலே கணக்குபிள்ளைமாரும் குறிப்புதவிக்காரனுகளும் இருக்கானுக" என்றார்.

"ரெண்டாம் அடுக்குக்கு மேலேதான் ஒழிஞ்சு கிடக்கும்" என்றார் பரமேஸ்வரன் பிள்ளை.

"அதை நான் பாத்துக்கிடுதேன்" என்று அணைஞ்சபெருமாள் சொன்னான். நேராக கோபுரமருகே போய் இரண்டே தாவலில் எட்டு கைகளுடன் ஏழு புரவித்தேரில் நின்றிருந்த சூரியன்மேல்

ஏறி, வெவ்வேறு தேவர்கள் மேல் தொற்றி, நாலாம் அடுக்கின் சிறிய சாளரம் வழியாக ஓணான் போல உள்ளே போய்விட்டான்.

"எண்ணைக்காரப்பய கல்லிலே ஏறிப் பளகினவனாக்கும்" என்றார் நம்பியா பிள்ளை.

அவர்கள் சாமி கும்பிட்டுவிட்டு கிளம்புவதென்றும் இரண்டு நாள் கழித்து மகாராஜா வரும்போது திருவிழாவுக்கு வருவதென்றும் முடிவாகியது. என்ன ஏது என்று பார்ப்பதற்காக சண்முகம் பிள்ளையும் நம்பியாபிள்ளையும் மட்டும் அங்கேயே நம்பியாபிள்ளையின் மருமகனின் இல்லத்தில் தங்குவது.

அவர்கள் கிளம்பிச் சென்றபின்னர் சண்முகம் பிள்ளை பதற ஆரம்பித்தார். "ஏண்ணே, கொஞ்சம் அவசரப்பட்டுட்டோமோ?" என்றார்.

"ஏண்டே?"

"ராஜகாரியம்... ஒண்ணு கெடக்க ஒண்ணு ஆச்சுண்ணா ஆரு பிணை? மசநாயக்கன் நம்மளை குடும்பத்தோட கழுவிலே ஏத்திப்போடுவானே?"

"ஏண்டே சங்கைக் கலக்குத மாதிரி பேசுதே?"

"இல்லண்ணே, இப்ப மேலே இருந்து சாடுதான். நேரா ராஜா தலைமேலே வந்து விளுந்துட்டான்னா? கொலைல்லா? ராஜாவை கொலை செய்தா குலத்தையே காவு வாங்கிப்போடுவானே."

நம்பியாபிள்ளை பதறிவிட்டார் "என்னடே சொல்லுதே?"

"அண்ணே அவனுக்கு குறி தவறிப்போட்டுதுன்னா?"

"ஆமால்லா."

"நாம ஓடிருவோமா?"

"எங்க?"

"நாம பணகுடி போயிருவோம்... நமக்கு ஒண்ணுமே தெரியாதுன்னு சொல்லீருவோம்."

படையல் ✳ 41

“அவன் கையிலே நம்ம ஓலையும் உண்டு... நாம ஒரு வார்த்தையும் சொல்ல முடியாது.”

“ஆமாடே.... இப்ப என்னடே செய்ய?”

“அவனைத் திரும்ப கூப்பிடுவோம்ணே...”

ஆனால் அவனுடன் தொடர்பு கொள்ள ஒரு வழியும் இல்லை. அவர்கள் கோபுரம் வழியாக அங்குமிங்கும் நடந்து பார்த்தார்கள். கோயில் காவல்நாயகம் சிக்கையா நாயக்கர் அவர்களை அழைத்து என்ன ஏது என்று விசாரித்தபோது உளறியடித்தபடி ஓடி வந்துவிட்டார்கள்.

கோபுர உச்சியை பார்த்தபடி பதைபதைத்துக்கொண்டு இருவரும் திண்ணையில் அமர்ந்திருந்தார்கள். திட உணவை விழுங்க முடியவில்லை. வியர்த்துக்கொட்டியது. அவ்வப்போது நெஞ்சு படபடக்க ஆரம்பித்தது. மயக்கம் மயக்கமாக வந்தது.

“உள்ளங்காலு எரியுதுண்ணே.”

“இம்பிடு நல்லெண்ணை வாங்கி போடுடே. கேக்கான் பாரு.”

நல்லெண்ணை போட்டுக்கொண்ட சண்முகம்பிள்ளை வழுக்கி விழுந்து நிலைப்படியில் மண்டையை மோதிக்கொண்டார்.

மறுநாள் புலரியிலேயே ஊர் முழுக்க சந்தடி நிறைந்தது. குளம்படியோசைகளுடன் குதிரைகள் சென்றுகொண்டே இருந்தன. அவற்றில் விதவிதமான அலங்காரங்களுடன் படைவீரர்கள் சென்றனர்.

“என்னடே பட்டாளம்லா எறங்கியிருக்கு? தெரிஞ்சுபோச்சோ?”

“ராஜா வந்தா பட்டாளம் வராம இருக்குமா?”

கொம்புகளும் குழல்களும் முழங்கின. முரசுகள் பல இடங்களில் ஓசையிடத் தொடங்கின. கோயிலில் இருந்து நாதஸ்வரமும் தவிலும் கேட்டது.

வரிசையாக நெற்றிப்பட்டம் அணிந்த யானைகள் தெரு நிறைத்துச் சென்றன. தலைப்பாகை அணிந்த படைவீரர்கள்

உருவிய வாளுடன் அணிவகுத்து முன்னால் செல்ல பல்லக்குகள் சென்றன.

"எங்கடே போறானுக? ஒருகூட்டம் இந்தாலே போகுது இன்னொரு கூட்டம் அந்தாலே வருது... போறானுகளா வாறானுகளா?"

"விடுங்கண்ணாச்சி"

"எனக்கு என்னமோன்னு வருதுடே"

வெளியே எங்கோ ஆசாரவெடி முழங்கியது.

"வெடி வைக்குதானுக! வெடி வைக்குதானுக!"

"அண்ணாச்சி அது ஆசார வெடி... நாயக்கராஜா ஊருக்குள்ளே வாறாரு"

"ஒப்பம் அந்த அகமுடிவானுக வருவானுக. எனக்க குமரகுருபர நாதா, எல்லாம் நல்லபடியா முடிஞ்சா நான் குமாரகோயில் கூட்டிவந்து சின்னவனுக்கு முடியெறக்கிப்போடுதேன்."

இருவரும் திண்ணை இருளை விட்டு நகரவில்லை. ஊரார் தெருவோரங்களில் கூடி நின்று பார்த்தார்கள். விஜயரங்க சொக்கநாத நாயக்கரின் அணிவகுப்பு நகருக்குள் நுழைந்தது. முதலில் நெற்றிப்பட்டம் இட்ட ஐம்பது யானைகள். அவற்றின் மேல் முத்துக்குடையும் அம்பாரியும். அவற்றில் தாசிகள் அமர்ந்திருந்தனர். தொடர்ந்து உருவிய வாளுடன் பட்டாளம். அனைவரும் செம்பட்டுத் தலைப்பாகை அணிந்தவர்கள். ஆயிரக்கணக்கான யானைகளின் ஓசைபோல கொம்பு முழக்கம். பெரிய வெண்ணிற காளைகள் இழுத்த வண்டிகளில் முரசுகளை வைத்து முழக்கியபடியே சென்றார்கள்.

அதன்பின்னர் பல்லக்கு வரிசை. ஒரு பல்லக்கு மிகப்பெரியது. அதன்மேல் காவிப்பட்டுக் கொடி பறந்தது. அதன் இருபுறமும் உருவிய வாளுடன் வேளக்காரப்படை காவலுக்கு வந்தது.

"நேரா அரண்மனைக்கு போவாரோ?"

“இல்லை, ஊருக்குள்ள வந்தா சாமி கும்பிட்டுட்டுத்தான் போறது வழக்கம்.”

“மத்தவன் மேலே இருக்காண்டே”

“ஏண்ணே, மேலே இருந்து பாக்குறப்ப அவனுக்கு என்னடே தோணும்... கீழே இருக்கப்பட்ட மனுசக்கூட்டத்தைப் பத்தி என்ன நெனைப்பான்?”

“ஏன்?”

“நம்மளையெல்லாம் பாத்து சிரிப்பான்னு நினைக்கேன்.”

“மேலே போனா என்ன அவன் சாமியா? மனுசன் தானே?”

மாராயக்குட்டிப் பிள்ளை தலைமையில் காராய்மைக்கூட்டம் வந்து சேர்ந்தது. திருவடியாபிள்ளை வந்து சண்முகம்பிள்ளை யிடம் “ஏண்டே அவன் இருக்கானா ஓடிப்போயிட்டானா?” என்றார்.

“இருக்கான்னுதான் நினைக்கேன்.”

“அவன் குதிப்பானாடே?”

“ஏன்?”

“குதிக்காம இருந்தா நல்லதுன்னு எனக்கு நினைப்புடே. நான் ரெண்டுநாளா உறங்கல்ல கேட்டுக்கோ.”

கொட்டும் குரவையொலிகளும் ஆர்ப்பு விளிகளுமாக கேட்டுக்கொண்டிருந்தது. பெரும்பாலானவர்கள் தெலுங்கில் வாழ்த்துக்களை கூவிக்கொண்டிருந்தார்கள்.

“தெலுங்கிலே சத்தம்போடுதானுக.”

“அவருக்குக் கேட்டு புரியணும்லா?”

“தமிழ் தெரியாதோ?”

“எல்லாம் தெரியும். அவரை சந்தோசப்படுத்தணும்னு நினைப்புதான். தமிழிலே வாழ்த்துங்கன்னு அவரு சொன்னாலும் இவனுக கேக்கமாட்டானுக.”

"எளவு, அந்த சத்தம் நெஞ்ச அடைக்குதுடே"

ஊரே பெரும்பறை போல முழக்கமிட்டுக் கொண்டிருந்தது. மக்களின் கூச்சல்கள் அலையலையாக எழுந்து எழுந்து அடங்குவதுபோல செவிக்கு பிரமை எழுந்தது.

"கூட்டம் கூட்டமாட்டு வாறானுகளோ?"

"அது செவிக்கு அப்டி கேக்குது. மழை அலையலையா கேக்கும்லா?"

"போயிப் பாப்பம்... கோயில் முகப்புக்கு போயாச்சுன்னு நினைக்கேன்."

கனத்து குளிர்ந்து கல்குண்டு போல ஆகிவிட்ட கால்களை இழுத்து இழுத்து வைத்து காராய்மைக்காரர்களும் கரை வேளாளர்களும் கோயில் முகப்பு நோக்கிச் சென்றார்கள். மேலே பார்த்த சண்முகம்பிள்ளை கோபுரத்தைப் பார்த்துத் திடுக்கிட்டுத் தலை கவிழ்ந்தார்.

"எளவு, படமெடுத்த வெசநாகம் போலல்லா தெரியுது கோபுரம்?" என நம்பியாபிள்ளை அவர் மனதில் ஓடியதையே சொன்னார்.

"மேலே இருக்கானாடே?"

"எங்க போவான்?"

"அவனுக்கு என்ன தீனம்? நாம அறிவுகெட்டு ஒரு பேச்சுக்குச் சொன்னா அவனுக்கு புத்தி எங்க போச்சு? ஏன் செத்தே தீருவேன்னு வம்படியா இருக்கான்?"

"அவன் பிடிவாதமான ஆளு."

"மயிரு பிடிவாதம். எவனோ நாலாளு சொன்னான்னு சாடி சாவுததா வே பிடிவாதம்? நல்ல ஆம்பிளையா இருந்தா இந்நேரம் எறங்கி எங்கிணயாம் போயிருப்பான்."

கோயில் கோபுர வாசலில் கோயில் அந்தணர் பதினெட்டுபேர் பூர்ணகும்பம் மங்கலத்தாலம் மரியாதைகளுடன் நின்றிருந்தனர். இருவர் தீப்பந்தமும் பன்னிருவர் சளையோலைகளாலும்

மலர்களாலும் பின்னப்பட்ட அலங்கார விசிறிகளும் ஏந்தி யிருந்தார்கள். வரிசையாக நடப்பட்ட மூங்கில் கழிகளில் பட்டுத்துணியாலான பாவட்டாக்களும் அலங்காரத்தூண்களும் தொங்கி காற்றில் ஆடின. தலைக்குமேல் சிறுகுருவிகளின் சிறகடிப்பு போல துணித்தோரணங்கள் காற்றில் சிர் சிர் என துடித்தன. தீப்பந்தங்களின் தீ காலையொளியில் சிவந்த துணிக் கிழிசல் போலத் தெரிந்தது.

கோயிலின் வாத்தியக்காரர்கள் பின்பக்கம் கொம்புகளும் குழல்களும் குறுமுரசும் மிழவும் பறைகளுமாக காத்திருந்தார் கள். கோயில் ஸ்தானிகரும் ஸ்ரீகாரியமும் வெண்பட்டுத்தலைப் பாகையும் மார்புக்கு குறுக்காக செம்பட்டுப்பட்டையும் அணிந்து நின்றனர். ஊராய்மைக்கார நம்பூதிரிகள் வலப்பக்கமாக வரிசையாகக் கூடி நின்றனர். அனைவருமே வெண்பட்டு ஆடை கட்டி இடுப்பில் மஞ்சள் சரிகைப்பட்டு கச்சையை இறுக்கி வெறுந்தலையில் சரிந்த குடுமியுடன் தெரிந்தனர்.

நாயக்கர் ஊர்வலம் கோயில் முகப்பை அடைந்தது. பெரிய பல்லக்கு கட்டை போட்டு நிறுத்தப்பட்டது. முன்னால் சென்ற சிறிய பல்லக்குகளும் அசைந்தாடி கட்டைகள்மேல் நின்றன. கோயில் முகப்பில் நின்றிருந்த ஸ்தானிகரும் ஸ்ரீகாரியமும் கும்பிட்டபடி முன்னால் வந்தனர். நகருக்கு வெளியிலேயே ஊர்வலத்துடன் சென்று சேர்ந்துகொண்டு முன்னால் வந்த கோயில் காறுபாறு வெங்கடசுப்பையர் உடல்குலுங்க ஓடிப் போய்க் கைகளை மிகையாக வீசி ஆணைகளை போட்டார். அவர்கள் குழம்பிப்போய் அங்குமிங்கும் பாய்வதுபோல உடலசைவுகளுடன் அங்கேயே நின்றனர். நாலைந்துபேர் இலக்கில்லாமல் கைவீசி மற்றவர்களை நோக்கிக் கூச்சலிட்டனர். அதைத் தவறாகப் புரிந்துகொண்டு வாத்தியகாரக் கோஷ்டி இசையை ஆரம்பிக்க ஸ்ரீகாரியம் குமரேசபிள்ளை அவர்களை கையை ஓங்கி வசைபாடியபடி அடிக்கப் பாய்ந்தார். அவரை காறுபாறு வசைபாடித் தடுத்தார்.

பெரியநாயக்கர் விஜயரங்க சொக்கநாதரின் மகாமாத்ரிகர் நரசப்பையர், தளவாய் வெங்கடராகவாச்சாரியார், ராயசம் சுப்பண்ணா ஆகியோர் தனிப்பல்லக்குகளில் வந்திருந்தார்கள்.

அவர்கள் வந்த பல்லக்குகள் இருபக்கமும் ஒதுங்கின. காறுபாறு வெங்கடசுப்பையரும் ஸ்ரீகாரியம் குமரேசபிள்ளையும் முதல் பல்லக்கின் அருகே நின்றிருந்த திருக்கணங்குடி ராயசம் திம்மப்பையனையும் அவருடைய அமாத்யன் கிருஷ்ணப்பையனையும் அணுகி வணங்கினர். அவர்கள் நால்வரும் மகாமாத்ரிகர் நரசப்பையரின் பல்லக்கின் அருகே சென்று கும்பிட்டு முகமன் உரைத்தனர். அவர் பட்டுத்திரைச்சீலையை விலக்கி வெளியே வந்தபோது சூழ்ந்திருந்தவர்கள் அவரை வாழ்த்தி கோஷம் எழுப்பினர்.

அதன்பின் நால்வரும் சென்று தளவாய் வெங்கடராகவாச் சாரியாரையும் ராயசம் சுப்பண்ணாவையும் முகமன் கூறி பல்லக்கில் இருந்து இறங்க வைத்தனர். வெங்கடராகவாச்சாரியார் மிகப்பெரிய உடைவாளை இடுப்பில் அணிந்திருந்தார். தலை முடியை முன்கொண்டையாகக் கட்டி அதன்மேல் பச்சைப்பட்டு முண்டாசு கட்டி அதன்மேல் முத்துச்சரங்களை சுற்றியிருந்தார். கழுத்தில் சரப்பொளியும் அடுக்குமாலையும் பதக்கமாலையும் அணிந்திருந்தார். காலில் தோல்குறடுகள்.

ஸ்ரீகாரியம் குமரேசபிள்ளை கைகாட்ட முரசுகளின் கதி மாற ஆரம்பித்தது. வாழ்த்தொலிகள் அதற்கேற்ப உச்சத்தை அடைந்தன. மகாமாத்ரிகர் நரசப்பையர், தளவாய் வெங்கடராகவாச்சாரியார், ராயசம் சுப்பண்ணா ஆகியோர் கைகூப்பி இருபக்கமும் நின்றனர். ஆலயத்தின் காறுபாறு வெங்கட சுப்பையர் ஸ்ரீகாரியம் குமரேசபிள்ளை ஆகியோரும், திருக்கணங்குடி ராயசம் திம்மப்பையன் அவருடைய அமாத்யர் கிருஷ்ணப்பையன் ஆகியோரும் கும்பிட்டபடி பெரிய பல்லக்கின் அருகே சென்று வணங்கி முகமன் உரைத்தனர். கொம்புகளும் குழல்களும் முரசுகளும் முழவுகளும் இன்னும் என்னென்னவோ வாத்தியங்களும் சேர்ந்து ஒற்றை பிளிறலாக ஒலிக்க நகரின் சுவர்கள் எல்லாம் எதிரொலி செய்தன. வாழ்த்தொலிகள் அதற்குள் அமிழ்ந்தியவையாகவே கேட்டன.

பெரிய பல்லக்கின் செம்பட்டுத்திரையை விலக்கி உள்ளிருந்து மதுரை மன்னர் விஜயரங்க சொக்கநாத நாயக்கர் தோன்றினார். மெலிந்த வெளிறிய சிறிய உருவம். தேம்பிய தோள்கள்.

நரையோடிய சிறிய மீசை. சிறிய மூக்கும் வெளிறிய சிறிய உதடுகளுமாக நோயாளிச்சிறுவன் போலிருந்தார். நாயக்கர்களின் வழக்கப்படி தலைமுடியை சுருட்டி முன்கொண்டையாக இட்டு இடப்பக்கமாக சரித்து, அதன்மேல் பொற்பட்டுசுற்றி முண்டாசாக கட்டி, அதைச்சுற்றி முத்துமாலைகள் அணிந்திருந்தார். கழுத்தில் சரப்பொளி, இலையாரம், மலராரம், மடக்காரம், காசுமாலை, பதக்கமாலை, கண்டசரம் ஆகியவை கொத்தாக கிடந்தன. தோள்களில் தோள்வளை, கைகளில் கங்கணம் வளையல். பத்துவிரல்களிலும் வைரமோதிரங்கள். காதுமடல்களை வடித்துத் தோள் வரைக்கும் நீட்டி அவற்றில் அடுக்கடுக்காக பொன்னாலான காதுமலர்கள் அணிந்திருந்தார். கைகூப்பியபடி அவர் படிகளில் இறங்கி தரையில் நின்றார். சற்றே கூன்விழுந்த உடம்பாதலால் அவருடைய நகைகள் மார்பில் தொங்கி ஆடிக்கிடந்தன.

விஜரங்கசொக்கநாதரை நோக்கித் தாசிகளின் அணி ஒன்று மங்கலத்தாலங்களுடன் வந்தது. அவர்கள் குரவையிட்டபடி பொற்குடங்களில் மஞ்சள்நீரை அவர் கால்களில் ஊற்றிக் கழுவினார்கள். மலர்களைத் தூவி வணங்கினார்கள். நடனம் போல கையசைவுகளால் அவர் கோயிலுக்குள் வரவேண்டும் என்று வரவேற்றார்கள். அவர் கும்பிட்டபடியே தரையில் விரிக்கப்பட்டிருந்த நடைபாவாடைமேல் நடந்தார். சூழ்ந்திருந்தவர்கள் வாள்களையும் வேல்களையும் தரைவரைக்கும் தாழ்த்தி அவரை வாழ்த்தி கூச்சலிட்டார்கள். கோயிலுக்குள் நின்றிருந்த வாத்தியக்காரர்களை நோக்கி ஸ்ரீகாரியம் குமரேசபிள்ளை கைகளை வெறி கொண்டவர் போல ஆட்டினார். அவர்கள் ஒத்திசைந்து பெரிய ஓசை எழுப்பினர். வியர்வை வழிந்த உடல்கள் இசைக்கு ஏற்ப துள்ளி துடித்தன. தசைகள் பளபளத்து அசைந்தன. யானைகள் செவிகளை அசைத்தன. பட்டுப்பாவட்டாக்களும் அலங்காரத் தூண்களும் காற்றில் அசைந்தன.

நாயக்கர் நேராக முற்றம்நோக்கிச் செல்லும்போது சண்முகம் பிள்ளை "எனக்கு என்னமோ போல வருதுடே" என்றார்.

நம்பியா பிள்ளை ஏதோ சொல்வதற்கு முன்னால் அவர் அப்படியே தளர்ந்து விழுந்துவிட்டார்.

குமாரசாமிப்பிள்ளை "அத்தான் நான் சண்முகம் பிள்ளைய பாத்துக்கிடுதேன். நீங்க போங்க" என்றார்.

"அவன் அப்டி கழன்றுகிட்டான்... என்ன நடக்கப்போகுதோ" என்றார் திருவடியாபிள்ளை.

"சும்மா வாங்கடே" என்றார் மாராயக்குட்டிப்பிள்ளை.

"அத்தான் மேலே பாருங்க."

மாராயக்குட்டிப்பிள்ளை அனிச்சையாக மேலே பார்த்தார். கோபுரத்தின்மேல் அணைஞ்சபெருமாள் தோன்றினான். கீழே கூட்டத்தில் இருந்து முழக்கமாக ஓசைகள் கேட்டன. உடனே ஓசைகள் அவிந்து அமைதி ஏற்பட்டது.

எவரும் எதுவும் முடிவுசெய்வதற்குள் அணைஞ்சபெருமாள் "மதுரை ராசாவே அநியாய வரிகெட்டி சீரளியுதோம் ராசாவே. எங்க சங்கட ஹர்ஜியை கேக்கணும் ராசாவே" என்று கூவியபடி கைகளை விரித்து பறப்பவன் போல கீழே குதித்தான்.

அவன் மிகமெல்ல ஓர் இறகுபோல மிதந்து இறங்குவதாக தோன்றியது. "பய கெந்தர்வன் மாதிரில்லா வாறான்" என்று அவர் நினைத்துக்கொண்டார். கோபுரத்தில் சிலையாக இருந்த ஆயிரம் கந்தர்வர்களில் எவரோ பிரிந்து மண்ணிறங்குவதுபோல.

அவன் உடலில் காற்றுபட்டு ஆடைகள் கொப்பளித்தன. தலைமயிர் அவிழ்ந்து பின்பக்கம் பறந்தது. ஆனால் மறுகணம் தட் என்ற ஓசையுடன் அவன் வந்து கல்தரையில் அறைபட்டு விழுந்தான். துடிப்போ துள்ளலோ இல்லாமல் அப்படியே அசைவில்லாமல் கிடந்தான்.

*

5

நினைத்து அஞ்சியதுபோல தவறாக ஏதும் நடக்காமல் எல்லாம் முறையாகவே நடந்தேறியதில் மாராயக்குட்டிப் பிள்ளைக்கே கொஞ்சம் ஏமாற்றம்தான். அதைவிட எல்லாம் முடிந்து கண் விழித்த சண்முகம்பிள்ளைக்கு கடுமையான சோர்வு. "என்னமாம் யுக்தி வச்சிருக்கானாவே? பிறவு எல்லாரையும் சேத்து களுவிலே ஏத்திப்போடலாம்னு திட்டமோ?" என்று கேட்டுக்கொண்டே இருந்தார்.

அணைஞ்சபெருமாள் கீழே விழுந்ததுமே காவலர்கள் ஓடிவந்து பெரியநாயக்கரைச் சூழ்ந்து கொண்டார்கள். மகா மாத்ரிகர் நரசப்பையர், தளவாய் வெங்கடராகவாச்சாரியார், ராயசம் சுப்பண்ணா ஆகியோர் அரசர் அருகே நின்றுகொண்டு அவர் திரும்பிப் போய்விடலாம் என்றார்கள். ஆனால் நாயக்கர் அவர்களை விலகிச் செல்லும்படி சொல்லிவிட்டு சூழ்ந்திருந்த வர்களை நோக்கி கும்பிட்டார். சடலத்தின் கையில் இருந்த ஓலையை எடுத்து தன் கையில் தரும்படி ஆணையிட்டார். அதை அங்கேயே பிரித்து படித்தார். பின்னர் அதை ராயசம் சுப்பண்ணா கையில் கொடுத்துவிட்டு மீண்டும் அனைவரையும் பார்த்து கும்பிட்டார். "ஸ்ரீ மீனாள் துணையால் வேண்டியவை செய்யப்படும்" என்று அறிவித்துவிட்டு திரும்பத் தன் பல்லக்கு நோக்கி நடந்தார்.

மன்னரின் அறிவிப்பை கோல்காரரர்கள் திரும்பத் திரும்பக் கூவி ஊராருக்கு அறிவித்தார்கள். நகரமே ஓசையடங்கி பீதி யுடன் பதுங்கியிருந்தது. படை அப்படியே வளைந்து திரும்பி அரண்மனை வளாகம் நோக்கிச் சென்றது. நுரை அழிவதுபோல சரசரவென்று ஒருநாழிகையில் நகரமே ஒழிந்தது. சற்றுமுன் தெருக்களில் அத்தனை பொலிவும் திரளும் இருந்ததா என்று சந்தேகம் வரும்படியாக அனைத்தும் மாறின. யானைகள்

குதிரைகள் பல்லக்குகள் முத்துக்குடைகள் எல்லாம் கண்ணுக்குத் தெரியாத வளைகளுக்குள் தங்களை இழுத்துக்கொண்டன.

"ஈசல்பட்டாளம் கெளம்பின மாதிரில்லா கெளம்பி வந்தானுக!" என்று மாராயக்குட்டிப் பிள்ளை சொல்லிக்கொண்டார்.

கோயில் ஸ்ரீகாரியம் குமரேசபிள்ளை சொல்லி அனுப்பிய ஆள் வந்து காராய்மைக்காரர்களை அழைத்தான். மாராயக்குட்டிப் பிள்ளையும் பதினெட்டு காராய்மைக்காரர்களும் சென்று கோயில் முகப்பில் நின்றிருந்த ஸ்ரீகாரியம் குமரேசபிள்ளையை கண்டு வணங்கினர். செத்துப்போனவனை அடையாளம் காட்ட முடியுமா என்று குமரேசபிள்ளை கேட்டார்.

மாராயக்குட்டிப்பிள்ளை கீழே வெள்ளை துணிமூடி போடப் பட்டிருந்த சடலத்தை பார்த்தார். ஒருவன் துணியை விலக்கிக் காட்டினான். அவர் குனிந்து கூர்ந்து பார்த்தார். "எங்கிணயோ பாத்த முகம்" என்றார். பின்னர் குனிந்து அந்த கண்டிகையை பார்த்து "அரிசிச்செட்டியாக்கும்..." என்றார்.

அதற்குள் மாராயக்குட்டிப்பிள்ளை அருகே நின்ற நம்பியா பிள்ளை "அண்ணா இது நம்ம அரிசிவாணியன் முருகப்ப னாக்குமே" என்றார்.

"ஆமால்லா... எளவு முருகப்பனாலே? அவனுக்கு என்னலே தீனம்?"

"அவனை வரிகெட்டேல்லண்ணு வந்து கோயில்முறைக் காரனுக தேடினாங்கள்லா? பாவம், முக்காலியிலே கெட்டி வைச்சு அடிப்பாங்கன்னு பயந்துபோயிட்டான் போல" என்றார் கணேசபிள்ளை. அவர் நன்றாகவே தெளிந்து முகம் மலர்ந்தவராக தெரிந்தார்.

"நல்ல பய, பாவம்" என்றார் திருவடியாபிள்ளை.

அணைஞ்சபெருமாளை என்ன செய்வது என்று கோயில் காறுபாறு வெங்கடசுப்பையர் தலைமையில் ஊராய்மை நம்பூதிரிகளும், வைதிகர்களும் கூடி அமர்ந்து ஒரு சிறு விவாதம் நடைபெற்றது. முதியவரும் தந்த்ரியுமான ஸ்ரீபாதமங்கலம் நரசிம்மதாசர் கோயிலைத் தீட்டாக்கினாலும் பெருமாள்

காலடியில் விழுந்து உயிர்விட்டதனால் அணைஞ்சபெருமாளுக்கு மோட்சம் உண்டு என்றும், அவனை ஸ்ரீபாததாசனாக அறிவித்து ஒரு சிறு பூடம் அமைத்து ஆண்டோடாண்டு பலிபூசனாதிகள் செய்துவருவதே ஆசாரம் என்றும் அறிவித்தார். அதற்கு எவரும் மாற்று சொல்லவில்லை.

திருக்கணங்குடி ராயசம் திம்மப்பையன் "ராஜாமேலே விளுந்திரப் பாத்தான். கொலகாரப்பாவி" என்றார்.

வெங்கடசுப்பையர் "நானும் அதையே நினைச்சேன்" என்றார்.

ஆனால் அமாத்யன் கிருஷ்ணப்பையன் "நல்லா யோஜனை பண்ணி பாக்கணும். நல்லவேளையா அவன் ஆளு கீழ்ச்சாதி இல்லை. அந்த மட்டுக்கும் க்ஷேமம். ஆனால் காலம் போகப்போக கதை எப்டி மாறும்னு சொல்ல முடியாது. இப்டி ஒண்ணு நடந்தா அவனை அப்டியே ஒரு சாமியா ஆக்கி பூசை வழிபாடுன்னு போயிடறது நல்லது. இங்கேருந்து போறதுக்குள்ள மகாராஜாவே அவனுக்க பூடத்தை வந்து கும்பிட்டுட்டு போனார்னா அவன் சாமியா ஆயிருவான். பின்னாளிலே கோயில்மேலே ஏறி குதிச்சவன் எதுக்கு குதிச்சான் என்ன ஏதுங்கிறதெல்லாம் மறைஞ்சுபோயி அதொரு சாமிக்க லீலையா மாறிடும்... காலாகாலமா இங்க எல்லாமே அப்டித்தான் நடந்துட்டு வருது. கோயிலைச்சுத்தி இருக்கப்பட்ட பிரம்மஹத்தியும் மாடசாமிகளும் எல்லாம் இப்டியெல்லாம் வந்த தெய்வங்களாக்கும்" என்றார்.

"அதுவும் செரிதான்" என்றார் வெங்கடசுப்பையர்.

"பிணத்தை அவனுக்க காராய்மைக்காரனுக கிட்ட குடுத்திட லாம். அவனுக அதை இங்கேயே சுடுகாட்டிலே எரிக்கட்டும். சாம்பலை இங்க ஒரு எடம்பாத்து கொண்டுவந்து வைச்சு சுடலைப்பிரதிஷ்டை செய்வோம்."

"ஆனா அவனுக ஊருக்கு கொண்டுபோகணும்னு ஆசைப் படலாம். அவனுக்கு சாதிசனம் உண்டுல்ல. எனத்திலே அணைய ணும்னாக்கும் சொல்லு."

"இப்ப ராஜா ஊரிலே இருக்காரு. அந்திக்குள்ள சடலம் எரிஞ்சாத்தான் அவரு தீட்டுமாறி அடுத்த மங்கலகர்மங்களைச்

செய்ய முடியும். கோயிலையும் புண்ணியாகம் பண்ணி நடை தெறக்கணும். அவனுக சடலத்தை பணகுடிக்கு கொண்டுபோனா பிறகு இங்க அவனை தெய்வமா நிறுத்த முடியாது" என்றார் கிருஷ்ணப்பையர். "மட்டுமில்லை அவனுக அங்க இதை ஒரு ஜெயமாட்டு கொண்டாடுவானுக. திருக்கணங்குடியை பணகுடி ஜெயிச்சுப்போட்டுதுன்னு சொல்லுவானுக. அதுக்கு எடம்குடுக்கவேண்டாமே."

"அப்ப செரி... இங்கேயே உடனே எரிச்சுப் போடச்சொல்லு" என்றார் வேங்கடசுப்பையர்.

பிணத்தை தங்களிடம் தந்தால் என்ன செய்வது என்று முணுமுணுப்பாக பேசிக்கொண்டு நின்றிருந்த காராய்மைக் காரர்களிடம் தகவல் சொல்லப்பட்டபோது மாராயக்குட்டிப் பிள்ளை "அப்டியே செய்யுதோம்... மகாராஜா உத்தரவுல்லா" என்றார்.

பிணத்தை நேரடியாகவே சுடுகாட்டுக்கு கொண்டு போகச் சொல்லிவிட்டார்கள். திருவடியாபிள்ளையிடம் மாராயக் குட்டிப்பிள்ளை "ஒருநாழிகைக்குள்ள தீ ஏறிப்போடணும் சுடலையிலே" என்றார்.

நம்பியாபிள்ளை "அதென்ன மாமா அப்டி சொல்லிப்போட்டிய? அவனுக்கு ஆளு இருக்குல்லா? கெட்டினவ இருக்காள்லா?" என்றார்.

"ஏலே அவன் பண்டாரம்ல?"

"அது அப்ப. இப்ப அவன் அரிசிவாணியன் முருகப்பனாக்கும். ஆறாயிரம் கூட்டம். அவனுக்கு பெஞ்சாதி இருக்கா. வள்ளி யம்மைன்னு பேரு, நல்ல வாழைக்கண்ணு மாதிரி குட்டி."

"ஏலே வகதிரிவு கெட்டவனே. அவனுக வந்து பொணத்தை பாத்தா இது முருகப்பன் இல்லைன்னு சொல்லிருவானுக. பெறவு அடையாளம் காட்டின உனக்கும் எனக்கும் சூத்துக்குக் களுமரம்தான்."

"ஆமால்ல?"

“நாம அறிஞ்சாப்போரும்... இங்கிணயே உடன்கொள்ளி போட்டிருவோம். அதுக்கு எவனாவது ஒரு செட்டியாப் பையனை தேடிப்பிடிப்போம். சட்டுன்னு செதையிலே ஏத்தி தீய வச்சுப்போட்டோம்னாக்க பிறவு நாம தவுதாயப்படவேண்டாம் பாத்துக்கோ.”

“ஆனா அவன் வந்து நிப்பானே, அவன்தான் முருகப்பன்னு”

“அதை பிறவு பாக்கலாம். அவன் வேற ஒரு முருகப்பன்னு சொல்லிப்போடலாம். பணகுடியிலே அவன் சாதிக்குள்ள தலைச் செட்டியை பாத்து பேசினா முடிஞ்சுது. ஏலே, இந்த வரிக் கொடுமை நம்மளை விட செட்டியாருங்களுக்கு கூடுதல். அதோட அவன் சாதியிலே ஒருத்தன் இப்டி சாமியாயிட்டா ன்னாக்க அவனுக்கு அது பெருமையில்லாடே? பேசிருவோம். முருகப்பன் கிட்டயும் பேசி சரியாக்கிப் போடுவோம். முதல்ல இந்தப் பொணம் செதையேறணும்.”

“அவனுக என்னமாம் சொல்லுவானுக... தர்மக்கொள்ளி போட்டா அதொரு ஐஸ்வரியமில்லை” என்றார் சண்முகம் பிள்ளை.

“ஆமா, ஆனா இது ராஜ உத்தரவு. ராஜா சாயங்காலத்துக்குள்ள பள்ளிவேட்டைக்கு எறங்கியாகணும். கோயில் நடை தெறக்கணும்... நாம என்ன செய்யமுடியும்?”

“அதுவும் செரிதான்”

“இங்க உள்ள அரிசிச்செட்டியானுங்க நாலாளை சாட்சிக்கு கூப்பிடு... செதைகாரியங்களை அவனுக பாத்துக்கிடட்டும். அவனுகளிலெ ஒரு பய கொள்ளியும் போடட்டும்.”

ஏரிக்கரையில் செட்டியார்களின் சுடுகாட்டில் சிதை ஒருக்கப் பட்டது. திருக்கணங்குடி அரிசிச்செட்டிகள் எல்லாவற்றையும் பெருமிதமாக எடுத்துச் செய்தனர். எல்லா வீடுகளில் இருந்தும் ஏதாவது ஒன்று கொண்டுவரப்பட்டது. சந்தனக்கட்டைகள் கொண்டுவந்து அடுக்கப்பட்டன. நெய்க்குடங்களும் மலர் மாலைகளும் வந்தன. ஊர் தலையடியும் அவருடைய ஆட்களும் சுடுகாட்டில் அதிகாரம் செய்தனர்.

“பாத்தா, எங்க சாதிக்கொரு பெருமை. எங்களுக்கு குடும்பிடு கதுக்கு ஒரு சாமியாக்கும் வந்திருக்கு. அதுக்குண்டானதைச் செய்யணுமா இல்லியா? அப்டி விட்டிரப்பிடாதே? ஏது?” என்று நல்லசிவம் செட்டியார் சொன்னார். “அதனாலேதான் எனக்க பேரப்பயலை கொள்ளிவைக்க கூட்டிட்டு வந்தேன். செத்தவன் நம்ம குடும்பம்னு ஒரு பிடி நமக்கு இருக்கும். நாளைப்பின்னை கோயில் கொடைன்னு வரும்போ எல்லாம் நம்ம கையிலே நிக்கும்... ஏது?”

“பின்ன இல்லாம?” என்றார் மாராயக்குட்டிப் பிள்ளை. “ஆனா அதுக்காக வச்சு தாமதிக்கவேண்டாம்... ஒடைஞ்சபொணம். அந்திக்குள்ள கரியாயிடணும்னு ராஜ சாசனம்.”

“செய்துபோடுவோம்... தீய வைச்சா ஒருநாழிகையிலே மேலே ஏறிரும்... ஒருநாழி எரிஞ்சா சாம்பலுதான் மிஞ்சும்... அம்பிடும் நெய்யி... ஹெஹெஹெ”

“சீக்கிரம் நடக்கட்டு” என்றார் திருவடியாபிள்ளை.

மாராயக்குட்டிப்பிள்ளை “ஏலே இவன் கொண்டாடிக் கொண்டாடி குடத்தை உடைச்சுப்போடுவான் போலுக்கே” என்றார்.

“பிள்ளைவாள், செதையேற்றம் முடிஞ்சபிறவு நம்ம வீட்டிலே துட்டித்தீனி. பத்தாம்நாள் காடாத்துக்கு எங்க சமுதாயவகை ஊரடங்க சத்யைவட்டம் உண்டு. நல்ல ஏர்வாடி அய்யமாரு சமையல். வந்து சாப்பிட்டு எங்க சாதிய ஆசீர்வாதம் பண்ணணும்” என்றார் நல்லசிவம் செட்டியார்.

“பண்ணிப்போடலாம் பண்ணிப்போடலாம்”

“கோயிலையும் நாங்களே எடுத்து கட்டுறதா தீர்மானம் ஆகியிருக்கு” என்று பெரியகருப்பு செட்டியார் சொன்னார்.

“அதை நான் முன்னாடியே சொல்லியாச்சு” என்று நல்லசிவம் செட்டியார் முறைப்புடன் அவரிடம் சொன்னார். “கோயில் எங்க குடும்பத்துக்கு பாத்தியப்பட்டதாக்கும். அங்க வேண்டிய முறையும் பூசையும் கொள்ளி போட்ட நம்ம பயலாக்கும் செய்யவேண்டியது.”

“கொள்ளி அவன் மட்டுமே போடணும்னு இல்லை...” என்றார் பெரியகருப்புச் செட்டியார்.

பிணத்துக்கு அலங்காரம் எல்லாம் செய்யவில்லை. உடல் சிதைந்திருந்தது. அதை வெள்ளைத்துணியால் சுற்றி சிதைமேல் வைத்தார்கள். முகம் மட்டும் வெளியே தெரிந்தது. சாந்தமாக தூங்குவதுபோலிருந்தான் அணைஞ்சபெருமாள்.

திருவடியாபிள்ளை வந்து மாராயக்குட்டிப்பிள்ளையிடம் “அண்ணேன், நல்ல செய்தி வந்திருக்கு. மகாராஜா எட்டூரு காராய்மைக்காரங்களையும் அடுத்தவாரம் திருநெல்வேலிக்கு வந்து நேரிலே முகம்காட்டச் சொல்லி உத்தரவு போட்டிருக்காரு. அதுவரை காராய்மை, கரைவேளான், செட்டி, வாணியன் எல்லாருக்கும் வரிவசூல் நிப்பாட்டி வைக்கணும்னு ஆணை” என்றார்.

“நல்ல காரியமாக்கும்டே. ஆனா எனக்கு சங்கிலே தீயாட்டு இருக்கு. இந்த கூறுகெட்ட வாணியச் செட்டியானுங்க அடி வயித்திலே கொள்ளி வைக்கானுக.”

பிணம் காத்திருந்தது. திருவடியாபிள்ளை பெரியகருப்பு செட்டியாரிடம் “அப்ப எதுக்கு நேரம்போகணும்? கொள்ளிக்கு பய வந்தாச்சுன்னா காரியங்கள் நடக்கட்டு” என்றான்.

“ஒரு காரியம் இருக்கு” என்றபடி நல்லசிவம் செட்டியார் அருகே வந்தார். “என்ன இருந்தாலும் பிள்ளையில்லாத ஆளு. புதுப்பெஞ்சாதிக்கு தெரியாம எரிச்சா மரியாதை இல்லை. அதனாலே முருகப்பனுக்க பெஞ்சாதியை கூட்டிவாறதுக்கு ஆளனுப்பியிருக்கோம்...”

“அய்யோ” என்றார் திருவடியா பிள்ளை.

“அவனுக கூண்டோட கெளம்பி வருவானுகளே... பொணத்தை அங்கே கொண்டு போகணும்னு சொல்லுவானுகளே... இங்க எரிச்சாகணும்னு ராஜசாசனம். அவனுக வந்தா ராஜகோபம் உண்டாகுமே” என்றார் மாராயக்குட்டிப்பிள்ளை.

“அது நமக்கு தெரியாதா? அவனுக வந்தா பொணத்தை அவனுக கொண்டு போவானுக. இல்லேன்னா அவனுகளே

கொள்ளி போடணும்னு நிப்பானுக. இது எங்கூரு பொணம், எங்க ஊருக்க சொத்து. அப்டி விட்டுக்குடுப்போமா? காதும்காதும் வச்ச மாதிரி அந்த குட்டியை மட்டும் கூட்டிவான்னு சொல்லியிருக்கு... வேற யாருகிட்டயும் ஒரு வார்த்தை சொல்லலை."

"அதெப்பிடி?" என்றபோது மாராயக்குட்டிப்பிள்ளைக்கு குரலே எழவில்லை.

"அவகிட்ட இங்க ஒரு கோயில்சடங்குக்கு கூட்டிவர மூத்தசெட்டி உத்தரவுண்ணு மட்டும் சொல்லச் சொன்னேன். அப்டியே கையோட கூட்டிட்டு வாறதுக்கு உத்தரவு போட்டாச்சு. குதிரையிலே ஏத்தி வேகமா கொண்டுவந்தா ரெண்டு நாழிகை யிலே வந்துபோடலாம். அங்க ஊரிலே இன்னும் முருகப்பன் விளுந்துசெத்த விசயம் தெரியாது. தெரிஞ்சு அவனுக கிளம்ப றதுக்குள்ள இங்க பொணம் எரிஞ்சிரும்."

திருவடியா பிள்ளை "அண்ணா நான் அவசரமா போகணுமே..." என்றார்.

"குட்டிக்கிட்ட ஒண்ணும் சொல்லக்கூடாதுன்னு சொல்லி யிருக்கேன். இங்க சுடுகாட்டிலே நுழையறப்ப சொன்னா போரும்... ஏது?" என்றார் நல்லசிவம் செட்டியார்.

"அண்ணா, எனக்கு அவசரமா ஒரு ஜோலி" என்றார் நம்பியா பிள்ளை.

மாராயக்குட்டிப்பிள்ளை வாயை திறந்து இறந்த சடலம் போல தெரிந்தார். மூச்சு ஓடுகிறதா என்றே நம்பியாபிள்ளைக்கு சந்தேகம் வந்தது.

போகலாமா என்று அவர் ததும்பிக்கொண்டிருக்கும்போது குதிரைகள் இரண்டு ஏரிக்கரையில் வந்து நின்றன. ஒரு குதிரையில் இருந்து பாய்ந்திறங்கி வள்ளியம்மை "எனக்க ராசாவே! எனக்க ராஜாவே! எனக்க பொக்கிசமே! எனக்க பொன்னே! எனக்க காசுபணமே!" என்று கதறியபடி நெஞ்சிலறைந்து கொண்டு ஓடிவந்தாள்.

படையல் ❋ 57

அந்தக்குதிரையை ஓட்டிவந்த வீரன் இறங்கி கடிவாளத்தை பிடித்துக்கொண்டு நின்றான். மற்ற குதிரைகளும் குளம்பு அறைந்து சுழன்று நின்றன.

வள்ளியம்மை தலையிலும் மார்பிலும் அறைந்து கதறியபடி சிதையருகே ஓடிவந்தாள். பிணத்தருகே வந்து முகத்தை பார்த்ததும் திகைத்தவள்போல நின்றாள். இருகைகளும் சிறகுகள் போல விரிந்து நின்றன. முகம் உறைந்துவிட்டது.

திருவடியாபிள்ளை நம்பியாபிள்ளையின் தோளைத் தொட அவர் திடுக்கிட்டார்.

வள்ளியம்மை ஒரு சொல்கூட பேசாமல் அப்படியே தரையில் அமர்ந்து தலைமேல் கைகளை வைத்துக்கொண்டாள். உடலை குறுக்கி குந்தி அமர்ந்தாள். முந்தானையை இழுத்து முகத்தின் மேல் போட்டுக்கொண்டாள். ஒரு துணிக்குவியல்போல தெரிந்தாள்.

''செரி, செதையேத்துங்கலே'' என்றார் நல்லசிவம் செட்டியார்.

சுடலைக்காரர்கள் பிணத்தைத் தூக்கிச் சிதையில் வைத்தனர். குடிமகன் மெல்லிய குரலில் ஆணையிட நல்லசிவம் செட்டியாரின் பேரன் நமச்சிவாயம் குடமுடைத்து கொள்ளி போட்டான்.

நெய் நனைந்திருந்தமையால் சிதைத்தீ சட்டென்று பற்றிக்கொண்டு கொழுந்தாடியது. சூழ்ந்திருந்தவர்கள் ''சிவசிவசிவ! ஹரஹரஹர!'' என்று குரலெழுப்பினர்.

சட்டென்று வள்ளியம்மை எழுந்து கைகூப்பியபடி பாய்ந்து சிதைத்தீயில் புகுந்தாள்.

''அய்யய்யோ! அய்யய்யோ!'' என்று நல்லசிவம் செட்டியார் கூச்சலிட்டார். கூடிநின்றவர்கள் வெறிகொண்டு வெவ்வேறு சொற்களில் அலறினர். சிலர் சிதைநோக்கி பாய்ந்தார்கள்.

ஆனால் அவள் தீயில் அவனருகே விழுந்து அவன் உடலை தழுவிக்கொண்டாள். நெய்த்தீ அவள் ஆடைகளை பொசுக்கி அவளைச் சூழ்ந்து அலையடித்தது. அவள் உடல் துடிப்பதும் நெளிவதும் செந்தழல்களுக்குள் தெரிந்தன.

"சதிமாதாவே! சதிமாதாவே" என்று நல்லசிவம் செட்டியார் கூச்சலிட்டார். உடனே "சதிமாதாவுக்கு மங்களம்! சதிமாதாவுக்கு சுபமங்களம்!" என்று கூடிநின்றவர்கள் கூவத்தொடங்கினர்.

"என்னடே இது?" என்றார் நம்பியாபிள்ளை.

"எனக்கு ஒண்ணுமே புரியல்லை" என்றார் திருவடியா பிள்ளை.

மாராயக்குட்டிபிள்ளை வெறிகொண்டவராக கைகளை விரித்து "எறிமாடனுக்கு ஜெயமங்களம்... உடன்நின்ற நங்கைக்கு சுபமங்களம்" என்று கூச்சலிட்டார்.

***

யட்சன்

பொட்டல்காட்டில் கட்டப்பட்ட குடிசையில் முருகப்பன் தங்கியிருந்தான். பெரும்பாலான இரவுகளில் அவன் அங்கேதான் தங்குவது வழக்கம். தொலைவிலிருந்து பார்த்தால் இரண்டுபேர் தங்கும்படியான பனையோலைக் குடிசைதான் தெரியும். ஆனால் உள்ளே இருபதடி ஆழத்தில், நாற்பதடிக்கு நாற்பதடி சதுரமாக, பெரிய குழிவெட்டப்பட்டிருந்தது. அது ஒரு நிலவறை.

நல்ல உறுதியான சொறிப்பாறையின் விளிம்புகள் சீராக வெட்டப்பட்டு செங்கல்சுவர் போல இருந்தன. அதன்மேல் பனந்தடிகளை நெருக்கமாக அடுக்கி, மேலே புல்பாய் போட்டு மண்பரப்பி, சருகுப்பத்தைகள் விரித்து அந்த பள்ளத்தை மூடி நிலவறையாக ஆக்கியிருந்தார்கள். அந்த சருகுப்பரப்பின் மேல்தான் அந்த சின்ன குடிசை அமைந்திருந்தது. குடிசைக்குள் நுழைந்து மரத்தாலான ஏணி வழியாக நிலவறைக்குள் இறங்க லாம். ஏணியை தூக்கி உள்ளே வைத்து பலகைகளை அடுக்கி அதன்மேல் புல்பாயை விரித்தால் கீழே நிலவறை இருப்பது தெரியாது. அதன்மேல் ஒரு கயிற்றுக்கட்டில்போட்டு அவன் படுத்துக்கொள்வான். துணைக்கு சங்குத்தேவன் வெளியே கையில் வேல்கம்புடன் எந்நேரமும் குந்தி அமர்ந்திருப்பான். அவன் தூங்குவதும் குந்தி அமர்ந்துதான்.

தொலைவில் ஆரல்வாய்மொழி வண்டிச்சாலை போயிற்று. பழையசாலையை மங்கம்மாள் பெரியதாக வெட்டி சத்திரங்கள் வைத்து மரம்நட்டு விருத்தி செய்திருந்தாள். சாலையில் இருந்து ஒரு மண்சாலை பிரிந்து சென்று, நீரில்லாத கண்மாய்க்குள்

இறங்கும். முருகப்பனுக்கு சரக்கு வரும் வண்டிகள் நாலைந்து சேர்ந்து ஒரு கூட்டமாகவே வரும். அவை பணகுடி கடந்ததும் எண்ணைவிளக்குகளை அணைத்துவிடும். காளைகளின் கழுத்து மணிகளும் அவிழ்க்கப்படும். இருட்டுக்குள் சகட ஓசை மட்டும் கேட்கும். கண்மாய்ச்சாலை விலக்கில் ஆள் நின்றி ருக்கும். அவன் ஓசையால் அடையாளம் காட்டியதும் வண்டிகள் ஒதுங்கி பிரிந்து கண்மாய்க்குள் இறங்கி நின்றுவிடும். அங்கிருந்து அரிசிமூட்டை களை தோள்சுமையாக கொண்டுவந்து நிலவறைக்குள் அடுக்கி விடுவார்கள். சரசரவென்று ஒருநாழிகைக்குள் நிலவறைக்குள் மூட்டைகளை அடுக்கிவிட்டு வண்டிகளை திருப்பிக் கொண்டு செல்வார்கள்.

வண்டிகள் அப்படியே திரும்பி ஆரல்வாய்மொழி சுரத்தைக் கடந்து வந்த பாவனையில் காலையில் பணகுடிக்கு வெளியே பொட்டலில் கட்டிப்போடப்பட்டிருக்கும். அங்கிருந்து உதிரிச் சரக்குகளை ஏற்றிக்கொண்டு மதிய வாக்கில் கிளம்பி திருநெல் வேலிக்கும் களக்காடுக்கும் செல்லும். பெரும்பாலும் வாழைக் குலைகள், தேங்காய்கள், வெற்றிலைச்சிப்பங்கள், கருப்பட்டிப் பொதிகள். அவை முந்தையநாள் இரவு அரிசிச்சரக்கு கொண்டு வந்தவை என்பது பல ஆண்டுகளாகவே பணகுடி மக்களுக்கு தெரியாது. ஏனென்றால் ஆரல்வாய்மொழிப் பாதையில் தினம் முந்நூறு மாட்டுவண்டிகள் மலையாளநாட்டுக்குச் சென்று திரும்பி பாண்டிநாட்டுக்கு வந்தன. கேரளவர்ம வலிய தம்புரான் காலம்முதலே அந்தச் சாலை புகழ்பெற்றதுதான். ஆரல்வாய் மொழியில் இருபக்கமும் சுங்கம் வசூலிப்பார்கள். அந்தப்பக்கம் வேணாட்டுச் சுங்கம். இந்தப்பக்கம் மதுரைநாட்டுச் சுங்கம். ஆரல்வாய்மொழி கடந்தால் அந்தப்பக்கம் தோவாளை தாண்டி கோட்டாறு சந்தை. கோட்டாறு கம்போளம் அரிசிக்குப் புகழ் பெற்றது. திருவனந்தபுரம் வரைச் செல்லும் மொத்த தானியமும் அந்த ஒரே சந்தையில்தான் விற்பனையாயிற்று.

நிலவறையில் இறக்கப்பட்ட சரக்குகளை இரவோடு இரவாக தலைச்சுமையாக எடுத்துக்கொண்டு, மலையேறி மறுபக்கம் கொண்டுசென்று இறக்க சுமையாட்கள் இருந்தனர். எல்லாம் அந்தப்பக்கம் ஒசரவிளை, பறக்கை பகுதி ஆட்கள்.

அதில் எல்லா சாதிகளும் உண்டு. அவர்களுக்கு கூலி என்று கிடையாது. ஒருமூட்டை அரிசி விலை இவ்வளவு என்று சொல்லி விற்பதுதான் கணக்கு. அதன்பின் மூட்டைகளைத் தலையில் சுமந்து, இரு சுங்கங்களையும் ஏமாற்றி, அந்தப்பக்கம் இறக்கி அங்கிருந்து வண்டிகளில் கோட்டாறு கம்போளத்திற்கு கொண்டுபோனால் அரைப்பங்கு விலை கூடுதல் கிடைக்கும். பதினைந்துநாள் வயலில் மண்சுமந்தால் கிடைக்கும் கூலியைவிட அதிகம்.

ஆனால் எல்லாரும் செய்துவிடமுடியாது. மலையில் வழி தெரிந்திருக்கவேண்டும். கண்குத்தும் இருட்டில் மூட்டையுடன் ஓசையே இல்லாமல் செல்லவேண்டும். வழியில் செந்நாய்க் கூட்டம் உண்டு, யானைக்கூட்டமும் நிற்பதுண்டு. அதைவிட வழிகள் என்பவை மலைப்பிளவுகள். ஓர் இடத்தில் ஒரு காலடி வழி தவறினால் அதன்பின் சுற்றிச்சுற்றி அங்கேயே கிடக்க வேண்டியதுதான். ஆரல்வாய்மொழி மலைப்பகுதி பெரும்பாலும் மொட்டைக்குன்று. ஊற்று இருக்குமிடமே மலையில் வழிதேர்ந்த வர்களுக்குத்தான் தெரியும். செங்குத்தான பாறை முனம்பு களும் ஏராளம். விழுந்துசெத்தவர்களின் எலும்புகள் கீழே குவிந்து கிடக்கும்.

முருகப்பன் இப்படி அரிசிவியாபாரம் செய்வது அவன் மனைவி வள்ளியம்மைக்குத் தெரியாது. எப்போதுமே பணகுடி அரிசிச்செட்டிகளில் சிலர் செய்துவந்த இரண்டாம் வியாபாரம் தான் இது. அவன் ஆரம்பித்து எட்டாண்டுகள் ஆகின்றன. ஆனால் இப்போது நாயக்கர் நாட்டு வரி நான்குமடங்காக ஏறிய பின்னால் பாதிபேர் அதைச் செய்ய ஆரம்பித்துவிட்டனர். பணகுடிப் பொட்டலில் ஐம்பது நிலவறைகளுக்குமேல் இருந்தன. நிலவறை பெருகப்பெருக ஆபத்துதான்.

முருகப்பன் சூதானமாக தொழில்செய்துவந்தான். சரக்கு கொண்டுவருவதும் சரி, மூட்டை கொண்டுபோவதும் சரி, நாலைந்து ஆண்டுகளாக அவனுக்குத் தெரிந்தவர்களாகவே இருக்க வேண்டும். தெரியாதவர்கள் எவரானாலும் அவன் அப்படியே அசமஞ்சமான ஒரு முகம்தான் காட்டுவான். ஊர் கண்ணுக்கு அவன் மாசத்துக்கு ஒரு வண்டி அரிசியை கோட்டாறுக்கு கொண்டு

போய் விற்றுவருவான். அதைப்பற்றி ஒருமாதம் புலம்புவான். எப்போதுமே தரித்திரத்தை நடித்துவந்தான். அழுக்கு வேட்டி அழுக்கு மேல்துண்டு. மூக்குத்தூள் நாறும் மீசை. சலிப்படைந்த பேச்சு. தலைக்கு எண்ணைக்காக எண்ணைச்செட்டி ஆண்டியப்ப னிடம் போய் கைநீட்டுவான். அங்கே பேச்சுகேட்டு இளித்து வாங்கி தலையில் பொத்திக்கொண்டு குளிக்கப்போவான்.

அவன் சேர்த்து வைத்த பணம் முழுக்க ஊருக்குள் இருந்த அவனுடைய பழைய கடையில் இருந்தது. அங்கே அவன் அரிசி சில்லறை வியாபாரம் செய்துவந்தான். இரண்டு மூட்டை அரிசி தான் திறந்து வைத்திருப்பான். நயம் அரிசி கையில் காசு ஓட்டம் உள்ளவர்களுக்கு. மோட்டா அரிசி ஏழைபாழைகளுக்கு. அங்கே காலையில் கடை திறந்து நான்கு நாழிகைக்குள் மூடிவிடுவான், அதுவும் ஒரு கண்துடைப்புதான். அங்கே அரிசியில் பாதி கடனாகத்தான் போகும். கடைக்குள் சுவரில் ஓட்டைபோட்டு பொந்தில் பொன்னாக மாற்றி பணத்தை வைத்திருந்தான்.

யாருமே இல்லாதபோது கடையை உள்ளிருந்து பூட்டி விட்டு அவன் பொந்தை திறந்து பொன்நாணயங்களை எடுத்து எண்ணிப் பார்ப்பான். பொன்னை தவிர எதையும் அவன் நம்பவில்லை. முன்பெல்லாம் மதுரையின் நாயக்கர் வராகன்கள். அதன்பிறகு இப்போது கொஞ்சநாளாக தூத்துக்குடி பறங்கிப்பொன் நாணயங் களையும் சேர்த்து வைத்திருந்தான். அவற்றை எண்ணி எண்ணி வருடி மகிழ்ந்தபின் திரும்ப வைத்துவிடுவான். அவை கூடிக் கொண்டே இருந்தன. முட்டையிட்டு பொரித்து பெருகுபவை போல.

முருகப்பன் காலையில் நிலவறைக்குமேல் குடிலில் தூங்கி எழுந்து கோவேறுகழுதையில் ஏறி பணகுடிக்கு சென்றான். வீட்டுக்குச் சென்று துண்டை எடுத்துக்கொண்டு ஆண்டியப்ப னின் எண்ணைச் செக்குக்குச் சென்றான். செக்கு ஓய்ந்திருக்க ஆண்டியப்பனின் வீடும் பூட்டியிருந்தது. எண்ணை இல்லாம லேயே குளத்துக்குச் சென்று குளித்துவந்தான். ஊரே பரபரப்பாக இருந்தது. திருக்கணங்குடிக்கு பெரியநாயக்கர் விஜயரங்க சொக்க நாதர் வருகிறார் என்று அவன் நினைவுகூர்ந்தான். காராய்மைக் காரர்களும் கரைவேளாளர்களும் கிளம்பிச் சென்றிருக்கிறார்கள்.

தெருவில் கொஞ்சநாட்களாகவே அனை வரும் அதையே பேசிக்கொண்டிருந்தார்கள். அவனுக்கு அதில் பெரிய ஆர்வம் எழவில்லை.

வள்ளியம்மை புட்டு அவித்திருந்தாள். தொட்டுக்கொள்ள காராமணிப்பயறு சுண்டலும் கதலிவாழைப்பழமும் இருந்தன. முருகப்பன் சாப்பிட அமர்ந்தபோது அவள் முகத்தை பார்த்தான். அவள் வழக்கம்போல பொம்மைபோல முகத்தை வைத்திருந்தாள். சின்ன செம்பு போல சிறிய முகம். சிறிய மூக்கு, சிறிய உதடுகள், மென்மையான மயிர் படந்த கன்னம். சிறுமி போல இருந்தாள். அவள் இமைப்பீலிகளும் பெரியவை. அவை அவளை குழந்தைபோலவே காட்டின.

முந்தையநாள் மாலை அவன் கிளம்பும்போது அவளுக்கு ஓர் அடி வைத்திருந்தான். அந்த 'கெறுவு' இருக்கும் என எதிர் பார்த்தான். முகத்தில் ஒன்றும் தெரியவில்லை. அவளை கூர்ந்து பார்த்தபடி, "பப்படம் காய்ச்சல்லியா?" என்று அவன் கேட்டான்.

"எண்ணை குறைவா இருக்கு... எண்ணைச்செட்டிக்கு ஆறு பணம் நிக்குது" என்றாள் வள்ளியம்மை.

"பணம் எங்கபோகுது? குடுக்க மாட்டமா? நீ கேக்க மாதிரி கேட்டுப்பாக்கணும்" என்றான் முருகப்பன்.

"நான் கேட்டேன்... இல்லேன்னு சொல்லிப்போட்டான்."

"அதெப்பிடிச் சொல்லுவான்? மொறையா எண்ணை வாங்குத வீடாக்குமே இது" என்றான் முருகப்பன்.

அவள் ஒன்றும் சொல்லவில்லை. அவன் அவள் முகத்தை ஒளிகண்ணால் பார்த்தான். அவளை அவனால் புரிந்துகொள்ள முடியவில்லை. அவள் ஒன்றும் சின்னப்பெண் இல்லை. முகத்தை பாவம்போல வைத்துக்கொள்ள கற்றிருக்கிறாள். உள்ளே ஒரு நாகப்பாம்பு இருக்கிறது. அது அவனுக்கு தெரியும். அது சீறி நெளிந்தபடி வெளிவரும்போது அவன் பயந்துவிடுவான்.

அவன் அவளிடம் முந்தையநாள் இரவில் "என்ன இன்னைக்கு?" என்றான்.

அவள் எழுந்து ஆடையை சுருட்டிக்கொண்டு ஜலசுத்திக்குக் கிளம்பினாள். அவன் அவளை நோக்கி "பாம்புல்லா படமெடுத்து ஆடிச்சு?" என்றான்.

அவள் திரும்பிப் பார்க்காமல் வெளியே போனாள். அவள் சும்மா போனது அவனுக்கு எரிச்சலை எழுப்பியது. அந்த நடையில் ஒரு செருக்கு இருந்தது. அவன் எழுந்து பின்னால் போய் "எண்ணைப்பண்டாரத்தை நினைச்சுக்கிட்டியோ?" என்றான்.

அவள் ஒன்றும் சொல்லவில்லை. செம்பில் நீர் ஊற்றி எடுத்துக்கொண்டு குடிமறைப்புக்குள் போக முயன்றாள். அவன் அவளை மறிப்பதுபோல முன்னால் சென்று "எனக்கு தெரியும், அவனை நினைச்சாத்தான் நீ உருகுதே" என்றான்.

அவள் நின்றாள். உதட்டைச்சுழித்து "அதுக்கு இப்ப என்ன?" என்றாள்.

"ஏட்டி, என்ன சொல்லுதே?" என்று அவன் பதறினான்.

"என்ன கேட்டியளோ அதுக்கு பதில் சொல்லுதேன்."

"என்னடி சொன்னே? சொல்லுடி... ஏட்டி இன்னொருவாட்டி சொல்லுடி"

"இன்னொருவாட்டி கேளுங்க சொல்லுதேன்."

"நாறத்தேவ்டியா"

"ஆமா தேவ்டியாதான்... தேவ்டியா ஒண்ணும் புதிசில்லியே..."

"என்னடி சொல்லுதே? ஏய்" என்று அவன் கூவினான்.

"நேத்து பொன்னுத்தாய் வந்து மிச்சம் பணத்தை கேட்டா"

"அவகிட்டே நான்..." அவனுக்கு கடும் கோபம் வந்தது. "அது ஆம்புளைங்க பளக்கம். அப்டித்தான். நீ உன் சோலியப்பாருடி."

"நான் என் சோலியத்தான் பாக்கிறேன்."

அவள் மீண்டும் குடிமறைக்குள் செல்ல முயல அவன் "உன் சோலி அந்த பண்டாரம்கூடத்தானேடி? தெரியும்" என்றான்.

"தெரியும்ல? போங்க"

அவன் மேற்கொண்டு என்ன செய்வதென்று தெரியாமல் நின்றான். பிறகு பாய்ந்து அவளை அடித்தான். செம்பு தரையில் விழுந்து உருண்டது.

அப்பால் கிழவி "அங்க என்ன சத்தம்? ஏட்டி வள்ளி, பூனையா பாரு" என்றாள்.

அவள் கன்னத்தை கைகளால் பொத்தியபடி முள்போன்ற பார்வையுடன் அசையாமல் நின்றாள்.

"தேவ்டியாச் சிறுக்கி... நாறத்தேவ்டியாச் சிறுக்கி" என்று அவன் உறுமினான். இன்னொரு அடி வைக்க அவனால் முடிய வில்லை. அவள் பார்வையை தவிர்த்து அங்குமிங்கும் பார்த்தான். அதன்பின் வெளியே போய்விட்டான். இருட்டில் இறங்கி நின்று நட்சத்திரங்களைப் பார்த்தான். உடம்பெல்லாம் மிளகாய் அரைத்துப் பூசியதுபோல எரிந்தது.

அவள் மீண்டும் புட்டு கொண்டு வந்து வைக்கும்போது அவள் கன்னத்தை பார்த்தான். அடியின் வடுவேதும் இல்லை. நன்றாக வடு வருவதுபோல ஓர் அறைகூட அவனால் விட முடியவில்லை.

"ஏட்டி, ஒரு கோவத்திலே அடிக்கிறதுதானே? மனசிலே வச்சுக்காதே"

"செரி"

"போவட்டு... மனசிலே வச்சுக்காதே"

"இல்ல"

"அதை ஏன் இப்டி சொல்லுதே? சிரிச்சுகிட்டே சொல்லு"

"அத்தை அந்தாலே இருக்கா"

"அவ கெடக்கா, செவிட்டு முண்டை"

அவள் உள்ளே போய்விட்டாள். அவன் எழுந்து கைகழுவி விட்டு தாம்பூலம் போட்டுக்கொண்டான். தெருவில் சென்று கொண்டிருந்த மக்களை கொஞ்சநேரம் திண்ணையில் அமர்ந்து வேடிக்கை பார்த்தான். அன்றைக்கு கடைதிறக்க வேண்டியதில்லை

என்று முடிவுசெய்தான். கோயிலிலேயே சமையல். மக்கள் வீட்டில் அடுப்பு மூட்ட வாய்ப்பில்லை. அவனுடைய வியாபாரம் எல்லாம் பிள்ளைகள் பசித்து அழ ஆரம்பித்தபின் அரிசிக்கு ஓடிவருபவர்கள் தான்.

அவன் கோவேறு கழுதையில் ஏறி மீண்டும் பணகுடிப் பொட்டலில் தன் குடிசைக்கு போனான். அன்றிரவு காவல் கொஞ்சமாகத்தான் இருக்கும். பட்டாளம் முழுக்க திருக்கணங் குடியிலேயே கிடக்கும். எஞ்சிய அரிசி முழுவதையும் ஏற்றிவிட வேண்டும். கையுதவிக்கு இருக்கும் கொச்சன் நாயரை மறுபக்கம் ஆட்களிடம் தூதனுப்பி அன்று மூட்டைகளைக் கொண்டுபோக நல்ல வாய்ப்பிருப்பதாக அறிவித்தான். அந்தி இருண்டபோதே வர ஆரம்பித்தனர். விலைப்பணம் கையிலேயே கொடுத்துவிட வேண்டும். அவன் குடிலில் அமர்ந்து பணத்தை எண்ணி கணக் கிட்டு பெட்டியில் போட்டு மூட்டைகளை ஏற்றி அனுப்பினான்.

இரவெல்லாம் மூட்டைகள் போய்க்கொண்டிருந்தன. வெள்ளி முளைப்பது வரைக்கும்கூட ஆட்கள் வந்தனர். அவர்கள் போனபின் அவன் நிலவறையை பார்த்தான். இருபது மூட்டைக்கும் குறைவாகவே இருந்தது. மனநிறைவுடன் சங்குத் தேவனுக்கும் கொச்சன்நாயருக்கும் ஆளுக்கு இரண்டுபணம் பரிசு கொடுத்தான். குடிலுக்கு வெளியிலேயே கயிற்று கட்டிலை எடுத்து கருவேலமரத்தடியில் போட்டு தூங்கிவிட்டான்.

வெயில் நன்றாக ஏறிக்கொண்டிருக்கும்போதுதான் பண குடியில் இருந்து மாணிக்கம் செட்டியாரும் ரத்தினம் செட்டி யாரும் அங்கே வந்தனர். அவர்கள் நிலவறை வணிகத்தில் அவனுடைய பங்காளிகள். அவர்கள் ஏதேதோ செய்தி கேள்விப் பட்டு பதைப்புடன் வந்திருந்தனர். திருக்கணங்குடி ராயசத்தின் படைகள் அங்கே தேடி வருமென்றால் அதற்குள் மூட்டைகளை அகற்றிவிடலாம் என்று நினைத்தனர். அதற்குத்தான் பதறியடித்து வந்திருந்தனர்.

வண்டியிலிருந்து இறங்கிய மாணிக்கம் செட்டியார் சங்குத் தேவனிடம் "ஏலே சங்கு, உன் செட்டி எப்பலே போனான்?" என்றார்.

படையல் ✤ 67

“செட்டி உறங்குதாரு” என்று அவன் சொன்னான்.

“உறங்குதாரா? ஏலே, அவன் எப்பலே எந்திரிச்சு திருக்கணங் குடி போனான்?”

“செட்டியாரே, நம்ம செட்டி இந்தா உறங்குதாருல்லா?”

மாணிக்கம் “ஆ” என்று அலறி நின்றுவிட்டான்.

ரத்தினம் அருகே வந்து “என்ன?” என்று கேட்டான். மாணிக்கம் சுட்டிக்காட்டினான். அவன் பதறிவிட்டான்.

“அய்யோ... இதென்ன நடக்குது?”

“ஆளு மாறிப்போச்சு”

“என்னவே சொல்லுதீரு?”

“கோபுரத்திலே இருந்து குதிச்சவன் நம்ம முருகப்பன் இல்லை. வேற ஆரோ”

முருகப்பன் பேச்சு சத்தம் கேட்டு எழுந்து அமர்ந்து “என்னவே, எப்ப வந்தீக?” என்றான்.

“நீ திருக்கணங்குடிக்கு போனியா?” என்றான் ரத்தினம்.

“இல்லியே, நான் எதுக்கு போகணும். வாய்ப்பான நாள்னுட்டு இங்க வந்துபோட்டேனே...”

“அப்ப அங்க போயி கோபுரத்திலே இருந்து குதிச்சது யாரு?”

“என்ன சொல்லுதீக?” என்றான் முருகப்பன்.

ரத்தினம் “ஏலே வேற யாரோ குதிச்சான்னு வைச்சாக்கூட நம்ம காராய்மைக்காரங்கள்லா அடையாளம் காட்டியிருக்காங்க? அதவிட இவன் பெஞ்சாதி வள்ளியம்மைல்லா போயி உடன்கட்டை ஏறியிருக்கா?”

“என்னவே சொல்லுதீக?” என்று பதறியபடி முருகப்பன் ரத்தினத்தின் கழுத்தை பாய்ந்து பிடித்தான்.

“டேய் நீ குதிக்காதே. இரு... நான் சொல்லுதேன். என்னமோ பெரிய தப்பு நடந்துபோச்சு... ராஜா காரியம். இப்ப நீ நடுவிலே பூந்து குதிச்சா உன் தலை போயிரும்... நீ உக்காரு சொல்லுதேன்.”

“என்னடே இது... நீங்க என்ன சொல்லுதீக? வள்ளியம்மைக்கு என்ன ஆச்சு?”

“வள்ளியம்மை நேத்து மத்தியான்னமே இங்கேருந்து குருதை யிலே போயிருக்கா... அங்க ஒருத்தன் கோபுரத்திலே இருந்து குதிச்சு செத்திருக்கான். அவ செத்தவன் தன் புருசன்தான்னு சொல்லி அவன் கூட சிதையிலே ஏறிப்போட்டா.”

“செத்தவன் யாரு?”

“ஏலே கோட்டி, செத்தவன் நீயாக்கும்னாக்கும் சொல்லுகானுக. இல்லேன்னா அவ உடன்கட்டை ஏறுவாளா? நம்ம சாதிசனம் தெரண்டு கொடையும் காணிக்கையுமாட்டு திருக்கணங்குடிக்கு போய்ட்டிருக்கு”

“என்னடே சொல்லுதீக? எனக்கு ஒண்ணுமெ வெளங்கல்லியே”

“இங்கபாரு, அங்க ஒருத்தன் விளுந்து செத்தான். அது நீயிண்ணு அடையாளம் காட்டினானுக காராய்மைக்காரனுக. அதை நம்பி இப்ப அங்க நம்ம இனவன்மாரு சேந்து பிரதிஷ்டை பண்ணி யிருக்கப்பட்டது உன்னையாக்கும். உன்னை எறிமாடன் சாமின்னு அங்க கல்லு நிப்பாட்டியாச்சு. பக்கத்திலே வள்ளியம்மைக்கு சதிக்கல்லும் நிப்பாட்டியாச்சு. இன்னைக்கு சாயங்காலம் மகாராஜா பெரியநாயக்கரு வந்து அங்க சாமி கும்பிட்டு முதல் படையல போடுதாரு. அதாவது, பணகுடி அரிசிவாணியன் மாயாண்டி மகன் முருகப்பன் இப்ப எறிமாடன்சாமி ஆயாச்சு. அதை இனிமே மாத்தமாட்டாங்க.”

“அதெப்டி? நான் இருக்கேன்லா?” என்று முருகப்பன் முனக லாகச் சொன்னான். அவனுக்கு அழுகைகூட வரவில்லை. மொத்தத்தில் வயிற்றில் ஒரு பதைப்பு மட்டும் இருந்தது.

“டேய் நல்லா சிந்திச்சு பாரு. எப்பமுமே ராஜா செய்றது சரி. மந்திரி சொல்லுறது நியாயம். ஊரு சொல்லுதது உண்மை. தனியாளு சொல்லு சபையேறாது. இப்ப நீ உசிரோட இருக்கே,

செத்தவன் ஆளு வேறேன்னா என்ன ஆகும்? அடையாளம் சொன்னவன், சாமிக்கல் நாட்டினவன் எல்லாரும் களுவிலே ஏறணும் இல்லியா? அதுக்கு அவனுக விடுவானுகளா? அதுக்கு உன்னைய இருசெவி அறியாம வெட்டி புதைக்கிறதுதானே சுருக்கவளி?''

முருகப்பன் திகைத்துப்போனான்.

"அதனாலே நீ பேசாம இங்க இருந்துக்கோ. என்ன நடந்தது ஏது நடந்ததுன்னு நாங்க விசாரிச்சு சொல்லுதோம். அதுக்கு உண்டானதை செய்வோம். இப்ப நீ வெளியே தலைகாட்டினா உனக்குத்தான் தலை இருக்காது.''

"இது என்னடே அக்குறும்பா இருக்கு... நான் என்ன தப்பு செய்தேன்'' என்று முருகப்பன் அழ ஆரம்பித்தான்.

"நேரம் நிறைய இருக்கு. நிதானமாட்டு இருந்து அளுதுக்கோ. நாங்க போயி விசாரிச்சுட்டு வாறோம்'' என்றான் ரத்தினம்.

"ஊரே பெருகி போயட்டிருக்கு. புருசன் கோபுரத்திலே இருந்து குதிச்சான், பெஞ்சாதி உடன்கட்டை ஏறினா. நினைச்சு நினைச்சு பேசிக்கிடுதானுக. பொட்டைப்புள்ளைக கண்ணீருவிட்டு அளுவுதாளுக... நம்ம சாதியே எளகி நிக்குது பாத்துக்க. ஆயிரம் வருசத்திலே இப்டி ஒரு விசயம் நடந்ததில்லை. இப்ப செத்தது நீயில்லை, கண்டவனுக்கு உன் பெஞ்சாதி உடன்கட்டை ஏறிட்டா ன்னு தெரிஞ்சா எம்பிடு கேவலம்... மானம் காக்கணும்னு நம்மாளுகளே உன்னைய வெட்டி புதைச்சிருவானுக'' மாணிக்கம் சொன்னான்.

"நான் என்ன செய்வேன்? எனக்க உடைய சாஸ்தாவே, நான் என்ன செய்வேன்'' என்று முருகப்பன் விசும்பி அழுதான்.

"நான் நினைக்கப்பட்டது அதில்லே... அதெப்பிடி அவளுக்கு சொந்த புருசன் முகம் தெரியாம போச்சு?''என்றான் ரத்தினம்.

"உடம்பு மேலே இருந்து விளுந்திருக்கு... கௌங்குமூட்டை மாதிரி செதறிப்போயிருக்கும்... பாத்தா தெரிஞ்சிருக்காது.'' மாணிக்கம் சொன்னான்.

“இல்ல அவளுக்கு தெரியும்” என்றான் முருகப்பன்.

“என்ன சொல்லுதே?”

“அவன், அந்த மூதேவி பண்டாரப்பயதான் மேலே இருந்து குதிச்சவன். அதை நம்ம காராய்மைக்காரனுக சொல்லி ஏற்பாடாக்கினானுக. செம்பகராமன் மண்டபத்திலே அவனுக பேசிட்டிருக்கிறத நான் பாத்தேன். அப்ப ஒண்ணும் தெரியல்ல, இப்ப புரியுது.”

ரத்தினம் வாய் திறந்து வெறித்துப் பார்த்தான். மாணிக்கம் “இருக்கும்டே. அந்த பண்டாரப்பயல ரெண்டுநாளாட்டு வச்சு கொண்டாடினானுக. புதுத்துணியெல்லாம் வாங்கி குடுத்தானுக.”

“அவனை என் பேரிலே அனுப்பியிருக்கானுக. எனக்க கண்டிகையை மாராயக்குட்டிப்பிள்ளை கேட்டாரு. நான் களட்டிக் குடுத்தேன்”

“அந்தக் கண்டிகையை வச்சுத்தான் அடையாளம் காட்டியிருக்கானுக. அதோடத்தான் உடம்ப செதையிலே ஏத்தியிருக் காங்க. வள்ளியம்மைக்க தாலியும் மெட்டியும் அவ உடம்பிலே இருந்திருக்கு. செதையிலே உருகிக்கிடந்த வெள்ளியையும் தங்கத்தையும் சேத்து எடுத்து உருக்கி எறிமாடன் சாமிக்கு காப்பு போட்டிருக்காங்க” என்றான் ரத்தினம்.

“வேணும்னே செஞ்சுட்டாங்கடே” என்றான் முருகப்பன் உடைந்த குரலில்.

“செரிடே, ஆனா உனக்க பெஞ்சாதி ஏன் அந்த பயலுக்காக உடன்கட்டை ஏறினா?” என்றான் மாணிக்கம்.

முருகப்பன் ஒன்றும் சொல்லவில்லை.

“ஆளு தெரியல்லியோ?” என்றான் ரத்தினம். அவன் தலை காக்காய்போல சரிந்து உள்ளே ஓடிய சந்தேகத்தைக் காட்டியது.

“அதெப்பிடி, அவன் பொலிகாளை மாதிரில்லா இருப்பான்?” என்றான் மாணிக்கம்.

“தெரிஞ்சேதான் ஏறியிருக்கா” என்றான் முருகப்பன்.

"தெரிஞ்சுகிட்டா... ஏண்டே?" என்றான் ரத்தினம்.

முருகப்பன் பதில் சொல்லவில்லை.

"ஏண்டே?" என்று அவன் மீண்டும் கேட்டான்.

முருகப்பன் தலைகுனிந்து அமர்ந்திருந்தான். அவர்கள் ஒருவரை ஒருவர் பார்த்துக்கொண்டார்கள்.

*

2

முருகப்பனை விட்டுவிட்டு ரத்தினம் செட்டியாரும் மாணிக்கம் செட்டியாரும் நேராக மாட்டுவண்டியில் திருக்கணங்குடிக்குத் தான் போனார்கள். அங்கே அவர்கள் சென்றபோது எறிமாடனும் உடன்நின்ற நங்கையும் பிரதிஷ்டை செய்யப்பட்ட சிறுகோயிலில் பெரியநாயக்கர் வந்து கும்பிட்டுவிட்டு சென்றுவிட்டிருந்தார். பொதுமக்களை உள்ளே அனுமதித்துக்கொண்டிருந்தனர். பெரும் கூட்டம் சூழ்ந்து கூச்சலிட்டுக்கொண்டிருந்தது.

மூங்கில்கால் நாட்டி, மேலே கீற்றோலை வேய்ந்த கொட்டகையில் இரு நடுகற்கள் நின்றன. ஒன்றின்மேல் தலைப் பாகைபோல செம்பட்டு கட்டப்பட்டிருந்தது. இன்னொன்றில் செம்பட்டு விசிறிமடிப்பாக அமைக்கப்பட்டு பாவாடை கட்டப் பட்டிருந்தது. எறிமாடனுக்கு கரிய கண்களும் மீசையும் வரையப் பட்டிருந்தன. உடன்நின்ற நங்கைக்கு புதுப்பொன் தாலியை மஞ்சள் சரடால் கட்டியிருந்தனர்.

பெரியநாயக்கர் வந்து மலர்மாலை சார்த்தி பூசைசெய்துவிட்டு சென்றிருந்தார். அவரைத் தொடர்ந்து அமாத்யரும் தளவாயும் ராயசமும் பிறரும் வரிசையாக மலர்மாலை சூட்டி வழிபட்டனர். அவர்கள் சென்றதுமே அந்த மலர்மாலைகள் அகற்றப்பட்டு அருகே பெரிய கடவத்தில் சேர்க்கப்பட்டன. மேலும் மேலும் மலர்மாலைகளுடன் மக்கள் வந்துகொண்டிருந்தமையால் மாலைகள் மாடனுக்கும் அம்மனுக்கும் சூட்டப்பட்டு உடனே எடுக்கப்பட்டன.

சன்னிதி முன் தூபம் புகைந்துகொண்டிருந்தது. இருபக்கமும் இரண்டு நெய்ப்பந்தங்கள் நெய்யூற்றி தொடர்ச்சியாக எரிய விடப்பட்டன. மாடனுக்கு இளநீரும் அம்மனுக்கு தேங்காய் பழமும் படைக்கப்பட்டன. "வரிசையா வரிசையாட்டு வாருங்க"

என்று கூட்டத்தை ஒழுங்குசெய்துகொண்டிருந்த திருக்கணங்குடி மூத்தசெட்டியார் அரவணைப்பெருமாள் கூச்சலிட்டார். "பாத்து... பொம்புளையாளுங்க தனியாட்டு போங்க" என்று பணகுடி செட்டிகுல முதலடி நாராயணன் செட்டியார் இன்னொருபக்கம் கூப்பாடு போட்டார்.

மாடனுக்கும் அம்மனுக்கும் பூசைசெய்யும் பொறுப்பை திருக்கணங்குடி நல்லசிவம் செட்டியார் ஏற்றுக்கொண்டார். மாடனுக்கு இறுதிச்சடங்கு செய்தது அவரும் அவர் பேரனும் என்பதனால் அவர்களின் குடும்பத்துக்கு முறைபாத்தியதை இருந்தது. இருந்தாலும் முருகப்பனின் பெரியம்மை மகன் அனந்தன் செட்டி வந்து சிலைக்கு அருகிலேயே சப்பணம் போட்டு அமர்ந்துகொண்டான். அவனும் அவ்வப்போது ஓரிரு மலர்களை எடுத்து சிலைக்கு முன் போட்டபடி ஓரக்கண்ணால் உண்டியலையும் தட்டத்தையும் பார்த்துக்கொண்டிருந்தான்.

அவ்வப்போது சில வெள்ளிக்காசுகளை நல்லசிவம் செட்டியார் எடுத்து தன் சுருக்குப்பையில் போடுவதை அவன் கவனித்தான்.

அவனிடம் அவனுடைய நண்பனும் பங்காளியுமான கிருஷ்ணன் செட்டி "ஏலே அவன் பணத்தை எடுத்துக் கிடுதாம்லே" என்றான்.

"ஆமா" என்றான் அனந்தன் செட்டி.

"அது உனக்க பணம். செத்தவன் உனக்க பங்காளி பாத்துக்கோ"

"இரு இரு. பாப்பம். கூட்டம் கொஞ்சம் குறயட்டும். அப்டி விட்டிர முடியதுல்லா?" என்று அனந்தன் செட்டி சொன்னான்.

அவர்கள் பேசிக்கொள்வதை நல்லசிவம் செட்டியார் ஓரக்கண்ணால் பார்த்துவிட்டு, கூட்டத்தை நோக்கி "சீக்கிரம் வாருங்க... எங்க பிறந்தா என்ன, நம்மூருலே தெய்வமாகணும்னு விதியிருந்திருக்கே... திருக்கணங்குடி எறிமாடசாமிய கும்பிட்டு அருள் வாங்கிட்டு போங்க வாங்க" என்று கூவினார்.

மாணிக்கம் செட்டியாரும் ரத்தினம் செட்டியாரும் எறிமாடனையும் உடன்நின்ற நங்கையையும் வணங்கி விபூதி

குங்குமம் பெற்று மறுபக்கம் வந்தனர். அவர்கள் கண்களால் துழாவி மாராயக்குட்டிப்பிள்ளையை கண்டடைந்தனர். அவர்கள் தங்களைப் பார்ப்பதை அவரும் கண்டார். அவர்கள் அணுகியதும் வாருங்கள் பேசலாம் என்று சைகை காட்டி அழைத்துச்சென்றார்.

ஓரமாக அழைத்துச்சென்று வேளாளத்தெருவில் சண்முகம் பிள்ளையின் மருமகன் வீட்டு திண்ணையில் அமரச்செய்து அவர் நடந்ததை எல்லாம் சொன்னார். "வாறதை பாத்துக்கிடலாம்னு நினைச்சு செஞ்சதாக்கும். பண்டாரப்பயலுக்கு கேக்க ஆளில்லேன்னு நினைச்சோம். இந்தக் குட்டி இப்டி செய்வான்னு மனசிலையும் நினைச்சுப் பாத்ததில்லை. செரி, எல்லாம் நல்லதா நடந்துபோட்டுதுன்னு வையுங்க. இப்ப மகாராஜா வரிகுறைக்க சம்மதிப்பாருன்னு தோணுது. திருச்செவி வரை செய்தியை கொண்டுபோயாச்சு. திருநெல்வேலியிலே முகம் காட்டுறது நல்லபடியா நடந்தா செட்டிகளுக்கும் லாபமாக்கும்" என்றார்.

"ஆமா, ஆனா ஒரு குடும்பம் சீரளிஞ்சுபோச்சு" என்றான் மாணிக்கம்.

"அந்தக்குட்டி செய்ததுக்கு நாங்க பொறுப்பில்லை" என்றார் மாராயக்குட்டிப்பிள்ளை. "இனியிப்போ செத்தது முருகப்பன் இல்லேண்ணு மாத்திக்கிட முடியாது. முருகப்பனுக்கு உண்டான நட்டத்தை குடுத்துப்பிடலாம். அவன் ஒரு நாலஞ்சு வருசம் மலையாளக்கரைப் பக்கமாட்டு போயி தொளிலு பாக்கட்டும். அவன் உங்க பங்காளிதானே. உங்களுக்கு அங்கையும் ஏவாரம் உண்டுல்லா? எடம் மாறிக்கிடுங்க, அதிலே ஒண்ணும் நட்டம் இல்லல்லா?"

"ஆனா..." என்று மாணிக்கம் ஆரம்பிக்க மாராயக்குட்டிப் பிள்ளை இடைமறித்தார்.

"ஆனா பூனா ஒண்ணுமில்லை. செட்டி முத்தப்பிடாது, சாரை பத்தி எடுக்கப்பிடாதுன்னு சொல்லு உண்டுல்லா? சும்மா ஒரு பேச்சுக்குச் சொன்னேன். நீங்க ஏவாரம் பண்ணுத ஆளுங்க. சாதியிலே மூத்த கூட்டம். வே, பஞ்சாயத்திலே இருந்து பேசுத கௌரவம் உள்ள ஆளுக நீங்க, எந்திரிச்சு நின்னு சத்தம்

போடலாமா? குலமுறைன்னு ஒண்ணு இருக்கா இல்லியா? இல்ல கேக்கேன்.''

“அது உண்மைதான்'' என்றான் மாணிக்கம்.

“இப்ப செத்தது முருகப்பன் இல்லேன்னு மாத்த முடியாது. முருகப்பன் சாவல்லேன்னு சொன்னா சாவடிக்கவேண்டிய பொறுப்பு எங்களுக்கு வந்துபோடுது. அது உங்களுக்கும் பொறுப்புதான்னு வையிங்க. பாத்தியள்ல, காசு வாறது உங்க மடியிலேயாக்கும். அவன் சாவப்பிடாதுன்னுதான் நாங்க இந்த பாடுபட்டு உங்ககிட்ட பேசிட்டிருக்கோம்.''

“அது தெரியாதா?'' என்றான் ரத்தினம்.

“அப்ப காரியங்கள் நடக்கட்டு... கெளம்புங்க.''

“ஆனா சட்டுன்னு அவனை அந்தாலே அனுப்புறதுன்னா கொஞ்சம் செலவுண்டு.''

“என்னண்ணு சொல்லுங்க செஞ்சுருவோம்''

“ஒரு நூறு பணமாவது ஆவும்''

“நூறு பணமா?'' மாராயக்குட்டிப்பிள்ளை யோசித்தார். “இப்ப எப்டியும் சிவராத்திரிக்கு ராமலிங்கசாமிக்கு உச்சவம் வரும். அதிலே செட்டிப்பிள்ளைக உங்க சாதிப்பங்குக்கு செலவளிப்பீக. அதிலே நூறுபணம் குறைச்சுக்கிடலாம்... செரி, குறைச்சாச்சுன்னே வச்சுக்கிடுங்க.. அப்ப நூறுபணம் குடுத்தது மாதிரில்லா? செரி பாப்போம்.''

திரும்பும்போது ரத்தினம் “இந்தக் கிளவன் செரியான நஞ்ச விஞ்சான். வெசம் இவனுக்க கிட்டே இருந்துதான் போயிருக்கு'' என்றான்.

மாணிக்கம் “இப்பம் என்னடே செய்யுதது?'' என்றான். “நாம காரியங்களை நம்ம செட்டிமுதலடி கிட்டே சொல்லிருவோம். சபை கூடி முடிவெடுக்கட்டும். அதாக்கும் முறை.''

“இருடே'' என்றான் ரத்தினம். “இப்ப செட்டிசபை கூடினா என்ன செய்யும்? முருகப்பன் செத்தாச்சுன்னுதானே

முடிவுசெய்யும்? மாத்தி முடிவெடுக்க நமக்கு சங்குறைப்பு இல்லல்லா?"

"அதெப்படி? தவளை பறக்குறதும் செட்டி சீறுறதும் அளந்து வைச்ச கணக்குதான்னு ஒரு சொல்லு உண்டுல்லா? இப்ப செட்டி முதலடிக்கும் நல்ல லாபமாக்கும்... மூஞ்சி தெளிஞ்சுல்லா இருக்கு!"

"அப்ப என்ன? செட்டிமுதலடி கூடி முருகப்பன்சாவல்லேன்னு முடிவுசெய்து அவனை வேத்தூருக்கு அனுப்பினா அவனுக்க வீடும் கடையும் மத்த சொத்துக்களும் செட்டி முதலடிக்கு போவும். நமக்கு என்ன லாபம்?"

"ஆமா"

"அவன் அப்டியே செத்தாச்சுன்னு இருந்தா எல்லாம் நமக்கு வரும். ஏன்னா நாம அவனுக்க பங்காளிகள். நமக்கு நட்டம் வரப்பிடாதுல்லா?"

"ஆமா"

"அப்ப அப்பிடி... அவனை அப்டியே அனுப்பி வைப்போம்."

மாணிக்கமும் ரத்தினமும் இரவில் பணகுடி பொட்டலுக்கு வந்தபோது முருகப்பன் காத்திருந்தான். அவர்கள் அவனை ரகசியமாக கொண்டுசென்று அமரவைத்து பேசினர்.

"டேய் காரியங்க கைமீறிப் போயாச்சு. இனி பேசி பிரயோசன மில்லை பாத்துக்கோ. அங்க செத்துப்போன முருகப்பன் எறிமாடன் ஆயாச்சு. வள்ளியம்மை உடன்நின்ற நங்கையா இருந்தாச்சு. பெரியநாயக்கரு வந்து கும்பிட்டாச்சு. ஆயிரம் பேரு காணிக்கையிட்டு பலிகொடை குடுத்தாச்சு. இனி ஒண்ணும் சொல்லுறதுக்கில்லை. நாங்க கொஞ்சமாட்டு சொல்லிப்பாக்க லாம்னு நினைச்சோம். அப்பதான் ஒரு செய்தி கிடைச்சுது. அந்தாலே ஓடி வந்துட்டோம்."

"என்ன செய்தி?" என்றான் முருகப்பன்.

"உன்னைதேடி ஆளு போயிருக்கு... நல்லவேளை நீ இங்க குடிசையிலே இருக்கே. இப்டி ஒரெடம் இங்க இருக்கிற

செய்தி காராய்மைக்காரனுகளுக்கு தெரியாது. ஊரிலேயும் ஒருத்தனுக்கும் தெரியாது.''

''எதுக்கு தேடுதானுக?'' என்று முருகப்பன் நடுக்கத்துடன் கேட்டான்.

''காதோடு காதா வெட்டி புதைக்கத்தான். வேறே என்னத்துக்கு? நீ இருக்கிற செய்தி தெரிஞ்சா காராய்மைக்காரனுகளுக்கு கழு மரம்லா கணக்கு? செட்டிமுதலடியும் பக்கத்துலே கழுவிலே உக்காரணும்லா?''

''எனக்க பெருமாளே'' என்றான் முருகப்பன்.

''அங்க திருக்கணங்குடி அரிசிச்செட்டியானுங்கதான் வீறோட நிக்கானுக. அவனுகளுக்கு இப்ப எறிமாடன்னா பொன்னுச் சுரங்கமாக்கும். நீ இருக்கேன்னு தெரிஞ்சா அவனுகளும் நூறு பணம் குடுத்து தேவமாரை வேட்டையாட அனுப்புவானுக''

''நான் இப்ப என்ன செய்ய?''

''பேசாம மலையாளநாட்டுக்கு போயிடு... இங்க கோட்டாறு, அந்தாலே பப்பனாவரம், அதுக்கும் அந்தாலே பாறசாலையோ திருவனந்தபுரமோ, எங்கபோனாலும் உன்னை சுளுவிலேவிட மாட்டாங்க. காராய்மைக்காரனுக உன்னைக் கொல்ல தேவ மாருக்கு வெத்திலைமேலே பைசா வைச்சு குடுத்தாச்சுன்னாக்கும் கேள்வி. அவனுக உப்புதொட்டு சத்தியமும் செஞ்சாச்சு. இனிமே விடமாட்டானுக. காலமாடன்மாரைப்போல வந்துக்கிடே இருப்பானுக...''

''நான் எங்க போக?'' என்று முருகப்பன் தழுதழுத்தான்.

''நீ அந்தாலே கொல்லம் கொச்சீன்னு போயிரு... அங்க பேரும் ஊரும் மாத்திக்கிட்டு என்னமாம் சின்ன ஏவாரம் செய்யி. கைப்பணம் நாங்க தாறோம். அந்தாலே கௌம்பிடு.''

''நான் ஒருதடவை ஊருக்குள்ளே போயி...''

''ஊருக்குள்ளே போனா உனக்கு தலை கெடையாது பாத்துக்க''

“கடையிலே கணக்கு பாத்துட்டு...”

“லே மயிராண்டி, உனக்க கணக்க தீக்கப்போறானுக. நீ என்ன கணக்கு பாக்கப்போறே? அப்டியே ஓடீரு... மலை ஏறி மறுபக்கம் போயிரு. கோட்டாறு பப்பனாவரம் எங்கயும் உனக்க மணம் வரப்பிடாது. வந்து சங்கை அறுத்துப்போடுவானுக.”

“அய்யோ எனக்க பொன்னு பெருமாளே... எனக்க ராமலிங்க சாமீ”

“எல்லாம் செரியாவும்டே. ஒரு நாலஞ்சு வருசம் போகட்டு. நீ செத்துப்போன முருகப்பனுக்க அப்பன்வகை பங்காளிக்க மகனாக்கும்னு சொல்லிப்போட்டு திரும்பி வா. உனக்க அப்பன் மாயாண்டிக்கு கொல்லத்திலே ஒரு சித்தப்பன் வகையறா உண்டுல்லா? அந்த கொலமுறைன்னு சொல்லிக்கோ. நாங்க சாட்சி சொல்லுதோம். உனக்க வீடும் கடையும் எங்க போவுது? உனக்க பங்காளிக நாங்க, எங்க கையிலேதான் இருக்கும். நீ வந்ததும் கையிலே குடுக்கப்போறம். நீ ஒரு பெண்ணும் கெட்டி சந்தோசமா இதே பணகுடியிலே இருக்கலாம். ஆரும் ஒண்ணும் சொல்லமுடியாது” என்றான் மாணிக்கம்.

“ஆமா, அதாக்கும் ஒரே வளி... நீ கெளம்பு” என்றான் ரத்தினம்.

முருகப்பன் கொஞ்சநேரம் விசும்பி விசும்பி அழுதான்.

“செரிடே, இவனுக்கு போக மனசில்லை. அப்ப நடக்குதது நடக்கட்டு” என்றான் மாணிக்கம்.

“இல்ல நான் போறேன்... இப்பமே போறேன்” என்றான் முருகப்பன்.

அவர்கள் அவனை சங்குத்தேவனிடம் ஒப்படைத்தனர். சங்குத்தேவன் அவனை மலைகடந்து ஓசரவிளை அருகே காட்டுச் சாலைக்கு கொண்டுபோய் விடவேண்டும். அங்கிருந்து மணக்குடி வழியாக அவன் கொல்லம் பக்கமாகச் சென்றுவிட வேண்டும். கைச்செலவுக்கு பத்துபணம் கொடுத்து அனுப்பி வைத்தார்கள்.

முருகப்பன் அழுதுகொண்டே சங்குத்தேவனுடன் சென்றான். இருட்டுக்குள் கண்வெளிச்சத்தின் துணையால் அவர்கள் நடந்து மலையேறினர். பாம்புகள் விலகுவதற்காக சங்குத்தேவன் தரையை கோலால் தட்டிக்கொண்டே சென்றான். முருகப்பன் அந்த தாளத்திற்கு ஏற்ப விசும்பி அழுதுகொண்டே நடந்தான்.

*

3

...

முருகப்பன் நேராக மணக்கரை காயல் சென்று, அங்கே படகி லேறி அஞ்சுதெங்கு சென்றான். அங்கிருந்து கொல்லம் சென்றான். அவனை பொறுப்பேற்று உப்புதொட்டு சத்தியம் செய்து அழைத்துச் சென்ற நாயர்படை வழியிலேயே வாரிக்குந்தத்தால் அவன் மண்டையில் அடித்து கைப்பணத்தை பிடுங்கிச் சென்றுவிட்டனர். நாயர் சத்தியமும் நாய்மூத்திரமும் என்ற சொலவடையை அவன் அறிந்திருந்தாலும் அதை எதிர்பார்க்க வில்லை. செருப்புத்தோலுக்குள் அவன் பதுக்கி வைத்திருந்த பத்து வெள்ளிக்காசுதான் மிச்சம்.

அஞ்சுதெங்கு துறைமுகத்தில் கையில் இருந்த பணம் தீரும்வரை கலத்தப்பமும் களியும் வாங்கிச் சாப்பிட்டுக்கொண்டு அலைந்தான். கையிலிருக்கும் வெள்ளிப்பணம் தீர்ந்தபின் என்ன செய்வது என்ற பயம் மணக்கரையிலேயே அவனுக்கு ஏற்பட்டுவிட்டது. ஆகவே ஆங்காங்கே கூடுமானவரை தர்மக்கஞ்சியும் கோயில் பிரசாதமுமாகவே சென்றான். சோற்றுக் கவலையில் வேறு கவலைகள் மறைந்தன. அவனுக்கும் பூணூல் இருந்தமையால் பல இடங்களில் பிராமணர்களுக்கான அன்னதானங்களிலும் ஊடுகலந்தான்.

கிளம்பியது முதலே அவன் தன்னை ஈட்டி வாள் ஏந்திய மறவப் படை துரத்திவருவதாக கற்பனை செய்துகொண்டான். எந்த மறவனைக் கண்டாலும் மறுபக்கம் சென்று ஒண்டிக்கொண்டான். அஞ்சுதெங்கில் இறங்கியபோது அங்கேயும் மறவர்கள் நிறைய நடமாடுவதைக்கண்டு அடுத்த படகில் ஏறி கொல்லம் சென்று விட்டான். கொல்லத்தில் சோனகர்களும் பறங்கிகளும் காப்பிரி களும் சுமைதூக்கும் ஈழவர்களும் சில்லறைத் திருடர்களான நாயர்களும் கலந்து கூட்டம் எந்நேரமும் கொப்பளித்துக் கொண்டி ருந்தது. எவரும் எவரையும் கவனிக்கவில்லை. எதையெதையோ

வாங்கி, விற்று, ஏலம்போட்டு, சுமந்துகொண்டு அடுக்கி, திரும்ப எடுத்துச் சென்று கொண்டிருந்தார்கள். கடலில் பெரிய கப்பல்கள் நின்றிருந்தன. அவற்றிலிருந்து சிறிய படகுகள் கரைக்கு வந்து சென்றன.

முருகப்பன் அங்கே என்ன நடக்கிறது என்பதை நாலைந்து நாளில் புரிந்துகொண்டான். அங்கே சரக்குகளை எண்ணி அடுக்கி கணக்கு பதிவுசெய்ய ஆட்கள் தேவைப்படுவதை அறிந்ததும் ஒரு சோனக வணிகனின் பெரிய பண்டகசாலையில் சேர்ந்துகொண்டான். செட்டிகளுக்கு எந்தக் கடையிலும் முதல் மதிப்பிருந்தது.

சோனகனான பீரான்குட்டி ஹாஜி அவனிடம் "இந்தா இந்த அட்டியிலே எத்தனை மூட்டை இருக்கு சொல்லு" என்றார்.

அவன் ஒருமுறை பார்த்தபின் "ஆயிரத்து எரநூற்றி எம்பது" என்றான்.

"டேய் நீ அசல் செட்டியில்லா? வேண்டியதைக் கேளு..." என்றார் பீரான்குட்டி ஹாஜி.

சோறு போட்டு, தலையணைக்கு இடம்கொடுத்து, மாதம் பத்து வெள்ளி சம்பளம் என உறுதியாயிற்று. அருகே இருந்த குட்டிக்கிருஷ்ணன் நாயருக்கு மாசம் இரண்டு வெள்ளி. ஆனால் அவருக்கு கணக்கு இரண்டு கைவிரல் அளவுக்குத்தான் திட்டவட்டம்.

முருகப்பன் கணக்கோலைகளை மொத்தமாக கையாள ஆரம்பித்தான். ஒருவாரத்தில் பண்டகசாலையே அவன் கைக்கு வந்தது. குட்டிக்கிருஷ்ணன் நாயர் அவனை "செட்டிப்பிள்ளை எஜமான்" என்று அழைத்து பணிய ஆரம்பித்தார். கணக்கு ஏதோ மாயவித்தை போல அத்தனைபேரையும் அச்சுறுத்தியது. அவனுடைய கணக்கு நேர்த்தியைக் கண்ட சோனகன் ஒரு மாதம் தாண்டியதும் அவனை தனக்கு அருகிலேயே அமர்த்திக் கொண்டான். மாதம் முப்பது வெள்ளி நாணயம் சம்பளம். திருவனந்தபுரம் பேஷ்காருக்கே மாதச் சம்பளம் நூறுவெள்ளி தான் என்றார்கள்.

ஆறே மாதத்தில் முருகப்பன் கொல்லம் பட்டணத்தில் சுனையில் மீன் போல திளைக்க ஆரம்பித்தான். சோனகர்கள் கொண்டுவந்த சரக்குகளை முழுக்க அவன்தான் எண்ணி வாங்கினான். அவற்றை அவனே கொட்டகைகளில் அடுக்கினான். எங்கே என்ன எவ்வளவு இருக்கிறது என்பது அவனுக்கு மட்டும்தான் தெரிந்திருந்தது. அதற்கேற்ப அவன் கையில் பணம் துள்ளியது. பணத்தை எண்ணி எண்ணி சுருக்குப்பைக்குள் வைப்பதைத்தான் அதுவரை அவன் பழகியிருந்தான். பணகுடியில் பணத்தை வைத்துக்கொண்டு செய்வதற்கும் ஒன்றுமில்லை.

ஆனால் கொல்லம் அப்படி அல்ல. அங்கே பணத்தை அள்ளி அள்ளி செலவழிக்க வழிகள் இருந்தன. விதவிதமான வேசிகள். வெளிர் உடலும் பூனைக்கண்களும் கொண்டவர்கள். கன்னங்கரிய பெரிய உடலும் தேரட்டைபோல உதடுகளும் நுரைச்சுருட்டை முடியும் கொண்டவர்கள். சப்பை மூக்கும் உருண்ட முகமும் கோலன் முடியும் கொண்டவர்கள். அந்த வடிவங்களை வெவ்வேறு வகையில் கலந்து கலந்து உருவாக்கப் பட்ட முடிவில்லாத பெண்ணுருவங்கள்.

முருகப்பன் பெண்பித்தன் ஆனான். அவனுக்கு குடியிலோ சூதிலோ விருப்பம் இருக்கவில்லை. தீனியில்கூட ஆர்வம் குறைவுதான். கையில் கிடைக்கும் பணம் முழுக்க வேசிகளுக்குத் தான். திடீரென்று திருக்கணங்குடி கோபுரத்தில் நின்றிருக்கும் அத்தனை அப்சரஸ்களும் யட்சிகளும் மண்ணில் இறங்கி நகரத்தில் நிறைந்துவிட்டதுபோல. அவன் ஒரு யட்சனாக மாறி அவர்கள் நடுவே பறந்து உழன்று அலைவதுபோல.

அவன் அத்தனை சூழ்ச்சிகளையும் அறிந்தவனாக இருந்தான். ஆரம்பத்தில் சோனகர்களை மற்றவர்கள் ஏமாற்றுவதை கண்டுபிடித்து கொடுத்தான். அவர்களை அவன் கண்டுபிடித்த நுட்பத்தை உணர்ந்த சோனகன் அவனை தன் பங்காளியாக ஆக்கிக்கொண்டான். அதன்பின் அவன் கையில் பணம் குறையவே இல்லை. பணம் கிடைக்க கிடைக்க அவன் புதுப் புதுப்பெண்களை தேடிச்சென்றான். துறைமுகத்தில் பெண்களை ஏற்பாடு செய்து கொடுக்கும் அத்தனை 'அண்ணன்' மாருக்கும்

அவனை தெரிந்திருந்தது. அவனை அவர்கள் வட்டமிட்டுக் கொண்டே இருந்தார்கள்.

அவன் இளம்பெண்களை மட்டுமே விரும்பினான். பதினாறு முதல் இருபது வயதுக்குள் உள்ள பெண்கள். மெலிந்த குள்ளமான சிறுமிகளைப்போன்ற பெண்கள். அவர்கள் கேட்பதை அள்ளி கொடுத்தான். அவர்களை கொஞ்சியும் கெஞ்சியும் சீராட்டி னான். ஆனால் இரவில் உறவு முடிந்ததுமே அவன் வெறிகொண்டவ னானான். "தேவ்டியா, தேவ்டியா, நாறத் தேவ்டியா" என்று கூவிக் கொண்டே அவர்களை அடித்தான். "எவனை பாத்தே? இப்ப சொல்லு, எவனைப் பாத்தே?" என்று அவர்கள் முடியை பிடித்து உலுக்கினான்.

காலையில் அதற்காக மனம் வருந்தி அவர்களுக்கு பணத்தை மேலும் அள்ளி கொடுத்தான். அவர்களின் கால்களில் முத்தமிட்டு கண்ணீர்விட்டு அழுதான். அவர்கள் அவனை எந்த அளவுக்கு அவமதித்தார்களோ அந்த அளவுக்கு பணம் கிடைத்தது. அவர்கள் அவனை தலையில் உதைத்து, கெட்டவார்த்தை சொல்லி காறி முகத்தில் உமிழ்ந்தனர். அவன் அழுதபடி பொன்னை அள்ளி அவர்களின் காலடியில்போட்டான். ஒவ்வொருநாளும் அவன் அழுதபடியேதான் தன் வேலைக்கு திரும்பினான்.

மெல்லமெல்ல அவன் இப்படி என்பது கொல்லம் துறை முகத்தில் அத்தனை வேசிகளுக்கும் தெரிந்தது. அவனுடன் இருப்பதற்காக அவர்கள் போட்டிபோட்டார்கள். 'அண்ணன்'கள் பெண்களை கொண்டுவரும்போதே அவர்களுக்கு அவனுடைய குணம் என்ன என்று சொல்லி அழைத்து வந்தார்கள். அந்த நாடகத்தை மற்ற பெண்களிடமிருந்து தெரிந்துகொண்ட அவர் களும் சிரித்துக்கொண்டே வந்தனர். அவன் அடிக்க ஆரம்பித்தும் மிகையாக அலறி அழுது ஆர்ப்பாட்டம் செய்தனர். அதன்பின் அவனை வசைபாடி அடித்து நாடகமாடினர்.

நாலைந்து ஆண்டுகளில் முருகப்பன் மிகவும் உப்பிவிட்டான். அவன் உடல் மஞ்சளாக ஆரம்பித்தது. கண்களுக்கு கீழே தடிப்பான வளையங்கள் வந்தன. காதுமடல்களும் தடித்தன. மூக்கைச் சுற்றி புண்ணாலான கோடுகள் தோன்றின. உதடுகளும்

வெந்ததுபோல் இருந்தன. அவனிடம் வெவ்வேறு ஆட்கள் சொல்லிப் பார்த்தனர். ஒருமுறை அவனிடம் பணம் வாங்க வந்த மூத்த சோனகர் ஒருவர் முகம் சுளித்தபடி "வெட்டைச் சீக்குக் காரன் தொட்ட பணத்தை நான் கையால் தொடமாட்டேன்" என்றார்.

அப்போதுதான் அவனுக்கு உறைத்தது. பல மாதங்களாக எத்தனை பணம்கொடுத்தாலும் சிறுபெண்கள் தனக்கு ஏன் அமையவில்லை என்பதும் புரிந்தது. உள்ளூர் அஷ்ட வைத்தியர் ராமன் எழுத்தச்சனை போய்ப்பார்த்தான். அவர் அவன் வேட்டியை அவிழ்த்து பார்த்ததுமே திகைத்தார். "முத்திப் போச்சே செட்டி" என்றார். "நல்லா முத்திப்போச்சு. இனி இதுக்கு நம்ம மருந்து கேக்காது."

அவன் மேலும் மேலும் வைத்தியர்களைச் சென்று பார்த்தான். தினசரி தங்கபஸ்பமும் கஸ்தூரி லேகியமும் சாப்பிட்டான். வைத்தியர்கள் வந்து பணம் பிடுங்கிக்கொண்டே இருந்தார்கள். 'அண்ணன்' ஒருவன் அவனை பறங்கி வைத்தியனிடம் அழைத்துச் சென்றான். அவன் தீபோல எரியும் தைலத்தால் அவன் உடலை கழுவும் மருத்துவமுறை ஒன்றை கையாண்டான். அவன் உடல் தோல் உக்கி அப்படியே வெந்த கிழங்கு போல ஆகியது. ஒரு அண்ணாவி அவனை யுனானி மருத்துவனிடம் கூட்டிச்சென்றான். அவன் கொடுத்த உப்புக்கல்லை உரசி நீரில் கலந்து குடித்தபோது அவன் கைகால்கள் வளைந்து குறுகி குஷ்டரோகி போல ஆகிவிட்டான்.

பண்டகசாலைகளில் வேலைபார்க்க முடியாமலாகியது. எவரும் அருகே வராமலானார்கள். வேலை இல்லாமல் பணமும் இல்லாமல் மருத்துவம் பார்ப்பதும் நின்றது. சாப்பாட்டுக்கு வழியில்லாமல் பிச்சை எடுக்க ஆரம்பித்தான். முதலில் சாலையில் தெரிந்தவர்கள் எவராவது தென்பட்டால் "பசிக்குது" என்று சொல்லி பணம் கேட்டான். அவர்கள் கொடுக்காமல் சென்றால் மனம் வெதும்பி அழுதான். ஆனால் நாளடைவில் அதுவும் பழகியது. துறைமுகச் சாலையில் இருந்து சந்தைக்குச் செல்லும் குவார்னியர் முடுக்கில் நிரந்தரமாக இருக்கும் பிச்சைக் காரனாக அவன் ஆனான்.

சில ஆண்டுகளிலேயே அவனை முன்பு கண்டிருந்தவர்கள் முகம் மறந்தனர். வாடிக்கரிந்த குறுகிய உடலும், வளைந்த கைகால்களும், மட்கிய முகமும் கொண்ட முருகப்பனை எதனாலோ 'பாற்றா பாவா' என்று அழைத்தனர். பாற்றா என்றால் கரப்பாம்பூச்சி பொருள். அவன் எப்படி பாபா ஆனான் என எவரும் எண்ணிப்பார்க்கவில்லை. அவனும் தன்னை கரப்பாம்பூச்சியாகவே எண்ணத் தலைப்பட்டான். அவன் எந்த ஊர், எந்த மொழி என்பதை எவரும் அறிந்திருக்கவில்லை. பிச்சைக்காரர்களின் உலகில் அப்படி எவருக்குமே இறந்தகாலம் என்பது இருக்கவில்லை.

வலிநோவு அவனை கஞ்சா பக்கம் கொண்டுசென்றது. ஒரு கட்டத்தில் கஞ்சா இல்லாமல் விழித்திருக்கவே முடியாத நிலை ஏற்பட்டது. அவன் பிச்சை எடுப்பதே கஞ்சாவுக்காகத்தான். அவன் தோற்றமும் பாபா என்ற பெயரும் அவனுக்கு பணம் குறைவில்லாமல் விழச்செய்தன. கஞ்சா துறைமுகத்தில் தாராள மாகவே கிடைத்தது. அவனுக்கு அவன் இருக்கும் இடத்தில் கஞ்சாவை கொண்டுவந்து தருவதற்கு ஆளிருந்தது. கஞ்சா ஏற ஏற விழிகள் மயங்கி உள்ளே திரும்பியதும் அவன் திருக்கணங்குடி கோயிலின் பெரிய கோபுரத்தின் சிற்பங்களில் ஒரு யட்சனாக ஆனான். அவனைச்சுற்றி கந்தர்வப்பெண்களும் யட்சிகளும் நிறைந்திருந்தனர்.

ஒருநாள் அவன் ஒரு கந்தர்வப்பெண்ணுடன் அணுக்கமாக இருந்தான். "தேவ்டியா தேவ்டியா" என்று அவளை அவன் வசைபாடினான். அவள் "சீ" என்று அவனை நோக்கி சீறினாள். அவன் அவள் முகத்தை அருகே பார்த்தான். அலறிக்கொண்டு விழித்துக்கொண்டான்

அன்றே அவன் கொல்லத்திலிருந்து கிளம்பிச் சென்றான். அவன் சென்றதை எவரும் பார்க்கவில்லை. எப்படிச் சென்றான் என்று எவரும் எண்ணவில்லை. அவர்கள் ஒருவரை ஒருவர் அப்படி எண்ணிப்பார்க்கிறவர்களாகவும் இருக்கவில்லை.

*

4

திருக்கணங்குடி தெற்குமண்டகப்படி தெருவில் இருந்தது எறிமாடசாமி, உடனுறை நங்கை கோயில். அரிசிவாணியர் சமூகத்துக்கு பாத்தியப்பட்ட கோயில் அது. சில ஆண்டுகளுக்கு முன் கோயில் காணிக்கை சம்பந்தமாக அரிசிவாணியர்களின் இரு சமூகங்களுக்கு நடுவே அடிதடி நடந்து இரண்டுபேர் சாக நேர்ந்தபின்னர் திருக்கணங்குடி ராயசம் ஆணைப்படி அங்கே பூசைக்கான முறைகள் வகுக்கப்பட்டன. ஆண்டுக்கு இரண்டு முறை இரண்டு சமூகங்களும் ஒன்றுடன் ஒன்று தொடர்பில்லாமல் தனித்தனியாக பூசைமுறைகள் நடத்திக்கொள்ளவேண்டியது என்று ஆணை.

ஆனால் அடிதடிக்குப்பிறகு பணகுடி வகையறா திருக்கணங்குடிக்கு வருவதை நிறுத்திக்கொண்டார்கள். அடுத்த ஆண்டு திருக்கணங்குடி வகையறாவிலும் இரண்டு குழுக்களாகி அடித்துக் கொண்டபின், பலவகையான பஞ்சாயத்துக்களுக்குப் பிறப்பாடு, யாருமே கும்பிட வராமலானார்கள். பக்தர்கள் வராததனால் பூசைசெய்ய எவருமில்லை. அன்றாடப்பூசைக்கே செலவு செய்ய ஆளில்லை. கோயிலுக்கு பாத்தியதை கோரி சண்டை போட்ட குடும்பங்கள் "நமக்கு என்ன தலையெழுத்தா? இல்ல கேக்கேன். ஊருக்கு சாமிய வேண்டாம்னா நமக்கு என்ன மசுத்துக்கு?" என்று சொல்லிவிட்டன.

அரிசிவாணியர்களில் எவருக்காவது கெட்டசொப்பனம் வந்தாலோ, ராத்திரி முனி வழி மறித்ததாக தோன்றினாலோ, பிள்ளைகளுக்கு நோவுகண்டு வேண்டிக்கொண்டாலோ, நள்ளிரவில் ஒரு கோழியை கொண்டுவந்து கழுத்தறுத்து பலிபீடத்தில் நான்குசொட்டு ரத்தம் விட்டபின் உப்பில்லாமல் பச்சரிசியுடன் சமைத்து கறிக்கஞ்சி படைத்து கும்பிட்டுவிட்டு போனார்கள். மற்றபடி ஆண்டுகொடை திருவிழா நித்தியபூசை என ஏதுமில்லை.

கோயில் சிறியதுதான். இரண்டு ஆளுயரமான செங்கல் சுவர்களுக்குமேல் பனங்கை உத்தரங்களினாலான ஓலைவேய்ந்த கூரை கொண்டது. உள்ளே இரண்டு நடுகற்களாக எறிமாட சாமியும் உடனுறை நங்கையும் அமர்ந்திருந்தனர். இருபக்கமும் ஒருமுழம் உயரமான இரண்டு கல்தூண் அகல்விளக்குகள் கன்னங்கரிய எண்ணைப்பிசுக்குடன் நின்றன. அங்கே நின்றிருந்த ஓர் ஆலமரம் கொஞ்சம் வளர்ந்து சடைபோல விழுதுகளை காற்றிலாடவிட்டிருந்தது.

கோயில் நெடுங்காலம் திறந்துதான் கிடந்தது. உடனுறை நங்கை அணிந்திருந்த பொறதாலியை எவரோ திருடிக்கொண்டு போன பிறகுதான் கம்பி அழியாலான கதவு போடப்பட்டது. தெருவில் போகிறவர்களுக்கே அந்த நடுகல் வடிவங்களில் வரையப்பட்ட கண்களும் மீசையும் தெரியும். அரிசிவாணியர்கள் மட்டும் போகிறபோக்கிலேயே திரும்பி கன்னத்தில் போட்டுக் கொள்வார்கள். மற்றவர்கள் எப்போதாவது கும்பிட்டால் உண்டு.

எறிமாடசாமிக்கு கட்டப்பட்ட பட்டுத்தலைப்பாகையும் உடனுறைநங்கையின் பட்டுப்பாவாடையும் ஆண்டுக்கு ஒரு முறைதான் மாற்றப்பட்டன. ஆகவே அவை நிறம் மங்கி புழுதி படிந்திருந்தன. அங்கே அன்றாடபூசனை என ஏதுமில்லை. கடைசியாக பூசை செய்தவர்கள் அணிவித்த மலர்மாலைகள் சருகுகளாகி கல்மேல் சுற்றிக்கிடந்தன. கொடை கொடுத்தவர்கள் கறிக்கஞ்சி குடித்துவிட்டு வீசிவிட்டுப்போன பனையோலை தொன்னைகள் ஆங்காங்கே சிதறிக்கிடந்தன.

அங்கே ஒருநாள் ஒரு குஷ்டரோகிப் பிச்சைக்காரன் தோன்றிய போது எவரும் பொருட்டாக நினைக்கவில்லை. அவ்வழியே சென்றவர்கள் “ஆளு யாரு, புதிசா இருக்கே?” என்று எண்ணிக் கொண்டார்கள். அரிசிச்செட்டியார் குலத்து முதலடி அரவணைப் பெருமாள் நின்று கூர்ந்து பார்த்து “ஆருவே? எந்த ஊரு?” என்றார்.

பிச்சைக்காரன் “ஆருண்ணா கேக்கே? வேய், இந்தா உள்ள கல்லிலே அடிச்சு வைச்சிருக்கேருல்லா, அந்த முருகப்பன் செட்டி நானாக்கும். கிட்டத்திலே நிக்கப்பட்டது எனக்க பெஞ்சாதி

வள்ளியம்மை. தெரிஞ்சுகிடும். உம்மாணை ஓய், கள்ளமில்லை'' என்றான்.

''செரி, கஞ்சாக்குடிக்கி'' என்று முடிவு செய்த அரவணைப் பெருமாள் ''இங்கிணை இருக்கப்பட்டது செரி. அளுக்கு தூமை பண்ணி வைக்கப்பிடாது. ஆளோடே அப்டியே வாரி தூர எறிஞ்சுப்போடுவேன்'' என்றார்.

''வே, இது எனக்க இடம். இந்தா கல்லா நிக்கப்பட்டது நான். பணகுடி அரிசிச்செட்டி மாயாண்டி மகன் முருகப்பனாக்கும் நான். என்னைய தூக்கி வீச நீரு ஆருவே?''

''சவம் கிறுக்குன்னுல்லா தோணுது'' என்றபடி அரவணைப் பெருமாள் சென்றார்.

பிச்சைக்காரன் அங்கேயே நிரந்தரமாக தங்கிவிட்டான். அவனால் நடக்கமுடியாது. தவழ்ந்து தவழ்ந்து ஊருக்குள் போய் கோயிலுக்கு வருபவர்களிடம் பிச்சை எடுப்பான், அவனுக்கு கஞ்சா கொண்டுவந்து கொடுக்கவும் ஆளிருந்தது. கஞ்சாவை இழுத்ததும் தொண்டை திறந்துகொள்ளும். அதன்பின் எறிமாட னுக்கும் உடனுறை நங்கைக்கும் மொட்டைவசைதான்.

''ஏ நாறமிண்டைத் தேவ்டியா... ஏட்டி குச்சிக்கார களுதை. விட்டைதீனி, தூமைக்குடுக்கி, புளுத்த நாயே, சிரிக்காதே. உனக்க வெளையாட்டு எனக்கு தெரியும். கட்டினவன் இருக்க உனக்கு பொலிகாளை வேணுமாடி பொச்சரிப்பு வச்ச பொறவாசக்காரி... சூத்தளிஞ்ச நாயே, ஏலே ஆம்புளையா இருந்தா சொல்லுலே, அவ உனக்க பெஞ்சாதின்னு. ஏலே, என் மூஞ்சியபாத்து சொல்லுலே பாப்பம். கண்டவன் பெஞ்சாதிய கிட்டத்திலே வச்சுக்கிட்டு நிக்குதே... உனக்கு வெக்கமில்லியாலே?''

விடியவிடிய குரல் கேட்டுக்கொண்டிருக்கும். பின்னிரவில் கொஞ்சம் ஓயும், மீண்டும் ஆரம்பமாகிவிடும்.

''அவனுக்கு என்ன தீனம்?'' என்று அணைக்கரைப்பெருமாள் நாடார் கேட்டார்.

''மனோரோகம்'' என்றார் சூடாமணிப்பெருமாள்.

"அவன் சொல்லுகதிலே என்னமோ காரியமுண்டு. அவன் செட்டியாக்கும்னு சொல்லுதான்."

"அப்டி பலதும் அவனுகளுக்கு தோணும்"

சிலநாட்கள் நேர்மாறாக பிச்சைக்காரன் மகிழ்ச்சியான மன நிலையில் உடனுறை நங்கையிடம் சரசமாடிக்கொண்டிருப்பான். "உள்ளதைச் சொல்லணுமானா எனக்கு உன்மேலே ஒரு கோவமும் இல்ல கேட்டியா? நீ பொலிகாளையை நினைச்சு சந்தோசமா இருந்தா அந்நேரம் எனக்கும் சந்தோசமாத்தான் இருக்கும். ஆணுக்கும் பெண்ணுக்கும் நடுவிலே அம்பிடு வெளையாட்டு உண்டும்லா? கசப்பாக்கும் அதிமதுரம். நாத்த மாக்கும் தீராத்த நறுமணம். வெசமாக்கும் நல்ல லகரி. என்ன சொல்லுதே?"

"இவன் என்ன சொல்லுதான்?" என்று ஒருநாள் நல்லசிவம் செட்டியார் கேட்டார்.

"உடனுறைநங்கையை போகிக்கிறானாம்"

"அடி தாயோளிய செருப்பாலே"

"செட்டியாரே, இதுக்கு முன்னாலே யாரையாவது செருப்பாலே அடிச்சிருக்கேரா?" என்றார் நாராயணக் கோனார்.

"செட்டி அடிச்சும் தவளை கடிச்சும் செத்தவன் உண்டா வே?"

"பின்ன?" என்று கோனார் சிரித்தார்.

நல்லசிவம் செட்டியாரும் சிரித்துவிட்டார். "இல்ல, இவன் என்ன பேச்சு பேசுகான்?"

"அவன் பேசத்தானே செய்யுகான்? விடும்"

"வே, அவன் உண்மையாட்டே அவனாக்கும் பணகுடி முருகப்பன் செட்டின்னு சொல்லுதான்."

"ஒருவேளை வந்து எறங்கியிருக்குமோ?"

"ஆரு?"

"எறிமாடன்... நாம இப்ப கொடையும் குடுக்குறதில்லை. இந்த ஆளுக்குமேலே வந்தெறங்கியிருக்குதது மாடனேதானா?"

"போவும்வே... ஆளப்பாத்தா காய்ஞ்ச பீ மாதிரி இருக்கான்"

"மாடனுக்கு எல்லாம் ஒண்ணுதான். உபாசனை உள்ள மனசுதான் அவனுக்க பீடம்"

"கிறுக்கு பேசாதீரு"

ஆனால் அவர் சொன்னது பரவ ஆரம்பித்தது. பலரும் பலவாறாகப் பேசிப்பரப்பினார்கள். பெருவடி அருணாச்சலம் பிள்ளை ஒரு நிலவுநாளில் உடனுறை நங்கை பெண்வடிவில் தோன்றி அவனுடன் பேசிக்கொண்டிருப்பதை கண்ணால் பார்த்ததாக சத்தியம் செய்தார். "கண்ணாணே வே, எனக்கு அப்டியே சிலுத்துப்போச்சு. அப்டி அந்தாலே காலுமேலே காலு வைச்சு அப்டியே கல்லுச்சிலைமாதிரி இருக்கா அம்மை. இவன் இப்டி இந்தாலே இருக்கான். ரெண்டுபேரும் இருந்து பேசிக் கிட்டிருக்காங்க. சிரிப்பு அப்டி கேக்குது... என்னண்ணு சொல்ல?"

"ராத்திரி சிவமூலி இளுத்திருப்பாரு போல" என்று அவர் போனபின் கடம்பூர் நாராயணன் சொன்னான். ஆனால் அவர் சொன்னது ஒரே நாளில் ஊரெல்லாம் பரவிவிட்டது.

பணகுடியில் இருந்து மாதேவன்பிள்ளை பாட்டா வந்தார். "எங்கலே இருக்கான்?" என்றார்.

அவரை அவர்கள் கோயில் அருகே கொண்டுசென்றதும் அவன் அவரை பார்த்து "இந்நா வாறாரு மாதேவன்பிள்ளை... வேய் மாதேவன் பிள்ளை, சொல்லும்வே. நான்லா இந்நா கல்லாட்டு நிக்குதேன்? இவ எனக்க கெட்டினவ வள்ளியில்லா?" என்றான்.

மாதேவன்பாட்டா திகைத்து நின்றார். பின்னர் "ஆளு தெரிஞ்சிருக்கு... இவன் ஆரு?" என்றார்.

பின்னால் சண்முகம்பிள்ளையும் திருவடியா பிள்ளையும் வந்தனர். "சம்முகம் பிள்ளைவாள், திருவடியா பிள்ளைவாள் ரெண்டுபேரும் உண்டே. அய்யா நானாக்கும் இந்நா சாமியா

நிக்குதவன். இவ எனக்க பெஞ்சாதி வள்ளி. உமக்கு தெரியும்ல? சொல்லும்வே.''

மாதேவன் பிள்ளை "இது மத்தததுதான். ஆவேசிதம்" என்றார். "சிலவேளை துடியுள்ள மாடனுங்க இப்டி ஆளுமேலே எறங்கிடுதது உண்டு. கல்லுண்ணா நினைக்கே, செரி அப்டின்னா மனுசனா வாறேன்டான்னு சொல்லுதான் மாடன்.''

"நாம முறையா கொடை குடுத்து பல ஆண்டு ஆகுது பாத்துக்கிடுங்க.''

"ஆமா, அதாக்கும் காரியம். கொடை முடங்கிக் கிடக்கு. கொடை குடுக்கணும்...''

கொடைக்கான ஏற்பாடுகள் தொடங்கின. திருக்கணங்குடி காராய்மை முதலடி கண்ணன் பிள்ளை நூறுபணம் கொடுத்ததும் அத்தனைபேரும் ஆளுக்கு ஆள் பணம் கொடுக்கலாயினர். கோயிலைச் சுற்றி நூற்றுகால் பந்தல் அமைந்தது. அரிவைப்பு சாலை அப்பால் கட்டப்பட்டது. வாழைக்குலைகள், காய்கறிகள், கருப்பட்டி சிப்பங்கள் வந்து சேர்ந்தன. பணகுடியிலிருந்தும் ஆட்கள் வந்து மாடனையும் உடனுறை நங்கையையும் கும்பிட்டுச் சென்றனர்.

பிச்சைக்காரனுக்கு எந்த குறைவுமில்லை. இருந்த இடத்தி லேயே சோறும் கஞ்சாவும் வந்தது. அது அவன் தெம்பை கூட்டியது. அடிவயிற்றிலிருந்து கத்திக்கொண்டிருந்தான். "ஏலே, நான் சாகல்லை. இந்தா கல்லு மாதிரி நான் நிக்கேன். கல்லை வச்சு கும்பிடுதியளே... நானாக்கும் அரிசிவாணியன் முருகப்பன். இந்நா நிக்கப்பட்டவ எனக்க பெஞ்சாதி. இந்த தடிமாடன் எனக்க பெஞ்சாதியை பக்கத்திலே நிக்கவச்சுக்கிட்டு நிக்கான்... அறுதலிபெத்த பய அடுத்தவன் பெஞ்சாதிக்கு ஆசைப்படுதான். என்னைய கும்பிடுங்கலே, கல்லைக் கும்பிடுதீக... நாற மிண்டைங்க, அறிவுகெட்ட செண்டைங்க...''

செவிபுளிக்கும் சொற்களால் அவன் உடனுறைநங்கையை வசைபாடினான். "இப்டி போட்டு தானக்கேடு அறுக்குதானே?'' என்றார் ஆனைக்கண் தேவர்.

“அதனாலேதான் இப்டி இருக்கான்... அதொரு தெய்வ சாபமாக்கும்”

“இருந்தாலும் கோயில் இருக்கப்பட்ட எடத்திலே”

“வேய், வந்து எறங்கியிருக்கது மாடனாக்கும். மாடனுக்கு இதாக்கும் பேச்சு பாசைன்னா நீரும் நானும் என்ன செய்ய?”

கொடையன்று காலை உடனுறை நங்கைக்கு பணகுடி செட்டி குல முதலடி கணக்கில் மிகப்பெரிய மலர்மாலை கொண்டுவரப் பட்டது. புதியபட்டுப்பாவாடை உடுத்தி பொறதாலி அணிந்து மஞ்சள்பூசி பொட்டுவைத்து அம்மை மங்கலமாக இருந்தாள். மலர் மாலையை பூசகர்கள் அம்மைக்கு அணிவிக்க கொண்டுபோன போது பிச்சைக்காரன் எழுந்து வந்து அதைப் பிடிக்கப்போனான்.

“அறுதலித் தேவ்டியாளுக்கு மாலையா? கெட்டினவன் இருக்க கண்டவனுக்கு தீப்பாஞ்ச சிறுக்கிக்கு மாலையும் வேண்டாம் ஒரு மயிரும் வேண்டாம்.”

ஆனால் மாலையை தூக்கிவந்த ஆறுமுகக்கண் ஒரு தள்ளு தள்ளி விட்டான். பிச்சைக்காரன் அப்படியே மல்லாந்து விழுந்து விட்டான். அசைவே இல்லை.

“ஏலே, அந்தாலே கெடக்கான்லே... பாருலே”

மூச்சு இல்லை. உலுக்கிப் பார்த்தபோது தெரிந்தது, உயிர் போய்விட்டிருந்தது.

“பேசாம எடுத்து கிடத்துலே. ஒரு மாலையை அவன் மேலெயும் போடு. சித்தர் சமாதியாயிட்டார்னு சொல்லி வைப்போம்”

சித்தன் சமாதியான செய்தி பரவி ஊரே கூடியது. கொடை ஒருநாள் ஒத்திப்போடப்பட்டது. சித்தன் அங்கே ஒரு பழைய துணிப் பொட்டலம் வைத்திருந்தான். அதற்குள் அழுக்குத் துணிகள் செம்மியிருந்தன. அவனையும் துணிப்பொட்டலத்தை யும் கொண்டுபோய் ஏரிக்கரை சிதையில் வைத்தனர். ஊர்கூடி எல்லாவற்றையும் செய்தது. சுடுகாட்டுக்கு நாற்பதுபேர் சென்றிருந்தார்கள்.

“சட்டப்படி சித்தபுருஷனை பத்மாசனத்திலே யோக முத்திரையோட இருக்கவைச்சு புதைச்சு மேலே சிவலிங்கம் வைக்கணும்” என்றார் நமச்சிவாயம் பிள்ளை. “ஆண்டோடாண்டு பூசையும் கொடையும் வேணும்.

“அப்டி அவரு சொல்லிட்டுப் போகல்லேல்லா... நல்ல சீக்குப்பட்ட உடம்புவேற” என்றார் திருவடியா பிள்ளை.

“ஆமா, சொல்லல்ல”

“எரிச்சுப்போடுவோம். சித்தனுக்கு எல்லாம் சமம்தான்” என்றார் திருவடியா பிள்ளை.

சித்தன் சிதைக்கு ஊருக்கு வந்த ஒரு அயலூர் பண்டாரத்தைக் கொண்டு எரியூட்டினார்கள்.

“எரியுறப்ப ஒரு மணம் வருதுல்லாடே?” என்றார் பெருவடி அருணாச்சலம் பிள்ளை.

“ஒருமாதிரி ஒரு கற்பூர வாசனை” என்றார் அம்மச்சிமடம் சிவன்பிள்ளை.

அதை மறுத்துப்பேச எவரும் துணியவில்லை. அனைவரும் சித்தரின் பெருமைகளை பேசியபடி திரும்பி வந்தனர்.

“அவரு ஒருதடவை தன்னை யட்சன்னு சொன்னாரு... திருக்கணங்குடி கோயில் கோபுரத்திலே சிலையா நிக்கப்பட்ட யட்சனாக்கும்டே நான்னு சொன்னாரு” என்றார் அருணாச்சலம் பிள்ளை.

அதை நமச்சிவாயம்பிள்ளையும் கேட்டிருந்தார். பலரும் கேட்டதாகச் சொன்னார்கள்.

“யட்சனோ என்னமோ. நாம என்ன கண்டோம்? இந்த பூலோகத்திலே நாம கண்டதா நடக்குது?” என்றார் திருவடியா பிள்ளை.

மறுநாள் சிதை காணப்போன வெட்டியான் ஊருக்குள் வந்து அலறி அழைத்தான். அத்தனைபேரும் சிதைக்கு ஓடினார்கள்.

சிதை எரிந்த சாம்பலில் பொன் உருகி படர்ந்திருந்தது. தூய பசும்பொன் பாம்புபோல சுருண்டு பளபளத்தது.

"பொன்னாடே?"

"ஆடகப்பசும்பொன்... யட்சர்களுக்கு அந்த வெளையாட்டு உண்டு" என்றார் பெருவடி அருணாச்சலம்பிள்ளை.

அந்தப்பொன் சேகரிக்கப்பட்டது. நூறுவராகனுக்குமேலே தேறியது பொன். அதைக்கொண்டு கோயில் கல்லால் எடுப்பிக்கப் பட்டது. அடுத்த ஆண்டு மிகப்பெரிய அளவில் கொடைவிழா நடைபெற்றது. திருக்கணங்குடி பணகுடி வகையறாக்கள் இருசாராரும் பகை மறந்து கலந்துகொண்டார்கள். பதினெட்டு கடா வெட்டி ஊரே சாப்பிட்டு கொண்டாடிய கொடை. திருநெல்வேலி வீரம்மாள் கோஷ்டியின் கரகாட்டம் கும்பாட்டம், பேட்டை கான்சாகிப்பின் அடிமுறை வின்னியாசம், சூரங்குடி ஜமாவின் கணியான் மகுடம், புலவர்விளை நாராயணன் நாடாரின் வில்லுப்பாட்டு என ஒரு பெரிய திருவிழாவின் எல்லா அம்சங்களும் இருந்தன.

கோயிலுக்குள் எறிமாடசாமிக்கும் உடனுறைநங்கைக்கும் நேர்கீழாக அவர்களின் காலடியில் பக்கவாட்டில் பார்ப்பதாக உருளைக்கல் வடிவில் இயக்கன்சாமிக்கும் ஒரு பிரதிஷ்டை நிறுவப்பட்டது. வெண்ணிறத்தலைப்பாகை அணிந்து பெரிய கண்களை விழித்து உடனுறைநங்கையையும் எறிமாடனையும் வெறித்துப் பார்த்துக் கொண்டிருந்தார் இயக்கன்சாமி.

***

படையல்

காலையில் இருந்தே மெல்லிய மழை பெய்துகொண்டிருந்தது. விடாமல் பிசுபிசுவென்று இறங்கிய தூறல் வானை முற்றிலுமாக மறைத்து, அந்தியை சீக்கிரமே கொண்டுவந்தது. மரங்களின் இலைகள் பளபளத்து அசைந்து நீர்த்துளிகளைச் சொட்டிக்கொண்டிருந்தன. நயினார் முகம்மது எங்கிருந்தோ கொஞ்சம் விறகுக்கட்டைகளை எடுத்துவந்தார். அவற்றை கல் மண்டபத்தின் ஓர் ஓரமாக போட்டார். அவை நனையாமலிருக்க பழைய பாய் ஒன்றால் உருட்டி கட்டியிருந்தார்.

அங்கே அமர்ந்திருந்த ஆனைப்பிள்ளைச் சாமி "எங்கேருந்து எடுத்தே பாய்?" என்றார். "நல்ல உலந்த வெறகா இருக்கே? இந்த மளையிலே."

"பாத்துட்டே போனேன் சாமி. எல்லா எடமும் நனைஞ்சு சொட்டுது. மளை தொடங்கி பதினெட்டுநாள் ஆச்சுல்லா?" என்றார் நயினார் முகம்மது. "எல்லா எடமும் நனைஞ்சிருந்தது. அப்ப ஒரு குடிசையை பாத்தேன். அப்டியே சரிஞ்சு விளுந்து போட்டுது. உள்ள ஆருமில்லை. நாலைஞ்சு உடைஞ்ச சட்டி பானை மட்டும்தான். உளுது வெள்ளாமை போட்டிருக்கான். அதையும் அப்டியே விட்டுப்போட்டு ஓடியிருக்கான். குடிசை போட்டிருந்த கட்டைங்களை அப்டியே எடுத்துட்டு வந்துட்டேன்... ரெண்டுநாளைக்கு போரும்..."

"அப்டியே மேக்கே போயிப்பாரு. அந்தப்பக்கம் திருணாமலை வரை இப்டி உடைஞ்ச குடிசைங்க ஆயிரமாவது இருக்கும். நீ சாவுறது வரை குளிரு காயலாம்" என்றார் மூலையில் ஒடுங்கியிருந்த சாம்பிராணி மஸ்தான்.

“தீ கடையணுமே” என்றார் நயினார் முகம்மது. “கல்லு வச்சிருக்கேரா சாயவு?”

“இந்தா” என்று சாம்பிராணி மஸ்தான் இரண்டு சிறிய கற்களையும் பஞ்சுத்திரியையும் நீட்டினார். “சாம்பிராணிவச்ச பஞ்சு... சமைஞ்சபுள்ள சிரிக்கிறாப்பிலே பத்திக்கிடும்.”

ஆனைப்பிள்ளை சாமி விறகை அடுக்கி குவியலாக்கினார். முற்றிக் காய்ந்த மூங்கில்கழிகள் இரண்டு இருந்தன. அவற்றை தரையில் அறைந்து உடைத்து சிம்புகளாக்கி அடுக்கினார். நயினார் முகம்மது கற்களை உரசியதுமே பஞ்சு புகைந்து பற்றிக் கொண்டது. அந்த நெருப்பை மூங்கில்சிம்புகள் நடுவே வைத்து ஊதி ஊதி அனலை எழுப்பினார். அவை தயங்கியபடி பற்றிக் கொண்டன.

ஆனைப்பிள்ளை சாமி உடலை உந்தி எழுந்து அருகே வந்து தணலில் தன் சிலும்பியை பற்றவைத்துக்கொண்டார்.

“ஓய் ஓய், பொளுது இருட்டட்டும் ஓய்” என்றார் சாம்பிராணி மஸ்தான்.

“இருட்டியாச்சு” என்றார் ஆனைப்பிள்ளை சாமி.

“அது மளை இருட்டு.”

“இருட்டாச்சுன்னா ராத்திரிதான்.”

“கிரகணம் ராத்திரியாயிருமோ?”

“இரும், இப்ப என்ன? ராத்திரியா பகலான்னு தெரியணும், அவ்ளவுதானே? பாவா கிட்டே யே கேப்போம். ஏன் பாவா இப்ப ராத்திரியில்லா?” என்றார் ஆனைப்பிள்ளை சாமி.

“பிஸ்மில்லாஹிர் ரஹ்மானிர் ரஹீம்” என்று மண்டபத்தின் தெற்குமூலையில் சரிகை தொப்பி வைத்து பச்சை சால்வையைப் போர்த்தி அமர்ந்திருந்த எறும்பு பாவா சொன்னார்.

“கேட்டாச்சுல்லா? பாவா சொல்லியாச்சு.”

“வாப்பா எப்பமும் அதொண்ணுதானே சொல்லுவாரு?” என்றார் சாம்பிராணி மஸ்தான்.

“அப்ப நீரு இப்ப பகலான்னு கேட்டுப்பாரும் ஓய்.”

“அதெப்பிடி , வாப்பா சொல்லியாச்சுல்லா?”

“அப்ப வாயை மூடிட்டிரும்” என்றார் ஆனைப்பிள்ளை சாமி.

“என்னா இருட்டு... இந்த மாதிரி இருட்டு உண்டுமா? மை போலே மானத்திலே இருந்து எறங்கிட்டிருக்கே” என்றார் சாம்பிராணி மஸ்தான்.

“எல்லாம் ஒரே இருட்டுதான்... அம்மையிருட்டுக்கு ஆயிரம் குட்டி இருட்டு” என்ற ஆனைப்பிள்ளை சாமி தீயை ஊதி ஊதி சிலும்பியை கனியவைத்தார். இருமிக்கொண்டு புகையை இழுத்து நெஞ்சில் நிறுத்தி ‘சிவோஹம்’ என உறுமியபடி மூக்கு வழியாக ஊதினார். அவரைச் சுற்றி ஒரு குட்டி மேகம் பறந்தது. கனைத்தபடியும் செருமியபடியும் மீண்டும் இழுத்தார். கையை தரையில் இரண்டு முறை அடித்தபின் பாடினார்.

“இருட்டுக்கு இருட்டான ஒளியே அல்லவோ? என்–
மருட்டுக்கு மருந்தான நோயே அல்லவோ?
கருத்துக்கு கருத்தான கருமையே அல்லவோ? இக்–
கருணைக்கும் கரவுக்கும் காரணமே அல்லவோ?”

அவர் குரல் காட்டுவிலங்கின் குரல்போல கடுமைகொண்டிருந்தது. அது கற்பாறை உருகி நெகிழ்வதுபோல் குழைந்தது.

“சொல்லிச் சொல்லி கண்ட சொல்லல்லவோ?– நான்
சொல்லாமல் விட்டுவிட்ட சித்தமே அல்லவோ?
எண்ணி எண்ணி சேர்த்த எண்ணமே அல்லவோ?– நான்
எண்ணாத வெளியான ஏகாம்பரம் அல்லவோ?”

“பிஸ்மில்லாஹிர் ரஹ்மானிர் ரஹீம்” என்றார் எறும்பு பாவா.

மஸ்தான் “செரி, ஒரு இளுப்பு நமக்கும் குடும். குளிருல்லா ஏறி அடிக்குது? மய்யத்துக்குள்ள நெறைஞ்சிருக்குத அதே குளிரு” என்றார்.

“இந்தாரும் வே.”

மஸ்தான் சிலும்பியை ஒருமுறை ஆழமாக இழுத்துவிட்டு “புகை நல்லதாக்கும். புகைமேலே மலக்குகளும் ஜின்னுகளும் ஹூறிகளும் உண்டு” என்றார்.

"பிஸ்மில்லாஹிர் ரஹ்மானிர் ரஹீம்" என்றார் பாவா.

நயினார் முகம்மது மூன்று கற்களை கூட்டிவைத்தார். அதன் மேல் நீர் நிறைந்த பானையை கொண்டுவைத்து ஒரு பழைய சட்டியிலிருந்து அரிசியை எடுத்து அதன்மேல் கொட்டினார்.

"தண்ணி கொதிச்சு அதுக்குப்பின்னாடி அரிசிபோடுவாளுக குடும்பஸ்த்ரீகள்" என்றார் ஆனைப்பிள்ளைச் சாமி. அதை அவர் ஒவ்வொருமுறையும் சொல்வதுண்டு

"இது பிச்சைக்காரன் சோறு" என்றார் மஸ்தான். "பிச்சைக் காரன் சோறும் பேய் திங்குத பொணமும்னு கணக்கு."

"பாவா கேட்டிட்டிருக்காரு" என்று நயினார் சொன்னார்.

"அவரு காணாத மலக்குகளா ஜின்னுகளா?" ஆழமாக இழுத்து மஸ்தான் சொன்னார். "அவருல்லா பிச்சைக்காரனுக்க ராஜா."

"ஆமா" என்றார் ஆனைப்பிள்ளைச் சாமி "வடகோடு உயர்ந்தென்ன தென்கோடு தாழ்ந்தென்ன வான்பிறைக்கே."

"அதென்னது பாட்டு?"

"பட்டினத்தார் பாட்டு. அவரும் நம்ம பாவா மாதிரி, நம்மளை மாதிரி பிச்சைக்காரனாக்கும்."

"எப்பவுமே இருந்திட்டிருக்கானுக பிச்சைக்காரனுக" என்றார் நயினார். "அந்தாலே சனம் பசிச்சு சாவுது. ராசாக்கள் அடிச்சு சாவுதானுக."

"ஆனை பொருதும் அருங்காட்டில் அஞ்சுவதுண்டோ அன்றில்கள்?" என்றார் ஆனைப்பிள்ளை சாமி. சிலும்பிக்காக கைநீட்டினார். அதற்குள் இருமல் வந்தது. மஸ்தானின் கண்கள் கனன்றுவிட்டன. ஆனைப்பிள்ளைச் சாமிக்கு பிந்தித்தான் ஏறும்.

"கேட்டேரா சாமி? நான் இங்க வாறப்ப இங்க இவரு மட்டும்தான் இருந்தாரு. இந்த மண்டபம் அப்ப இப்டி இல்ல. குப்பைகூளம் பாம்பு தேளு எறும்பு நட்டுவாக்காளி... இவரு அதுக்கு நடுவிலே இப்டியே இருந்திட்டிருக்காரு... மாடு மேய்க்குற பயக்க அப்பப்ப என்னமாம் திங்க குடுப்பாங்க.

படையல் ❈ 99

மாட்டுக்க பாலை கறந்து எலையிலே ஊத்தி குடுப்பாங்க. வளிப்போக்கனுங்க மிஞ்சிய அப்பமோ புளிசோறோ எறிஞ்சு குடுப்பாங்க. அம்பிடுதான். மத்தபடி சாப்பாடு இல்லை. எதுகேட்டாலும் பிஸ்மில்லாஹிர் ரஹ்மானிர் ரஹீம் மட்டும்தான் பதில். அது என்ன சொல்லுறாருண்ணு இங்க யாருக்கும் தெரியாது. பாக்க சின்ன உருவம்... இப்ப சால்வையும் தொப்பியும் போட்டு நான் கொஞ்சம் பெரிசு பண்ணியிருக்கேன். அப்ப இந்தா, ஒரு மூணுவயசு குளந்தை அளவுக்குதான் இருப்பாரு. கையையும் காலையும் ஊணி கனவேகமா நடப்பாரு. பாத்தா எறும்பு மாதிரி இருப்பாரு. அதனாலே எறும்பு பாவான்னு மாட்டுக்காரப் பயக்க போட்ட பேரு'' என்றார் மஸ்தான்.

''எறும்புபாசையிலே எறும்புகளோட பேசுறதனாலே அப்டி பேருன்னு சொன்னீருல்லா?'' என்றார் நயினார் முகம்மது, ஏமாற்றத்துடன்.

சமாளித்துக்கொண்ட மஸ்தான் ''அப்டியும் சிலரு சொல்லுவாக'' என்றார். ''எறும்பு பாவான்னு நானும் சொல்ல ஆரம்பிச்சேன். அவரு தனியாட்டு உக்காந்து மலக்குகளிட்ட பேசிட்டிருக்கிறத பாத்த பிறகுதான் யா ரஹ்மான், இது ரஹ்மானுக்க குரலை கேட்க சக்தியுள்ள வலியுல்லாஹ் இல்லியோன்னு முடிவுசெய்தேன்... ஒரு ஞானத்தொப்பி வேணுமே? உம்மாணை ஓய், நான் நினைக்கல்லை. நினைச்சு முடிக்கல்லை. அப்ப ஒரு வண்டி போகுது. திருச்சிராப்பள்ளி போற கூட்டம். அதிலே ஒருத்தரு பச்சைத்தொப்பி போட்டிருந்தாரு. 'அய்யா, ஞானவானாகிய வலியுல்லாஹ் இங்க இருக்காரு. அந்த பச்சைத்தொப்பிய குடுங்கய்யா'ன்னு கேட்டேன். அவங்க எறங்கிட்டாக. ஒருத்தர் பாவாகிட்டே 'உம்ம பேரென்ன ஓய்'னு கேட்டார். பாவா அவரைப்பாத்து சிரிச்சு 'பிஸ்மில்லாஹிர் ரஹ்மானிர் ரஹீம்'ன்னு சொன்னாரு. அப்டியே விளுந்து கும்பிட்டுட்டாங்க. அவங்க குடுத்துட்டுப்போன பச்சைத்தொப்பி, பச்சை சால்வை... இப்ப இங்க என்ன ஒரு ஐஸ்வரியம்...'' என்றார்.

''அப்ப வேற கதை சொன்னீரு'' என்றார் நயினார் முகம்மது மேலும் ஏமாற்றத்துடன்.

“அதுவும் உண்மை” என்றார் சாம்பிராணி மஸ்தான், மீண்டும் சிலும்பியை வாங்கி ஆழமாக இழுத்தபடி.. புகையை ஊதிவிட்டு, கடுமையாக நயினார் முகம்மதுவை பார்த்தபிறகு “வலியுல்லாஹ் திவ்ய சரித்திரங்களை கேள்வி கேக்கப்பிடாது” என்றார். “அது ஹராம்... அஹங்காரமான ஹராம். பர்க்கத்துள்ளவன் கேள்வி கேக்க மாட்டான்.”

“நான் கேள்வி கேக்கல்லை” என்று நயினார் முகம்மது தரையைப் பார்த்து சொன்னார்.

“நீ கேள்வி கேட்டே.... முந்தாநாள் கேட்டேல்ல?” என்றார் சாம்பிராணி மஸ்தான் உரக்க. “சொல்லும் ஓய், சாமிகிட்ட சொல்லு.”

“என்ன கேள்வி?” என்றார் ஆனைப்பிள்ளைச் சாமி.

“ஒண்ணுமில்லை” என்றார் நயினார் முகம்மது.

“சொல்லும் ஓய்” என்றார் ஆனைப்பிள்ளைச் சாமி.

“ஒண்ணுமில்லை... போனவாரம் வந்தவாசியிலே நடந்த சம்பவம்... வழிப்போக்கன் ஒருத்தன் சொன்னான். இப்பம் எங்க பாத்தாலும் சண்டையும் கொள்ளையுமில்லா நடந்திட்டிருக்கு? இந்தப்பக்கம் பாளையக்காரனுகளுக்க பட்டாளம் வாளும் கோலுமா கண்டவனை எல்லாம் கொண்ணு கொள்ளையடிச்சுட்டு போறாங்க. அந்தப்பக்கம் நவாபு பட்டாளம் காட்டுத் தீ மாதிரி ஒரு ஓரத்திலே இருந்து எரிஞ்சு பரவி மிச்சம் மீதி இல்லாம அரிச்சு அள்ளி எடுத்து அழிச்சுப்போட்டு போகுது. நடுநடுவே மராத்திக்காரனுக குதிரைப்படையோட வாறானுக. மலைவெள்ளம் இறங்குற மாதிரி வந்து சூறையாடிட்டு அப்டியே போறாங்க... இதுக்குமேலே அங்கங்கே சின்னச்சின்னக் கொள்ளைக்கூட்டம்... பாவப்பட்ட மனுசப்பயக் கூட்டம் தீ பட்ட பூச்சிப்பட்டாளம் மாதிரி பரிதவிச்சு பதறிப்பறந்து கெடக்கு. காலெடுத்து நடக்குற நெலைமையிலே இருக்கிறவன்லாம் வலிஞ்சு இளுத்து எப்டியாவது கும்பினிக்காரன் பாண்டிச் சேரிக்கும் மதராசப்பட்டினத்துக்கும் ஓடிட்டிருக்கானுக.”

“அது தெரிஞ்சதுதானே? கோல்கொண்ட மன்னவன் குடிகெட்டு போனால் மால்கொண்டு இருளுமே மாநிலம் தானுமேன்னு சொல்லியிருக்குல்லா?”

“அது கொஞ்சநாளாட்டு நடக்குது... என் குடும்பமும் மாடும் கன்னும் எல்லாம் நவாப்புப் படையாலே அப்டியே போச்சு... என் சீவன் மட்டும் மிச்சமாச்சு, கொள்ளிக்கட்டையிலே மிஞ்சி யிருக்க தீபோல எரிஞ்சுகிட்டு இந்தா இங்க இருக்கேன்” என்றார் நயினார் முகம்மது.

“நீரு கேட்டதைச் சொல்லும் ஓய்” என்று சாம்பிராணி மஸ்தான் கைநீட்டி சொன்னார்.

“நான் ஒண்ணும் சொல்லலல்ல” என்றார் நயினார். “நான் பாவப்பட்டவன். யா அல்லாஹ் உன் ராச்சியம் வரணும்னு மட்டும் சொல்லத்தெரிஞ்ச கபோதி.”

“செரி, இப்ப நீ கேட்ட கேள்வியைச் சொல்லு” என்றார் ஆனைப்பிள்ளைச் சாமி.

“இல்ல, வந்தவாசியிலே ஒரு பள்ளிவாசல்... அதிலே இமாம் இல்லை. முக்கிரி மட்டும்தான் இருந்திருக்காரு. மழைக்காலம்னு அந்தவழியா போன இந்துக்காரனுக முசல்மானுங்க எல்லாரும் பள்ளிவாசலுக்கு உள்ள ஏறி படுத்திருக்கானுக. எல்லாரும் மதராசப்பட்டினம் போறகூட்டம். பாதிப்பேரு கையிலே கிடைச்சத பொட்டலம் கெட்டி வச்சிருக்கானுக.”

“ராத்திரிக்கூரைக்கு அணைஞ்சிருக்கானுக” என்றார் ஆனைப் பிள்ளைச் சாமி.

“ஆமா, அரைச்சக்கரம் வாங்கிக்கிட்டு முக்ரி எடம் குடுத்தி ருக்கான்... ஆளு உள்ள இருக்கிறத பாத்துட்டு போறவனும் வாறவனும் உள்ள வந்து உக்காந்துட்டான். கடைசியிலே உக்கார எடமில்லை. அடிபிடி சண்டை ஆயாச்சு. அந்தப்பக்கமா நவாப்பு பட்டாளம் போயிட்டிருக்கு. அவனுக இந்த சத்தத்தை கேட்டானுக. இங்க யாரோ பட்டாளம் ஒளிச்சிருக்குன்னு நினைச்சு வந்திட்டாங்க. யாத்திரக்காரனுகன்னு தெரிஞ்சதும் வாளை உருவிட்டு உள்ள பூந்திட்டானுக...”

“பாவமே” என்றார் ஆனைப்பிள்ளைச் சாமி.

“மொத்தம் நூத்தி எளுவத்தெட்டு தலை சாமி... நூத்தி எளுவத் தெட்டு... ஆம்புள பொம்புள கௌடு கொளந்தை எல்லாம் உண்டு... ஆடு அறுக்குத மாதிரி அறுத்துப்போட்டானுக. மூட்டை முடிச்சையெல்லாம் வெட்டி அறுத்து தேடினானுக. ஒருமணி தங்கம் வெள்ளி ஒரு சக்கரம் காசு கிடைக்கல்ல. அப்டியே போய்ட்டானுக” நயினார் சொன்னார்.

“உம்ம கிட்ட இந்தக்கதைய யாரு சொன்னா?”

“இங்க ஒரு கூட்டம் வந்திச்சு... இந்தாலே திருச்சிராப்பள்ளி போற கால்நடைக்கூட்டம். நடந்து தளர்ந்து அந்த ஊற்றங்கரை யிலே உக்காந்தாங்க. கஞ்சி காய்ச்சலாம்னு அரிசிப் பொக்கணத்தை அவுத்தாங்க. அது அரிசியில்லே சாமி, ரெத்தக் கட்டி... அப்டியே ரெத்தத்திலே ஊறிப்போய் கட்டிபிடிச்சு இருக்குற அரிசி... அந்த பள்ளிவாசலிலே இருந்து உசிரோட தப்பின கூட்டம்... வழிதவறி இந்தப்பக்கமாட்டு வந்திட்டானுக. தப்பி வாறப்ப கையிலே சிக்கின அரிசிப்பொதிய தூக்கிட்டு வந்திட்டானுக... அது மனுச ரெத்தத்திலே ஊறி இருக்கு.”

“என்ன செய்தானுக?”

“அப்பதான் நான் போயி கை நீட்டினேன்... ‘ஞானத்தொப்பி போட்ட எறும்பு பாவா வலியுல்லாஹ் சாகிப்புக்கு அன்னம் குடுங்கய்யா’ன்னு கேட்டேன். அப்டியே தூக்கி என் கையிலே குடுத்துப்போட்டான். ‘கொண்டுபோயி குடு உனக்க ஞானி கிட்டே. இந்த அரிசிச்சோத்த அவருதான் திங்கமுடியும். அவருக்குதான் எறங்கும்’னு சொன்னான். நான் அப்டியே ஓடி வந்துபோட்டேன்.”

“பிறவு?”

“பிறவு மறுபடியும் போயி எடுத்துட்டு வந்தேன். அந்தா அங்க தூணுக்கு பொறத்தாலே இருக்கு... அது பாவாவுக்குன்னு குடுத்தது. அதை வேண்டாம்னு சொல்ல நாம ஆளில்லை. ஆனா அதை களுவி சமைக்க எனக்கு தெம்பில்லை.”

“அதான் கேட்டியா?”

“ஆமா, நான் கேட்டது வேற ஒண்ணுமில்லை. இந்த ரெத்தச் சோறு பாவாவுக்கு செமிக்குமான்னு கேட்டேன்” என்றார் நயினார்.

“பாவான்னா இவன் என்ன நினைச்சிருக்கான் பாருங்க” என்றார் மஸ்தான்.

“நான் ஒண்ணுமே கேக்கல்ல... செமிக்கும்னா நான் சமைச்சு போடுறேன்.”

“நீ சமைப்பே... பாவா மேலே உனக்கு அப்டி ஒரு சந்தேகம்.”

“நான் சந்தேகப்படல்ல” என்றார் நயினார் முகம்மது. “நீங்க சொல்லுங்க. நான் சமைச்சுப்போடுறேன்.”

“சமையும் ஓய்” என்றார் மஸ்தான். “பாவா, அதைச்சமைக்கவா?”

“பிஸ்மில்லாஹிர் ரஹ்மானிர் ரஹீம்” என்றார் எறும்பு பாவா.

“சொல்லியாச்சு” என்றார் மஸ்தான்.

“ஓய், பாவா சாப்பிட்ட மிச்சத்தைல்லா ஓய், நாம கைநீட்ட மாட்டு சாப்பிடுதோம்? நமக்கு செமிக்குமாவே?” என்றார் ஆனைப்பிள்ளைச் சாமி.

மஸ்தான் “ஆமால்ல?” என்றார். “ஓய் நயினார், அதை அப்டியே வச்சுப்போடும்... பிறவு பாப்போம்.”

இரண்டு குதிரைகள் மழைக்குள் குளம்போசையிட்டபடி வந்தன. அதன்மேல் நனைந்த ஆடைகளுடன் குறுகி அமர்ந்திருந்த இருவர் மண்டபத்தை கண்டதும் குதிரைகளை திருப்பி அருகே வந்தனர். குதிரைகளை அருகே நின்ற அரசமரத்தின் அடியில் கட்டிவிட்டு மண்டபத்திற்குள் வந்தனர். இருவரும் இடையில் உடைவாள்கள் தொங்கவிட்டிருந்தனர். கையில் நீண்ட ஈட்டியும் இருந்தது.

“ஆருடா இங்க?” என்று ஒருவன் கேட்டான்.

“நாங்க பிச்சைக்காரங்க” என்றார் நயினார் முகம்மது.

“பிச்சைக்கார நாயிங்க நல்லா சமைச்சு தின்னு மழை நனையாம இருக்கீங்க போல?” என்றான் ஒருவன்.

இன்னொருவன் “அவனுகளுக்கு என்ன? நல்ல சீவிதம்” என்றபடி தன் வேட்டியையும் தலைப்பாகையையும் கழற்றி கோவணத்துடன் நின்றபடி பிழிந்தான்.

“தீயிருக்கு, நல்ல காரியம்” என்றான் முதல் வீரன். “அங்க பிடிச்ச மழை. நடுங்கின நடுக்கத்திலே நாலு எலும்பு உடைஞ்சிருக்கும்.”

அவனும் ஆடைகளை பிழிந்தான். சுற்றுமுற்றும் பார்த்தபின் ஈட்டியை மண்டபத்தின் கல்லிடுக்குகளில் பொருத்தி குறுக்காக வைத்து அவற்றின்மேல் துணிகளை காயப்போட்டான். இன்னொருவன் அதைக்கண்டு அவனும் அப்படியே செய்தான்.

அவர்கள் உடைவாளுடன் அடுப்பின் அருகே அமர்ந்து உடலை குறுக்கிக்கொண்டு குளிர் காய்ந்தனர். அவர்கள் உடலெங்கும் சிவப்பான புதிய காயங்களும், ஆறிக்கொண்டிருந்த நீலநிற காயங்களும், பழைய தழும்புகளும் நிறைந்திருந்தன.

ஒருவன் பாவாவை பார்த்து “இவரு யாரு?” என்றான்.

“எறும்பு பாவா... வலியுல்லாஹ் சாகிப், ஞானியாரு” என்றார் நயினார் முகம்மது.

“சின்னப்பையன மாதிரி இருக்காரு.”

“அவருக்கு வயசு நூறுக்குமேலே” என்றார் நயினார் முகம்மது.

“நூறு வயசா? பேசுவாரா?”

“பேசுவாரு.”

“ஓய், உம்ம பேரு என்ன? எந்தூரு?”

“பிஸ்மில்லாஹிர் ரஹ்மானிர் ரஹீம்” என்றார் பாவா.

“என்ன சொல்லுறார்?”

“கொரான் மந்திரம்... அல்லாவை கூப்பிடுதாரு.”

“அதுக்கு என்ன ஓய் அர்த்தம்?”

“அல்லாவே பெரியவருன்னு... அல்லா பெயராலேன்னு.”

“அப்ப நவாப்பு பெரியவரு இல்லியோ? உங்க நவாப்பு?”

"பிஸ்மில்லாஹிர் ரஹ்மானிர் ரஹீம்" என்றார் பாவா.

"ஓய், உங்க நவாப்பை பாத்தா அந்த தொப்பியை எடுப்பேரா?"

"பிஸ்மில்லாஹிர் ரஹ்மானிர் ரஹீம்" என்றார் பாவா.

"என்னவே இவரு சொன்னதையே சொல்லிட்டிருக்காரு?"

"அவரு அப்டித்தான், வேற ஒண்ணையும் சொல்ல மாட்டாரு"

"வேற பேசமாட்டாரா?"

"பேசமாட்டாரு."

"அய்யோ அம்மா ஆத்தான்னுகூட கத்த மாட்டாரா?"

"அவரு வாயிலே அது மட்டும்தான் வரும்"

"பாத்திருவோம்" என்று அவன் எழுந்து சென்று அவர் அருகே நின்றான். ஓங்கி அவரை உதைத்தான்.

அவர் "பிஸ்மில்லாஹிர் ரஹ்மானிர் ரஹீம்" என்றபடி உருண்டார். ஆனால் தொப்பியை கையால் பிடித்துக்கொண்டார்.

"அய்யோ, வேண்டாம், அவரு அருளுள்ள ஞானியாரு" என்று நயினார் பதறி கூவினார்.

மஸ்தான் அவரை பிடித்து நிறுத்தி "அவன் அடிக்கட்டும் ஓய்... அவருக்கு எல்லாம் ஒண்ணுதான்" என்றார்.

அவன் மீண்டும் அவரை உதைத்தான். அவர் "பிஸ்மில்லாஹிர் ரஹ்மானிர் ரஹீம்" என்று மட்டும் சொன்னார்.

"வெளையாடுறாண்டா" என்றபடி அவன் உடைவாள் உறையால் அவர் மண்டையில் ஓங்கி அறைந்தான். பச்சை தொப்பி கீழே விழுந்தது. உடைவாளின் உறை அவர் மண்டையில் பட்டு ஏதோ காய் உடைந்து சாறு தெறிப்பதுபோல ரத்தம் தெறித்தது.

அவர் அப்போதும் "பிஸ்மில்லாஹிர் ரஹ்மானிர் ரஹீம்" என்று மட்டும்தான் சொன்னார். குரல் உயரவோ தாழவோ இல்லை.

"மாப்பிள்ள, அது கிறுக்குன்னு நினைக்கிறேன். இவனுக அந்த கிறுக்கனை காட்டி பிச்சை எடுத்து பிழைக்கிறானுக."

“இருக்கும்” என்றபின் அவர்மேல் காறி துப்பிவிட்டு அவன் வந்து தீயருகே அமர்ந்தான்.

“கஞ்சி உங்களுக்காடா?” என்றான் அடித்தவன்.

“விருந்தாளிக்கு முதல்ல குடுப்போம். அவங்க பசியாறி மிஞ்சினா நாங்க சாப்பிடுவோம்.”

“உங்க கிறுக்கன் செத்தானா இல்லியான்னு தெரியல்ல... பாரு” என்றான் இன்னொருவன்.

நயினார் ஓடிப்போய் எறும்பு பாவாவை எழுப்பினான். அவர் முகமெல்லாம் ரத்தம் வழிந்தது.

“வெட்டு பட்டிருக்கு” என்றான்.

“சால்வையை வைச்சு கட்டுடா... எந்திரிச்சு வந்தா உனக்கு இருக்கு” என்றான் அடித்தவன்.

நயினார் சால்வையால் பாவாவின் காயத்தை சேர்த்து முண்டாசு போல கட்டினான். பச்சை முண்டாசு ரத்தத்தால் நனைந்தது. அவன் அவரை தூக்கி அப்படியே சாய்த்து அமரச் செய்தான்.

“கஞ்சிய எடுத்து கொட்டுடா” என்றான் அடித்தவன்.

மஸ்தான் “இருங்க” என்று ஏற்கனவே பறித்து வைத்திருந்த அகலமான நவரை இலைகளை எடுத்து வந்தார். புழுதியில் பள்ளம் தோண்டி அதன்மேல் இலைகளை பரப்பி கிண்ணம்போல செய்தார். அதன்பின் அகப்பை ஒன்றை எடுத்துவந்து கஞ்சியை அள்ளி அள்ளி இரண்டு இலைக்குழிகளிலும் ஊற்றினார்.

“தொட்டுக்கிட ஒண்ணும் இல்லியாடா?”

“தொட்டுக்கிடுறதுக்கு பாட்டுதான்”

“அதுசெரி” என்றான் அடித்தவன். “பாட்டு பாடுத காலம் வரும் உனக்கெல்லாம்... நாலுநாள் முன்னாடி என்ன நடந்ததுன்னு தெரியும்ல?”

“எங்க?”

“திருவண்ணாமலை கோயிலிலே?”

“நாங்க எங்க செய்திகளை கேள்விப்படுறோம்? பிச்சைக்காரப் பொழைப்பு” என்றார் மஸ்தான்.

“ஆர்க்காடு நவாப்பு ராஜா சாகிப்பு ஒரு வருஷமா திருவண்ணாமலைக் கோயிலிலேதான் தம்பு அடிச்சிருந்தான். அவன் பட்டாளம் நாலாயிரம்பேரு உள்ள தங்கியிருந்தாங்க... இப்ப அங்க மதசாரப்பட்டினத்திலே சண்டை தொடங்கியிருக்கிறதனாலே அவன் ஜமேதார் உபைதுகான்னு ஒருத்தன் தலைமையிலே எழுநூற்றம்பது பேரை மட்டும் அங்க விட்டுட்டு மிச்ச பட்டாளத்தை கூட்டிட்டு போயிட்டான்.”

இன்னொருவன் கஞ்சி ஊற்றும்படி கைகாட்டினான். மஸ்தான் அவனுக்கும் கதைசொன்னவனுக்கும் கஞ்சி ஊற்றினார்.

“தியாகதுர்க்கத்திலே மராட்டிப்படை நின்னுட்டிருக்கு, தெரியும்ல? கின்னேதார் கிருஷ்ணராவுன்னா நவாபுக்கே பயம் தான். நாலுவாட்டி அவனை பிடிக்க போனாங்க. தப்பி மலை மேலே ஏறிட்டான். நவாப்புப் பட்டாளம் மதராசப்பட்டினம் போனதை அறிஞ்சதும் கிருஷ்ணராவு ராத்திரியோட ராத்திரியா வந்து கோயிலுக்குள்ள பூந்துட்டான். அவன்கூட வந்தவனுக மூவாயிரம்பேரு... மழைவேற அலறிட்டு பேயுது. அதுக்குள்ள சத்தம் காட்டாம வந்திட்டாங்க. பாதாளலிங்கம் சன்னிதி வழியா ஒரு சுரங்க வழி இருக்கிறது கிருஷ்ணராவுக்கு தெரியும். அவன் அங்கதான் நாலுமாசம் தம்படிச்சிருந்தான். உள்ளார பூந்து காவல்காரனுகளை கொன்னுட்டு கதவையும் திறந்துட்டாங்க. கிருஷ்ணாராவும் கூட்டமும் அப்டியே உள்ள பூந்து தூங்கிட்டிருந்த துலுக்கப்படை முச்சூடையும் கொன்னு குவிச்சிட்டானுக. கண்டம் துண்டமா வெட்டிட்டானுகன்னு கணக்கு... மொத்தம் எழுநூத்தி அம்பதுபேரு... உள்ள இருந்த அத்தனைபேரும்...”

மஸ்தான் “இன்னும் கொஞ்சம் கஞ்சி?” என்றார்.

“ஊத்து” என்றான் கதை சொன்னவன்.

மஸ்தான் இருவருக்கும் கஞ்சி ஊற்றினார். “நவாப்பு நடுங்கி யிருப்பான். ஆனா விடமாட்டான். அவன் திரும்ப வாரப்ப

மராட்டிக்காரன் மலையேறியிருப்பான். ஊரிலே உள்ளவனுக அத்தனைபேரையும் நவாப்பு தலைவாங்குவான்."

"ஆமா, அது உள்ளதுதானே?" என்றார் ஆனைப்பிள்ளைச் சாமி.

"நீரு சாமியாருல்லா ஓய்? நீரு எதுக்கு இந்த துலுக்கன்கூட சேந்திருக்கீரு?"

"சேல்கொண்ட விழியாள் இருமங்கை மணம்கொண்டு வேல் கொண்டு வெண்பரி ஊரும் ராவுத்தனல்லோ என் தெய்வம்?"

"அது என்ன ஓய்?"

"அருணகிரி, கந்தரலங்காரமோ திருப்புகழோ என்னமோ."

"அப்டி பாடியிருக்கானா?"

"கொடுஞ்சூரன் நடுங்கவெற்பை இடிக்கும் கலாபத் தனிமயில் ஏறும் ராவுத்தனேன்னு பாடுறார். மேலே சொல்லப்பட்டது நான் பாடினது"

"என்ன ஓய் தலைக்கு என்ன உமக்கு?"

"நாங்க எல்லாம் ஓராளுதான்"

"மயிரு மாதிரி இருக்கு பாட்டு. ஓய், நீரு தொப்பி போட்டாச்சா?"

"போட்டாலும் போடாட்டியும் நம்ம தலைமேலே முகில் மேவும் ஆகாசமாக்கும்."

"இன்னும் கொஞ்சம் கஞ்சி?" என்றார் மஸ்தான்.

"அவ்வளவுதானே இருக்கு? செரி ஊத்து."

அவர்கள் கடைசியாக சட்டியைக் கவிழ்த்தனர். இலையை வழித்து குடித்து விரல்களை நக்கிக்கொண்டனர்.

"ஏன் ஓய், உம்ம எறும்பு இருக்கா செத்திரிச்சா?"

"அவருகிட்டயே கேக்கிறது" என்றார் மஸ்தான்.

"ஏன் ஓய், இருக்கேரா செத்துட்டீரா?" என்றான் அடித்தவன்.

"பிஸ்மில்லாஹிர் ரஹ்மானிர் ரஹீம்" என்று பாவா சொன்னார்.

"சரியான குரலுடா இதுக்கு... மணியடிச்ச மாதிரி சொல்லுதே."

அவர்கள் எழுந்து வெளியே தேங்கி நின்ற நீரில் கைகளை கழுவிக்கொண்டார்கள்.

"மழை விட்டிருக்கு... சட்டுன்னு குதிரையை வெரட்டினா ஊருக்குள்ள போயிடலாம்... கட்டையைச் சாய்க்கணுமே" என்றான் அடித்தவன்.

"துணி காயல்ல."

"பரவாயில்ல. காத்திலே கொஞ்சம் காயும்."

அவர்கள் ஆடைகளை அணிந்துகொண்டார்கள். விடை பெறும்படி ஒன்றும் சொல்லாமல் குதிரைகளை நோக்கி நடந்தனர்.

அவர்கள் குதிரைகளில் ஏறி செல்வதை மூவரும் பார்த்துக் கொண்டிருந்தார்கள். அவர்கள் சென்றபின் சாம்பிராணி மஸ்தான் நயினாரிடம் "வேற அரிசி இருக்கா ஓய்?" என்றார்.

"இல்ல" என்றார் நயினார் "அந்த ரெத்தம்பட்ட அரிசிதான் இருக்கு."

"அதுவேண்டாம்" என்றார் ஆனைப்பிள்ளைச் சாமி.

"அப்ப இனிமே ராத்திரிக்கு அன்னத்துணையில்லை, உம்ம பாட்டுத்துணைதான்" என்றார் மஸ்தான்.

"பாட்டிருக்க பயமேதுமில்லை" என்றார் ஆனைப்பிள்ளைச் சாமி.

"பாடும் ஓய்" என்றார் மஸ்தான். "பாவா, பாடச்சொல்லலாமா?"

"பிஸ்மில்லாஹிர் ரஹ்மானிர் ரஹீம்" என்றார் பாவா.

மஸ்தான் அவரே எழுந்து சென்று சிலும்பியை மூட்டினார். அதை ஆழமாக இழுத்து மூக்கு வழியாக வெளிவிட்டார்.

ஆனைப்பிள்ளைச் சாமி தன் கைகளை தட்டிக்கொண்டு பாடினார்.

"ஓணாண்டி தனைக்கண்டு மோகம் கொண்டாள்– மத
யானைமகள் நாணத்தால் குனிந்து நின்றாள்– அய்யா
கோலாண்டி தனைக்கண்டு காதல்கொண்டாள்–நல்ல
குறத்திமகள் கொஞ்சி குலாவி நின்றாள்!"

நயினார் பாவாவின் தலையை பார்த்தார். ரத்தம் நின்று விட்டிருந்தது. பாவாவின் சிறிய விழிகள் எலிகளின் கண்கள் போல தெரிந்தன. அவர் ஆனைப்பிள்ளைச் சாமி கைதட்டி பாடு வதை கேட்டுக்கொண்டிருந்தார்.

ஆனைப்பிள்ளைச் சாமி சிலும்பியை வாங்கி ஆழமாக இழுத் தார். அதன்பின் மீண்டும் உரத்த குரலில் பாடத் தொடங்கி னார்.

"வேணாண்டி இந்த மகன் வெறும்பேச்சு சிறுக்கி மகன் –அடியே
அப்பனோ சுடலையாண்டி அம்மையோ வெங்கருப்பி.
கோணாண்டி கொம்பனடி அண்ணன்! மாமனோ பாம்பாட்டி– அவன்
இருக்கவோ மலைமேடு இவனோடி உனக்கு மாரன்?"

பாட்டு வேகம் பிடித்ததும் ஆனைப்பிள்ளைச் சாமி எழுந்து நின்று கைவீசி நடனமிட்டார். நயினாரும் உடன் சேர்ந்து கொண்டார்.

"ஆறுமுக புருசனென்றால் அடுக்குமோடி எம்மகளே– ஏய்
அடுக்குமோடி எம்மகளே?
ஆறுமுகத்தால் வேவுபாத்தால் எம்மகளே– நீ
அடுத்தமனை பாக்க ஏழுமுகம் வேணுமேடி!"

ஹொஹொஹொ என்று சிரித்தபடி ஆனைப்பிள்ளை சாமி கைகொட்டி நடனமாடினார். சாம்பிராணி மஸ்தானும் சேர்ந்து கொண்டார். மஸ்தான் கைதட்டிச் சிரித்தபடி நின்றார்.

மழைக்குள் ஒரு கூன் விழுந்த உருவம் மெல்ல நடந்து வந்தது.

''ஓய், பாட்டு தின்னு பசியடக்க ஒரு விருந்தாடி வாறான் ஓய்'' என்றார் மஸ்தான்.

வந்தவர் ஒரு கிழவர். சடைமுடியும் காதுகளில் அணிந்த எலும்புக் குண்டலமும் அவரை சிவனடியார் என்று காட்டின.

''சிவாய நம'' என்றார்.

''சிவாய நம'' என்றார் ஆனைப்பிள்ளைச் சாமி. ''உள்ள வாரும்.''

சிவனடியார் உள்ளே வந்தார். "சிவாய நம... நனைஞ்சிட்டேன்" என்றார்.

"இங்க நனையாம இருக்கலாம்... தணலிலே சூடும் இருக்கு."

"தணல் எம்பெருமான் வடிவம். அண்ணாமலையென எழுந்த பரம்."

"பாடுவேரா ஓய்?" என்றார் மஸ்தான்.

"நாமாவளி சொல்லுவேன்."

"சொல்லவேண்டியிருக்கும்... ஏன்னா இப்ப இங்க பசிக்கு அதுதான்."

"எனக்கு பசி இருக்கு... ஆனா சிவநாமம்னா அதுவும் போதும் தான்... இது யாரு சின்னப்பையன்?"

"சின்னப்பையன் இல்லை. அது எறும்பு பாவா... ஞானியார்" என்றார் மஸ்தான்.

"என்ன பேரு?"

"எறும்பு பாவா..."

"சிவாய நம" என்றார் சிவனடியார் பாவாவை நோக்கிக் கைகூப்பியபடி.

"பிஸ்மில்லாஹிர் ரஹ்மானிர் ரஹீம்" என்று பாவா சொன்னார்.

"ஓம் ஓம் ஓம்" என்றார் சிவனடியார்.

அவர் நெருப்பின் அருகே அமர்ந்துகொண்டார்.

"எங்க போறீர்?" என்றார் மஸ்தான்.

"சிதம்பரத்துக்கு" என்று சிவனடியார் சொன்னார் "பல இடங்கள் பாத்தாச்சு... காசியும் கேதாரமும் கண்டாச்சு... நடந்த காலு. சிதம்பரம் போனா உக்காந்திரும். வேற எங்கயும் போறதா இல்லை."

"ஏன்?"

"அதான் சித் அம்பரம்... சித்தம் அம்பரமாயாச்சு."

“சாமி சித்தி கூடுறதுக்கு போற வழி போல” என்றார் ஆனைப் பிள்ளைச் சாமி.

“சித்தியா? தெரியல்ல. ஆனா கேள்விக்குமேல் கேள்வியா இருந்ததெல்லாம் போயாச்சு. எல்லா கேள்விக்குமான ஒற்றைப் பதிலா ஒண்ணு வந்து சேந்தாச்சு. இனி சொல்லடங்கணும். இடம் அமையணும்.”

“சாமி திருணாமலையிலே இருந்து வாறிகளோ?” என்றார் ஆனைப்பிள்ளைச் சாமி.

“ஆமா”

“சாமிக்கு சிவமூலிப் பழக்கம் உண்டுதானே?” என்று மஸ்தான் சிலும்பியை நீட்டினார்.

“வேண்டாம்... இனி வேண்டியிருக்காது” என்றார் சிவனடியார்.

“இனி இனின்னு சொல்லுதீக” என்றார் ஆனைப்பிள்ளைச் சாமி.

“நான் முந்தாநாள் புதிசாப்பெறந்தேன்... கருப்பை புகுந்து குருதியும் சலமும் சீழும் மலமும் ஆகிய வைதரணியிலே நீந்தி மறுபடி பிறந்து வந்தேன்... நமச்சிவாயம்.”

“என்ன ஆச்சு?” என்றார் மஸ்தான்.

“நான் காளஹஸ்தி பக்கத்திலே ஒருத்தனை வெட்டிக் கொன்னுட்டேன்” என்றார் சிவனடியார்.

“சாமி, நீங்களா? உங்க கையாலா?” என்று நயினார் முகம்மது கூவினார்.

“ஆமா”

“பாவா கேட்டீங்களா?” என்றார் நயினார் முகம்மது.

“பிஸ்மில்லாஹிர் ரஹ்மானிர் ரஹீம்” என்றார் பாவா.

“எதுக்காக வெட்டினீங்க?” என்றார் மஸ்தான்.

“நான் ஊரிலே இரந்து உண்டு வாழுறவன். ராத்திரி சிவன் கோயில் சன்னிதியிலே படுப்பேன். அப்டி அந்த ஊரிலே ஒரு

சிவன்கோயில் சன்னிதியிலே படுத்திட்டிருந்தேன். ராத்திரி ஒரு ஏழெட்டுபேரு அந்தப்பக்கமா வந்தானுக. எல்லாரும் ஈட்டி வச்சிருந்தானுக. உள்ளூர் பாளையக்காரனோட ஆளுங்க... கோயிலை பாத்ததும் உள்ள பூந்துட்டானுக. கதவை உடைச்சு உள்ளபோயி சாமிக்கு வச்சிருந்த சாமான்களை திருடினானுங்க.''

''எங்காளுங்களா?'' என்று நயினார் கேட்டார்.

''இல்ல, எங்காளுங்கதான். இப்பதான் அந்த பேதமே இல்லாம கெடக்கே.''

''நீரு தடுத்தீரா?''

''இல்ல, திருடினா திருடுறான்னு நான் பேசாம படுத்திருந்தேன். அப்ப ஒருத்தன் கருவறைக்கு மேலே ஏதாவது சின்ன அறை இருக்கான்னு பாக்க சிவலிங்கம் மேலே காலைவைச்சு ஏறி நின்னுட்டிருந்தான்... என்னாலே பொறுக்க முடியல்லை. அப்டியே பாய்ஞ்சு எந்திரிச்சு அங்க நின்ன ஒருத்தன் கையிலே இருந்த ஈட்டியை பிடுங்கி ஓங்கி ஒரே போடு... அப்டியே செத்து விழுந்துட்டான்.''

''பிறகு?''

''நான் அங்க நிக்கலை... அப்டியே ஓடிட்டேன். என்னைய துரத்திட்டு வந்தாங்க. நான் ஓடி உயிரோட தப்பிட்டேன்'' என்றார் சிவனடியார் ''ஆனா அதோட என் மனசு மாறிட்டுது. சிவநாமம் ஒரு கணம்கூட மனசிலே நிக்கல்லே. என்னை யாரோ கொல்ல வாறாங்கன்னு நினைப்பு வந்துபோட்டுது. எப்ப பாத்தாலும் மரணபயம். யாரைப்பாத்தாலும் கிலி... ஓடிட்டே இருந்தேன். ஊரூரா ஓடினேன். எங்க போனாலும் நிலைக்கமுடியல்லை...''

''அப்ப ஒருத்தர் கிட்டே கேட்டேன். பெரியவரு... அணைக்குடிங்கிற ஊரிலே ஒரு மண்டபத்திலே இருக்காரு. இந்தா இந்த மாதிரித்தான் இருப்பாரு... மெலிஞ்சு சின்னப்பையனாட்டமா... நான் காலிலே விளுந்து கேட்டேன். சாமி அம்பதுவருசம் அலைஞ்சு சேத்த எல்லாத்தையும் இழந்துட்டேன். உசிருக்குப் பயந்த கோழையா ஆயிட்டேன். எனக்கு கதிமோட்சம் உண்டான்னுட்டு.''

“என்ன சொன்னாரு?” என்று மஸ்தான் ஆவலாக கேட்டார்.

“அவரு சிரிச்சாரு. ‘நீ சாமிக்கே காவலு நிக்கிற ஆளுல்ல? உனக்கு எதுக்கு இனி சாமிக்க காவலு?’ன்னு சொன்னாரு. ‘சாமி சோதிக்காதீங்க’ன்னு சொல்லி அழுதுட்டேன். ‘சாவுபயம் வந்தா செத்தாத்தான் அது தீரும். திருவண்ணாமலை போ. அங்க செத்திருவே. இந்த பயமும் போயிரும். பயமில்லாம மறுபடி பிறந்து வருவே... போ’ன்னு அருள் செஞ்சாரு. ‘அப்டியே சாமி’ன்னு சொல்லி திருவண்ணாமலை போனேன்.”

“எப்ப?”

“இப்ப நாலுநாள் முன்னாடி. நான் போனப்ப திருணா மலையே ஓய்ஞ்சு கிடந்தது. ரெண்டுவருசமா நவாப்புப் பட்டாளம் அங்க கோயிலிலே தம்படிச்சிருக்கதனாலே ஊரிலே உள்ளவன்லாம் பொழைப்பை பாக்க செங்கம் மலைப்பக்கமா போயிட்டான். கோயிலிலே பூசை வழிபாடு ஒண்ணும் இல்லை. அய்யர்மாரெல்லாம் ஓடிட்டாங்க. அண்ணாமலையான் மட்டும் இருக்காருன்னாங்க. செரி, நாம தேடிவந்தது அவரைத்தானேன்னு நான் கோயிலுக்கு போனேன். நவாப்பு பட்டாளம் என்னைய கொன்னாலும் சரி, உள்ள போயி அண்ணாமலையான் தரிசனம் பண்ணிட்டுதான் திரும்புறதுன்னு நினைச்சுட்டு போனேன்.”

“நல்ல விடிகாலைக் கருக்கிருட்டு. குளிச்சு விபூதிபோட்டுட்டு கோயிலுக்கு போனேன். கோயில் திறந்திருக்கு... கோட்டைவாசல் அம்பாரமா தெறந்து கெடக்கு. உள்ள ஒரு சந்தடி இல்லை. மூச்சு பேச்சு ஒண்ணுமில்லை. மனுசன் இருக்கிறமாதிரியே இல்லை. என்னடா இதுன்னு உள்ளே போனேன். உள்ள ஒரே சேறு. வயல் உளுதுபோட்டமாதிரி சேறு. உக்காந்து என்ன சேறுன்னு பாத்தேன். ரத்தம்... அவ்ளவும் ரத்தம்... அங்க அத்தனைபேரையும் வெட்டிக்குவிச்சு போட்டிருக்கானுக. துண்டு துண்டா உடம்பு. கை காலு தலை குடலு...”

“ரத்தத்திலே நான் சறுக்கிச்சறுக்கி விழுந்தேன். எந்திரிச்சு நின்னா மண்ணு இளுக்குது. ரத்தம் இளுக்குது. விளுந்து புரண்டு நவுந்து போனேன். நடக்கமுடியாதுன்னு தெரிஞ்சுபோச்சு. இது ஏதோ யட்சிபூதகண வெளையாட்டுன்னு புரிஞ்சுபோச்சு. கையை

ஊணி அப்டியே தவழ்ந்தே உள்ளே போனேன். விடமாட்டேன், அண்ணாமலையே வந்திட்டேன், பாத்து சேவிச்சுட்டுதான் போவேன்னு சொல்லிப் போய்ட்டே இருந்தேன்... ரத்தம் மலம் சலம் வழியா ஊர்ந்து கருவறைக்கு போய்ட்டேன்... உள்ள சிக்கிக் கல் இருந்துச்சு. கல்லகலிலே எண்ணையும் திரியும் இருந்திச்சு. தீபம் ஏத்தி கும்பிட்டேன். அண்ணாமலையேன்னு கூவுறப்ப தெரிஞ்சுட்டுது, நான் ரத்தப்பாதையிலே மறுபடி பொறந்து வந்திருக்கேன்... எல்லா பிறவிப்பயமும் போச்சு. சேத்ததும் செலவளிச்சதும் கணக்கு செரியாயாச்சு. புனர்ஜென்மம்...''

அவர் பெருமூச்சு விட்டு கைகூப்பி ''நமச்சிவாயம், நமச் சிவாயம்'' என்றார். ''வெளியே வந்து ஒரு துணியை அங்கேயே தேடி எடுத்துக்கிட்டேன். புஷ்கரணியிலே நீராடி பழைய ஆடையை மாத்திட்டு புதிச உடுத்துட்டு கெளம்பிட்டேன். அண்ணாமலையிலே எரியுறதுதான் சிதம்பரத்திலே ஆகாசமாட்டு இருக்குது. எல்லாம் ஒண்ணுதான், என்ன சொல்லுறீரு?''

சற்றுநேரம் யாரும் ஒன்றும் சொல்லவில்லை. அமைதியில் விறகில் எரிந்த தீ நெரிபடும் ஓசை மட்டும் கேட்டது.

''பிஸ்மில்லாஹிர் ரஹ்மானிர் ரஹீம்'' என்று பாவா சொன்னார்.

அதை அவர் ஏன் அப்போது சொன்னார் என்று மூவரும் திரும்பிப் பார்த்தனர். பாவா அவரே அதைச் சொல்வதில்லை. ஏதாவது கேள்விக்கு பதிலாகவே அதைச் சொல்வது வழக்கம்.

அவர்கள் அவரையே கூர்ந்து பார்த்துக்கொண்டிருந்தனர். எலிக்கண்களுடன் பாவா புன்னகைப்பது போலிருந்தது. அவர் உதடுகள் அசைவற்றிருந்தன.

மஸ்தான் திரும்பி நயினாரிடம் ''ஓய் அந்த ரத்தஅரிசியை எடும்... இன்னிக்கு அதைத் தின்போம்'' என்றார்.

நயினார் தயங்க, எதிர்பாராதபடி பாவா மீண்டும் ''பிஸ்மில்லா ஹிர் ரஹ்மானிர் ரஹீம்'' என்றார்.

***

எரிசிதை

சிராப்பள்ளியில் உய்யக்கொண்டான் கால்வாய் ஓரமாக இருந்தது சின்ன ரங்கமகால். திருமலைநாயக்கரின் தம்பி ரங்கப்ப நாயக்கரால் மதுரையில் அவர் கட்டிய பெத்த ரங்கமகாலைப் போலவே கட்டப்பட்டது. சுதையாலான பன்னிரண்டு மாபெரும் தூண்கள் அதன் முகப்பில் நின்றன. அது சுதைச்சரிவாலான கூரையைத் தாங்கியது. மாளிகையின் முன்பக்கக் கூடம் இரண்டு அடுக்குகளால் ஆனது. கீழே படைவீரர்கள் நிற்க மேலே உப்பரிகை போன்ற கூடத்தில் அரசகுடியினர் வந்து அமர்ந்து அவர்களின் மரியாதையைப் பெற்றுக்கொள்வார்கள். குடிமக்களிடம் குறை கேட்பார்கள்.

உப்பரிகையில் இருந்து இருபக்கமும் விரிந்து சென்ற அறைகள் அனைத்தும் நடுவே இருந்த திறந்த வெளியை நோக்கிக் கதவுகளும் சாளரங்களும் கொண்டிருந்தன. அந்தத் திறந்த வெளி விரிந்துசென்று கீழே ஒரு பெரிய அங்கண முற்றத்தில் முடிந்தது. அங்கணமுற்றத்தைச் சுற்றிப் பருத்த சுதைத்தூண்கள் மாடியைத் தாங்கி நின்றன. தூண்கள் நின்ற இடைநாழி அடிமரம் பெருத்த காடுபோலிருந்தது. இடைநாழியில் இருந்து பல்வேறு அறைகளுக்கு வழிகள் சென்றன. உக்கிராண அறைகள், அரண்மனையின் உயர்ந்த ஊழியக்கார பெண்கள் தங்கும் கோஷா அறைகள்.

இடைநாழியில் எப்போதும் நடமாட்டம் இருக்கும். அதுதான் அன்னியர்களும் காவலர்களும் திரண்ட முன்பக்கக் கூடத்தையும் பின்பக்கம் வேலைக்காரர்கள் மண்டிய புழக்கடையையும் இணைக்கும் பாதை. புழக்கடை நான்கு கட்டுகளால் ஆனது.

சமையற்கட்டும், வேலைக்காரர்கள் தங்குமிடமும் இணையாக இருந்தன. அதற்கு அப்பால் விறகுப்புரை, நெல்புரை, அதற்கான வேலைக்காரர்களின் இடம். அதற்குப் பின்னால் கழிப்பறைகள், குளியலறைகள், எட்டு கிணறுகள். அதற்கும் அப்பால் கழிப்பறையை சுத்தம்செய்யும் ஆட்கள் வந்து செல்லும் வழியும் அதற்கான கொட்டகையும். அந்தப் பாதை அப்படியே சுழன்று சுழன்று ஆற்றுவிளிம்பைச் சென்று சேரும்.

நாகலட்சுமி கொல்லைப்பக்கம் சென்று கைகால் கழுவிவிட்டு சமையலறைக்கு வந்து சமையற்காரி கொடுத்த மூடப்பட்ட பாத்திரத்துடன் கிளம்பினாள். இடைநாழி வழியாக வந்து உள்ளறைகள் இரண்டைக் கடந்து மரத்தாலான படிகளில் ஏறி மாடிக்கு சென்றாள். மாடியறைகளின் வழியாக நடந்து சென்றபோது அங்குள்ள ஒவ்வொரு அறையையும் அவள் கண்கள் ஒருகணம் பார்த்துச் சென்றன. அவற்றில் தங்கியிருப்பவர் எவர் என்று அவளுக்கு தெரியவில்லை. அவர்கள் அங்கே என்னதான் செய்கிறார்கள் என்றும் புரியவில்லை. அனைவருமே அரசியின் தோழிகள்.

ஆனால் அரசியின் தோழிகளாக இருப்பவர்களும் அரச குலத்தவர்தான். வெவ்வேறு பாளையக்காரர்களின் மகள்கள், தொலைவில் செஞ்சியில் இருந்தும் சித்ரதுர்க்கத்தில் இருந்தும் அனந்தபுரியில் இருந்தும் எல்லாம் வந்தவர்கள். அவர்களுக்கு சில நாட்கள் இங்கே அரசியின் தோழியாக இருப்பது திருமணத்துக்கு முந்தைய ஒரு பயிற்சி. அரசநிகழ்ச்சிகளில் பங்குகொள்வார்கள். கோயில்பூசைகளை நடத்துவார்கள். விழாக்களில் கொலு போவார்கள். அதன்பின்னர் படைத்தளபதிகள், பாளையக்காரர்கள் எவருக்காவது மனைவியாகப் போவார்கள். பெரும்பாலும் இந்நிகழ்ச்சிகளிலேயே அவர்களின் அழகும் தகுதிகளும் புகழ்பெற்று விடும், பெண்கேட்டு வந்துவிடுவார்கள்.

மேலே அவர்களுக்கு சமஸ்கிருதம், தெலுங்கு, தமிழ், கன்னடம் எல்லாம் சொல்லிக் கொடுக்கப்படுகின்றன. சங்கீதமும் வியாகரணமும் காவியமும் சொல்லிக் கொடுக்கிறார்கள். நாகலட்சுமியும் சங்கீதம், வியாகரணம், காவியம் படித்தவள்தான். தாசிகளுக்கு அதெல்லாம் இளமையிலேயே சொல்லிக் கொடுப்பார்கள். கூடவே நாட்டியமும், ஒப்பனையும், வசிய சாஸ்திரமும்

சொல்லிக் கொடுப்பார்கள். கொஞ்சம் மருத்துவமும் உண்டு. அது ஒப்பனைக் கலையின் ஒரு பகுதி. காலப்போக்கில் பிரசவத்துக் கான தாதிகளாக முதிய தாதிகள் மாறுவதுண்டு.

நாகலட்சுமி வசிய சாஸ்திரம் படிக்கும்போது அவளுக்கு வயது எட்டு. முலைகளை எப்படியெல்லாம் ஆண்களுக்கு காட்டலாம், எந்த அளவுக்கு காட்டவேண்டும் என்றெல்லாம் அவளுக்கு சொல்லிக் கொடுத்த முதிய பெண்மணி அவளிடம் அதை செய்து காட்டச்சொன்னபோது அவள் திகைத்து நின்றாள். அவள் மார்பில் இரு துணிப்பந்துகளை வைத்துக் கட்டி அதைக் காட்டி நடிக்கச் சொன்னாள். அவள் தட்டுத்தடுமாறி நடித்ததைக் கண்டு கூட அமர்ந்து படித்த மற்ற சிறுமிகள் வாய்பொத்திச் சிரித்தார்கள்.

நாகலட்சுமி அந்த நீண்ட அறைவரிசையில் கடைசியாக இருந்த சிறிய அறையை அடைந்தாள். அதன் சிறிய, கனத்த சித்திரக் கதவை மெல்லத் தட்டினாள். அந்த அறையின் இரண்டு சாளரங்களுமே மூடியிருந்தன. உள்ளே தாழை விலக்கும் ஓசை கேட்டது. பித்தளைக் குமிழ்களில் ஓசையின்றிச் சுழன்ற கதவு சற்றே விரிசலிட்டு திறந்தது. உள்ளிருந்து சின்ன முத்தம்மாள் எட்டிப்பார்த்து "யாரு?" என்று கேட்டாள். அவள் தமிழில்தான் கேட்டாள், ஆனால் அந்தச் சொல் தெலுங்காக ஒலித்தது.

அவளுக்கு யார் என்று தெரியும். நாகலட்சுமி மட்டும்தான் அங்கே வருவாள். அல்லது மருத்துவச்சிகளை நாகலட்சுமி கூட்டிக்கொண்டு வருவாள். நாகலட்சுமி "நான் நாகலட்சுமி அம்மவரே" என்றாள்.

கதவு திறந்தது. சின்னமுத்தம்மாள் "வா" என்றாள்.

அவள் உள்ளே சென்று பாத்திரத்தை அங்கிருந்த மரமேடையில் வைத்தாள். "மருந்துக்கஞ்சி குடுத்தனுப்பியிருக்காங்க" என்றாள்.

"கஞ்சி வேண்டாம்டி, குமட்டுது" என்றாள் சின்னமுத்தம்மாள்.

"வேண்டாம்னு சொல்லலாமா? நிறைவயிறுல்ல, குழந்தை க்கும் சேத்து சாப்பிடணுமே" என்றாள் நாகலட்சுமி.

"அது என்னை சாப்பிடட்டும்..." என்று சின்னமுத்தம்மாள் சொன்னாள்.

நாகலட்சுமி "அப்படி குழந்தையை பழிக்கக்கூடாது. அதுக்கு என்ன தெரியும்?" என்றாள்.

"யாருக்கும் எதுவும் தெரியாது. ஒவ்வொருத்தர் தலையெழுத்துப்படி வாழ்க்கை. அதோட தலையெழுத்து என்னன்னு இப்பவே பாதி தெரிஞ்சாச்சு" என்றாள் சின்னமுத்தம்மாள்.

அறைக்குள் வெளிச்சமே இல்லை. ஒரு நெய்விளக்கு மட்டும் சுடர்விட்டது. அதற்குப் பின்னால் ஏழுமலர் கொண்ட கண்ணாடிக்கொத்து இருந்தது. சுடர் ஏழாக எழுந்து அசைவிலாது நின்றிருக்க அந்தச் சிவப்பு வெளிச்சம் அறையை சிவந்த தசையாலான சுவர்கள் கொண்டது போல தோன்றச்செய்தது. அதுவே ஒரு கருப்பை போல, சின்னமுத்தம்மாள் அதற்குள் வளரும் கரு போல.

சின்னமுத்தம்மாள் இடையில் கையை ஊன்றியபடி மெல்ல மரப்பீடத்தில் அமர்ந்தாள். பெருமூச்சு விட்டுக்கொண்டு வெண்ணிறப் பருத்தி ஆடையின் முந்தானையால் கழுத்தை துடைத்தாள். பீடத்தில் வயிற்றை கொஞ்சம் சாய்த்து அமர்ந்ததுமே அவள் இறந்தவள் போல ஆனாள். நாகலட்சுமி அவளை பார்த்தபடி நின்றாள்.

சின்ன முத்தம்மாள் மதுரையை ஆண்ட மன்னர் ரங்ககிருஷ்ண முத்துவீரப்ப நாயக்கரின் விதவை. ரங்ககிருஷ்ண முத்துவீரப்ப நாயக்கர் திடீரென்று அம்மை கண்டு மறைந்தபோது அவளுக்கு நான்கு மாதம் கர்ப்பம். கர்ப்பம் தரித்திருப்பது உண்மைதானா என்று மதுரை நாடு முழுக்க வம்பு பேசிக்கொண்டார்கள். கர்ப்பம் எல்லாம் ஒன்றும் இல்லை, இறந்த ராஜாவுக்கு வேறு குழந்தை இல்லை, நாட்டுக்கு ராஜவாரிசு வேண்டும் என்பதற்காக ராணியை அடைத்து வைத்து நாலைந்து மாதம் கழித்து ஏதோ ஒரு குழந்தையை அவள் பெற்ற இளவரசன் என்று காட்டி பட்டம் சூட்டப்போகிறார்கள் என்று சிலர் சொன்னார்கள். சிராப்பள்ளி மதுரை ராஜ்ஜியத்தில் எப்போதும் ஏதேனும் வம்பு உலாவிக்கொண்டிருந்தது. நாகலட்சுமி கூட அதை நம்பினாள். அரண்மனையைப் பற்றி கெட்டதாக எதைச் சொன்னாலும் அதை உடனே நம்பிவிடத் தோன்றுகிறது.

நாகலட்சுமியை அவள் அம்மாதான் ரங்கமகாலுக்கு அனுப்பி னாள். மகாராணிக்கு அருகே இருந்து எல்லாவற்றையும் பார்த்துக் கொள்ள வேண்டும். சிராப்பள்ளி பெரிய அரண்மனையில் இருந்து மகாராணியை கோஷாப் பல்லக்கில் சின்ன ரங்க மகாலுக்குக் கொண்டு சென்றார்கள். அரண்மனையில் இருந்த வழக்கமான வேலைக்காரிகள் சேடிகள் எவரும் ரங்கமகாலுக்கு போகவில்லை. அங்கே கூடவே தங்கவேண்டியவர்கள் யார் யார் என்பதை பெரியராணி மங்கம்மாளே முடிவு செய்தாள். எல்லாரும் புதியவர்களாகவும், அரண்மனைகளில் ஏற்கனவே எந்தத் தொடர்பும் இல்லாதவர்களாகவும் இருக்கவேண்டும் என்று ஆணையிட்டாள். அவ்வாறுதான் நாகலட்சுமிக்கு வாய்ப்பு கிடைத்தது.

நாகலட்சுமி ஒருவகையான குறுகுறுப்புடன்தான் ரங்க மகாலுக்கு வந்தாள். சின்னமுத்தம்மாள் அழகான பெண் என்று அவள் கேட்டிருந்தாள். அவளுக்கும் நாகலட்சுமிக்கும் ஒரே வயதுதான். நாகலட்சுமிக்கு பத்தொன்பது முடிந்து இருபது நடந்து கொண்டிருந்தது. சின்னமுத்தம்மாள் எப்படி இருப்பாள் என்று நாகலட்சுமி பலவகையாக கற்பனை செய்துகொண்டிருந்தாள். அரசிகள் எல்லாம் ஓங்குதாங்காக, சிவப்பாக, ஏராளமான ஆடை ஆபரணங்களுடன் இருப்பார்கள் என்று நினைத்திருந்தாள். அவள் அணியூர்வலத்திலும் ஸ்ரீரங்கவிஜய யாத்திரையிலும் பெரியமகாராணி மங்கம்மாளை பார்த்திருந்தாள். மங்கம்மாள் அப்படித்தான் இருந்தாள்.

''என்னமா இருக்காங்க பெரியராணி! கண்ணாலே பாத்தே கருங்கல்லை தூக்கி வீசிருவா போல'' என்று மச்சின்மேல் நின்று பார்த்த அம்மா சொன்னாள்.

''கூட வாறவன் கஸ்தூரி ரங்கய்யா. பின்னாலே வாறவன். விஜயரங்கையா. அவ ரெண்டுகோல் முரசாக்கும்'' என்று முதிய தாசி ஒருத்தி சொன்னாள். நாலைந்து பெண்டுகள் வாய்பொத்திச் சிரித்தார்கள்.

''என்ன பொலிவு'' என்று அம்மா மறுபடியும் சொன்னபோது அதையே நாகலட்சுமியும் நினைத்துக்கொண்டாள். பெரிய ராணி

மங்கம்மாள் பெண்வேஷமிட்ட ஆண் என்றுகூட அவளுக்குத் தோன்றியது.

இன்னொரு கிழவி "அந்தா பின்னாலே போறானே தளவாய் நரசப்பையன், அவனுக்கு இவதானாம் வெத்தில சுருட்டிக் கொடுக்கா. பொம்புளை நினைச்சா ஆம்புளைங்களை நுகத்திலே கட்டி மொட்டவயலை உழலாமே" என்றாள்.

நாகலட்சுமி கண்மயங்கி, மனம் மறைய மங்கம்மாளின் நிமிர்வையே பார்த்துக் கொண்டிருந்தாள். திறந்த பல்லக்கில் சென்று கொண்டிருந்த மங்கம்மாள் அரைக்கண் பார்வையை திருப்பியதுமே இரண்டு அமைச்சர்கள் பாய்ந்து அருகே சென்று வாய் பொத்தி நடந்தனர். வாயில் தாம்பூலத்தை அடக்கியபடி அவள் ஓரிரு சொற்கள் சொல்லி முடித்ததுமே அவர்கள் தலை வணங்கி சிதறி ஓடினர். கைகளை வீசி ஆணைகளை கூவினர்.

"என்னா நெறம். கழுத்திலே எறங்குற வெத்திலச்சாறு வெளியே தெரியும்போல" என்று அம்மா சொன்னாள்.

நாகலட்சுமி மங்கம்மாள் படுக்கையில் எப்படி இருப்பாள் என்று நினைத்துக்கொண்டாள். அவள் ஆண்களை வசியம் செய்யக் கற்றிருப்பாளா? வசியம் செய்வதற்கான தந்திரங்களை அவள் செய்ய வேண்டியிருக்குமா? அல்லது ஆண்களை அப்படி கைசுண்டி அழைப்பாளா?

வடுகச்சிகள் எல்லாமே நல்ல சிவப்புதான். தாசிகள் பெரும் பாலும் கறுப்பு அல்லது மாநிறம். ஆனால் வடுகராஜாக்களும் தளவாய்களும் எல்லாம் தாசிகளின் வீடுகளில் ராப்பகல் அடை கிடந்தார்கள். அவர்களுக்கு கறுப்பு நிறம் பிடித்திருந்ததா? அக்கை ராஜரத்தினம்மா சொன்னாள். "வடுகச்சிக ராஜரத்தம். ஆம்புளைய மதிக்கமாட்டாளுக. நாம காலடியிலே கிடப்போம்."

அதுவும் உண்மை அல்ல. தேரடித்தெரு முத்துக்காமாட்சி அவளிடம் வருபவர்களை அடிப்பாள், உதைப்பாள். கடிப்பது கீறுவது எப்படி என்றெல்லாம் கற்றுக் கொடுத்திருக்கிறார்கள். ஆனால் உண்மையான அடியோ கடியோ அல்ல. அது ஒரு பாவனை. வளர்ப்புநாய்கள் கவ்வி விளையாடுவதுபோல.

அவள் எதிர்பார்த்ததற்கு மாறாக, சின்னமுத்தம்மாள் மிகச் சிறிய உடல்கொண்டிருந்தாள். வெளிறிய முகத்தில் ரத்தம்செத்த பெரிய கண்களும், நடுங்கும் சிறிய உதடுகளும், வெள்ளிக்கழிகள் போல எலும்பு மட்டுமேயான கைகளும், வெண்ணிற ஆடை யுமாக ஓர் ஆவிச்சுருள் போல ஊதினால் கலைபவளாகத் தெரிந்தாள். முதல்நாள் அவள் தாம்பூலத்தட்டைக் கொண்டுவந்து கதவைத் தட்டியபோது சற்றே திறந்து "யாரு?" என்றாள்.

நாகலட்சுமிக்குப் பின்னால் நின்ற முதிய சேடியான கனகாங்கி அவளைப் பற்றி சொன்னாள். "தாசிகுடியிலே இருந்து வரச் சொல்லியிருக்கு ராணி. சின்னராணிக்கு பேசியும் பழகியும் இருக்க வசதியா இருக்கட்டுமேன்னு பெரிய மகாராணி ஏற்பாடு."

ஆனால் சின்னமுத்தம்மாள் எந்த நட்புமுகமும் காட்டவில்லை. ஒருசொல்லும் பேசவில்லை. தாம்பூலத்தட்டை வைத்துவிட்டு நாகலட்சுமி பேசாமல் நின்றாள். சின்னமுத்தம்மாள் தன்னுடைய பீடத்தில் சென்று அமர்ந்து கொண்டாள். வழக்கம் போல சுவரில் ஏதோ ஒரு புள்ளியை கூர்ந்து பார்த்துக் கொண்டு ஓவியம்போல அசைவில்லாதவளானாள். இமைகள் சரிந்து பார்வை கீழ்நோக்கி இருந்தது. முகம் ஒரு நீர்த்துளிபோல அசைந்தால் அப்படியே கீழே சொட்டி விடும் என்று தோன்றியது.

நாகலட்சுமி சின்னமுத்தம்மாளை பார்த்துக்கொண்டே நின்றாள். அவளை அழைத்துப் பேசிக் கலைக்கவேண்டும். ஆனால் அவ்வாறு அழைப்பதும் கலைப்பதும் முறைமீறல். வயதில் தோழியாக இருக்கலாம், ஆனால் அரசி என்ற முறையில் மட்டுமே அவளிடம் உரையாட முடியும். மரியாதை வார்த்தைகளெல்லாம் தேவையில்லை, ஆனால் ஓர் எல்லை உண்டு. அவள் மெலிதாகக் கலைந்து சற்று அசைந்தமையும்போது பேச ஆரம்பிக்கவேண்டும். அவள் காத்திருந்தாள்.

ஊன்றிய கை வலித்து அதை எடுத்தபடி சின்னமுத்தம்மாள் அசைந்தபோது "என் கிட்ட பெரிய மகாராணி உங்களைப் பற்றி கேட்டாங்க" என்றாள்.

சின்ன முத்தம்மாள் நிமிர்ந்து பார்த்தாள். அவள் விழிகளில் எந்த ஆர்வமும் தெரியவில்லை.

“பெரியராணி மருத்துவச்சிகளை தினசரி வரவழைச்சுப் பாக்கிறாங்க. உங்களைப் பத்தியும் கருவிலே இருக்கிற குழந்தையப் பத்தியும் கேட்டுத் தெரிஞ்சுகிடுறாங்க. அதுக்கு மேலே எங்கிட்ட என்ன கேக்கிறாங்கன்னு எனக்கு புரியல்லை. நான் அவங்க கேட்டதுக்கு மட்டும் பதில் சொன்னேன்.”

சின்னமுத்தம்மாள் வெற்றுப்பார்வையுடன் பார்த்துக் கொண்டிருந்தாள்.

“நீங்க வாயைத் திறந்து பேசுறீங்களான்னு கேட்டாங்க. ஆமா, பேசுறாங்கன்னு சொன்னேன். நான் அதை கேக்கல்லை, கேட்ட கேள்விக்கு பதில் சொல்றா, அது எனக்கு தெரியும். அவளே எதை யாவது வாய் திறந்து பேசறாளா, எதையாவது கேக்கிறாளான்னு கேட்டாங்க. எனக்கு அதுக்கு சரியா பதில் சொல்ல முடியல்லை. அப்பப்ப சின்னதா பேசுவாங்கன்னு சொன்னேன். எதைப்பத்தின்னு கேட்டாங்க. பொதுவா உடம்புபத்தின்னு மட்டும் சொன்னேன்.”

சின்னமுத்தம்மாள் பார்வையை திருப்பிக்கொண்டாள்.

நாகலட்சுமி “அப்ப பெரியமகாராணி இன்னொரு மாதிரி கேக்க ஆரம்பிச்சாங்க. அவ சாப்பாட்டைப் பத்தி எதையாவது சொன்னாளான்னு கேட்டாங்க. இல்லேன்னு சொன்னேன். சரி, துணி, நகை, நல்ல வாசனை பத்தி எதாவது சொன்னாளான்னு கேட்டாங்க. அதுக்கும் இல்லேன்னு சொன்னேன். அப்ப கேட்டாங்க...”

சின்னமுத்தம்மாள் நிமிர்ந்து பார்த்தாள். புருவங்கள் மட்டும் வளைந்தன.

“அவ சிரிக்கிறதுண்டான்னு கேட்டாங்க. நான் அதெப்டி சிரிப்பாங்கன்னு சொன்னேன். சரி, சும்மா மந்தஹாசமாவது முகத்திலே வருமான்னு கேட்டாங்க. அதுக்கும் இல்லேன்னு சொன்னேன். கொஞ்சநேரம் கழிச்சு, அவ கொஞ்சமாவது பேசினா உங்கிட்டதான் பேசணும்னு சொன்னாங்க. நான் ஒண்ணும் சொல்லலை.”

சின்னமுத்தம்மாள் மீண்டும் முகம் திருப்பிக்கொண்டாள்.

“சாப்பிடுங்க ராணி” என்றாள் நாகலட்சுமி.

“வேண்டாம்டி.... குமட்டுது.”

“கொஞ்சமாவது சாப்பிடுங்க. இல்லேன்னா உடனே அதுக்கு மருத்துவச்சிகளை அனுப்புவாங்க... மறுபடி அது ஒரு பெரிய தொல்லை.”

சலிப்புடன் “ஆமா” என்றாள் சின்னமுத்தம்மாள். “கொண்டா” என்று கைநீட்டினாள்.

அவள் பாத்திரத்தைத் திறந்து சின்னமுத்தம்மாளின் முன் குட்டிப்பீடத்தில் வைத்தாள். தாலத்தில் இருந்த நீரை சின்ன முத்தம்மாளின் கையருகே கொண்டுசென்று நீட்டினாள். சின்ன முத்தம்மாள் அதில் கைகளை கழுவிக்கொண்டாள். நாகலட்சுமி வெள்ளித்தாலத்தை வைத்து அதில் பருப்புசாதத்தையும் வெண்டைக்காய் பொரியலையும் அள்ளி வைத்தாள்.

“போதும்டி” என்றாள் சின்னமுத்தம்மாள்.

“கொஞ்சம் ராணி” என்றாள் நாகலட்சுமி. ஆட்டுக்கால்சாறும் ஆட்டிறைச்சித் துருவலும் இருந்தது. அவற்றையும் சிறு கரண்டி யால் அள்ளி வைத்தாள்.

சின்னமுத்தம்மாள் சாப்பிட ஆரம்பித்தபோதுதான் அவளுக்கு பசி இருப்பது அவளுக்கே தெரிந்தது. அவள் அள்ளிச் சாப்பிடு வதைக் கண்டபோது அது நாகலட்சுமிக்கும் தெரிந்தது. ஆனால் கொஞ்சம் சாப்பிட்டதுமே அவளுக்கு மூச்சடைத்தது. மேற் கொண்டு சாப்பிட முடியவில்லை. கையை தட்டிலேயே உதறி விட்டு நீட்டினாள். நாகலட்சுமி அவள் கையைப் பற்றி ஏனத்தில் கழுவினாள்.

வாயைக் கொப்பளித்துத் துப்பிவிட்டு சின்னமுத்தம்மாள் எழுந்து படுக்கையை நோக்கி சென்றாள். நாகலட்சுமி ஓடிப்போய்ச் சிறிய தாழ்வான கட்டிலில் விரிக்கப்பட்டிருந்த வெண்ணிறமான விரிப்பை நீவி சரிசெய்தாள். தலையணையை எடுத்து வைத்தாள்.

சின்ன முத்தம்மாள் நன்றாக வியர்த்து மூச்சிரைத்துக் கொண்டிருந்தாள். அந்த அறையின் கூரை மிகக்கனமானது. சுவர்களும் கனமானவை. ஆகவே அங்கே வெளிவெப்பமே

வருவதில்லை. ஆனாலும் சாளரங்கள் மூடியே இருந்தமையால் வெப்பம் இருந்தது.

கையை ஊன்றி மெல்லப் படுத்துக்கொண்டு சின்னமுத்தம்மாள் பெருமூச்சுவிட்டாள். அவள் இமைகளுக்குள் கருவிழிகள் உருள்வதை நாகலட்சுமி பார்த்துக்கொண்டு நின்றாள். அவள் உதடுகள் சுருங்கி ஒட்டியிருந்தன. கழுத்தில் நீல நரம்பு ஒன்று மெலிதாகச் சுண்டி அசைந்து கொண்டிருந்தது. குவிந்த சிறிய உதடுகளுக்குமேல் வியர்வை பனித்திருந்தது.

நாகலட்சுமி அவளைச் சற்றுநேரம் பார்த்து நின்ற பின்னர் மெல்ல வெளியே சென்று கதவை தனக்குப் பின்னால் மூடிக் கொண்டு நடந்தாள்.

*

2
...

நாகலட்சுமி அறைகளின் வழியாக நடந்தபோது இடப் பக்கத்துச் சிற்றறையில் பேசிக்கொண்டிருந்த இரண்டு பெண் களில் ஒருத்தி எழுந்து கைநீட்டி அவளை அழைத்தாள். அவள் நின்றதும் அவள் வளையல்களும் கொலுசும் மற்றநகைகளும் ஓசையிட அவளை நோக்கி வந்தாள்.

"எப்டிடி இருக்கா உங்க சின்னமுத்தா?" என்றாள்.

அவள் தியாகதுர்க்கம் பாளையக்காரரின் மகள் பத்மினி. பெரிய வம்புக்காரி என்று ஏற்கனவே வேலைக்காரிகள் பலர் நாகலட்சுமியிடம் சொல்லியிருந்தார்கள். அவள் அதுவரை நாக லட்சுமியிடம் பேசியதே இல்லை. ஆனால் ஒவ்வொருமுறையும் அவள் அவ்வழி கடந்து செல்லும்போது பேச்சை நிறுத்தி விட்டு கண்களில் கூர்மையும் சிரிப்புமாக பார்ப்பாள். கடந்துசென்ற பின்னரும் அவள் பார்வை நாகலட்சுமியின் முதுகில் எஞ்சி யிருக்கும்.

"சின்னராணியம்மா நல்லா இருக்காங்க"

"வயித்துப்பிள்ளை என்னமோ சரியா வளர்ச்சி அடையல்ல ன்னு சொன்னாங்க?"

"இல்லியே" என்றாள் நாகலட்சுமி.

"சரி, அது பிள்ளைதானா? ஏன்னா, ஊரைக்காட்டுறதுக்காகச் சுட்டி சும்மா துணியை வைச்சு சுத்திக் கட்டியிருக்காங்கன்னுகூட ஒரு பேச்சு இருக்கு"

நாகலட்சுமி ஒன்றும் சொல்லவில்லை.

அவளுக்கு பின்னால் வந்து நின்ற செஞ்சிக்கோட்டை படைத்தலைவன் ராமப்ப நாயக்கனின் மகள் செல்லியம்மா

“வயித்துப்பிள்ளைக்கு எத்தனை மாதமிருக்கும்? ஒரு நாலு மாசம் வளர்ச்சி இருக்குமா? நான் ஒருவாட்டிதான் அவ வெளியே வாறதைப் பாத்தேன். மூணுமாசம்னுகூட தோணிச்சு” என்றாள்.

“அதெப்டி, ராஜாவுக்கு அம்மைவந்து படுத்தே நாலுமாச மிருக்குமே?” என்றாள் பத்மினி.

“அதெல்லாம் நாம கேக்கக்கூடாது... ராஜத்துரோகம்” என்றாள் செல்லியம்மா.

“ராஜான்னா படுத்தாலே போதும், மத்தவங்க வேண்டியதை பாப்பாங்களே” என்றாள் இன்னொருத்தி, அவள் யாரென்று தெரியவில்லை.

“நான் போறேன்... எனக்கு வேலைகெடக்கு” என்று நாக லட்சுமி நகர்ந்தாள்.

“ஏண்டி, புள்ளையப்பெத்து அதுக்கு முலையுறிஞ்சுற மாதிரி ஆனதும் இன்னொரு முலைக்காரிகிட்டே புள்ளையை ஒப்படைச்சுக்கிட்டு சின்னமுத்தம்மா உடன்கட்டை ஏறணும்னு சொல்லுறாங்களே, நெஜம்மாவா?” என்றாள் செல்லியம்மா.

பலமுறை சொல்லிக்கேட்டது, அதைவிட பலமடங்கு நினைத்துக்கொண்டது. ஆனாலும் நாகலட்சுமிக்கு உடம்பு தூக்கிப்போட்டது.

“உடன்கட்டை ஏறினாத்தான் அவளுக்கு பட்டத்துராணீங்கிற மதிப்பு. அவ பிள்ளைக்கு நாளைக்கு அட்டியில்லாம கிரீடம் கிடைக்கும். இல்லேன்னா நரம்பில்லா நாக்குகள் நாலுபக்கமும் சுத்திப்பேசும்ல? இப்பவே என்னென்னமோ பேசிக்கிடுறாங்க” என்று பத்மினி சொன்னாள்.

“ஆமா, சிதையேறிட்டாள்னா யாரும் ஒண்ணும் சொல்ல மாட்டாளுக. வாயெல்லாம் மண்ணைக்கொட்டினா மாதிரி அடைஞ்சிரும்” என்றாள் செல்லியம்மா. “சதிதேவின்னா ஏழு தலைமுறையை எரிச்சு அழிச்சுப்போடுற தெய்வமாக்கும்.”

“நான் வாறேன் அம்மிணி” என்று நாகலட்சுமி முன்னால் காலெடுத்து வைப்பதுபோல அசைந்தாள்.

“இருடி, இருடி” என்றாள் செல்லியம்மாள். “உடன்கட்டை ஏறுறதைப்பத்தி சின்னமுத்தம்மா என்ன சொல்லுறா? அவளுக்கு சம்மதம்தானா? இல்லை, பெரியராணி சொல்லுறதனாலே சம்மதிச்சு உக்காந்திட்டிருக்காளா?”

சட்டென்று நாகலட்சுமி ஓட ஆரம்பித்தாள்.

“உடன்கட்டை ஏற நெறைய வெறகு வேண்டாம். சின்ன முத்தம்மாளே வெறகாத்தான் இருக்கா” என்ற குரலும் சிரிப்பும் பின்னால் கேட்டது.

“உடன்கட்டை ஏறுறதுக்கு கத்துக்கிட்டிருக்கா போல”

நாகலட்சுமி மூச்சிரைக்க அடுக்களைக்கு வந்தாள். தாலத்தை வைத்துவிட்டு தரையில் அமர்ந்து முழங்கால்களை மடக்கி அதன்மேல் தலையை வைத்துக்கொண்டு அமர்ந்தாள். அவள் உடல் நடுங்கிக்கொண்டிருந்தது. மூசுமூசென்று அழுகை வந்தது.

கமலாம்மாள் வந்து குனிந்து “ஏண்டி, ஏண்டி அளுறே? என்னாச்சு?” என்றாள்.

அவள் நிமிர்ந்து கண்களைத் துடைத்து “ஒண்ணுமில்லை மாமி” என்றாள்.

“என்ன அளுவுறே? ராணி என்னவாவது சொன்னாளா? சரி விடுடி. ராணிகிட்டே பேச்சுக் கேக்கிறதுதானே நம்ம தொழிலே.”

“அதில்ல”

“பின்ன? ராணி நல்லாத்தானே இருக்கா?”

“ஆமா”

“பின்ன என்னடி?”

“இவளுக... இந்த பாளையக்காரங்க வீட்டு பொண்ணுக”

“ஏட்டி, அவளுகள்லாம் இங்க எதுக்கு வாறாளுக? ஆம்புளை புடிக்கத்தானே? வலைவிரிச்சு நடுவிலே பொச்சுவிரிச்சு வைச்சு உக்காந்திருக்காளுக மிண்டைக. நாலு ஊர்வலத்திலே நகையும் நட்டுமா நின்னா எவனாவது பாளையக்காரனோ படைத் தலைவனோ கட்டிக்கிட்டு கூட்டிட்டுப்போவான். ஒரு அரண்மனையும்

நாலு வேலைக்காரிகளும் கிடைப்பாளுக... அதுக்காகத்தானே? ராணி சின்னமுத்தம்மா அப்டியே ரங்ககிருஷ்ண ராஜாவுக்கு ராணியா ஆயிட்டா. இவளுகளுக்கு எரியுமா எரியாதா?''

''ஏன் மாமி, ராணி உடன்கட்டை ஏறியே ஆகணுமா?''

''ஆகணும்னுதான் சொல்றாங்க. அதனாலேதான் இங்கே கொண்டுவந்து தங்க வச்சிருக்காங்க... கர்ப்பம் காத்தா, உடன் கட்டை ஏறுனாங்கிறதுக்கு சாட்சி வேணும்னுதான் இத்தனை இளவரசிகளையும் கொண்டுவந்து தங்கவச்சிருக்காங்க.''

''எதுக்கு உடன்கட்டை ஏறணும்?'' என்று நாகலட்சுமி கேட்டாள்.

''ராஜாவை கல்யாணம் பண்ணிக்கிடுறதுன்னா சும்மாவாடி? பட்டத்துராணி உடன்கட்டை ஏறணும்கிறது வளமொறை... அது தான் கௌரவம்...''

''அது எதுக்கு?'' என்று நாகலட்சுமி மீண்டும் கேட்டாள்.

''இங்கபாரு, இந்த நாயக்க ராஜ்ஜியத்திலே ராஜா எந்த பாளையக்காரர் மகளை கட்டிக்கிட்டாலும் மத்த அத்தனை பாளையக்காரப் பெண்டுகளும் வாய்க்கு வந்தபடி அழுக்கு பேசுவாங்க. பண்டு பாண்டி ராஜ்ஜியத்திலே ராஜகுடும்பம்னாலே ஒரு நாலஞ்சுதான். அதுக்குள்ளதான் பெண்ணெடுப்பாங்க. இல்லேன்னா சோள ராஜ்ஜியத்திலோ சேர ராஜ்ஜியத்திலோ பெண்ணெடுப்பாங்க. அவங்களிலே ராஜகுடும்பம் மட்டும்தான் சத்திரியனுங்க. இங்க அப்டி இல்லை. எல்லாம் ஒண்ணுக்குள்ள ஒண்ணு. பத்து குடும்பத்தைச் சேத்து ஒரு கம்மாயை வெட்டிக் கிட்டா அவன் பாளையக்காரன். அவனும் தன்னை ராஜான்னே நினைச்சுக்கிடுவான். அத்தனை மத்த ராஜாக்களையும் பாத்து பொறாமைப்படுவான். ராஜா இருந்து இவன்தாண்டா என் மகன்னு சொல்லுறது வேற. ராஜா இருந்தாலே ராணி பெத்தது ராஜாவோட வித்து இல்லேன்னு வாய் அலம்புவானுக. ராஜா இல்லேன்னா அது ராஜாவுக்க பிள்ளையே இல்லைன்னு தொடங்கிருவாங்க.. அவனுக வாயை அடைக்கணுமானா உடன் கட்டை ஏறிடணும்... சதிமாதாவா மாறி ஊரூரா பொம்புளையாளுக பச்சைமாவுலே நெய்வெளக்கேத்தி கும்புடுத அம்மனா ஆயிடணும்...''

“அப்பமட்டும் சொல்லமாட்டாங்களா?”

“அதுக்குமேலே சொல்லமுடியாது. நாயக்கச்சாதியிலே வெளியேதான் இவனுக மீசையை முறுக்கிட்டு அலையுதானுக. வீட்டிலே எல்லாம் நாயக்கரச்சிதான் தீர்மானம் பண்ணுவா... ஒவ்வொரு வீட்டிலேயும் ஒரு தொட்டவ்வா இருப்பா. அவ சொல்லிட்டாள்னா அவ்ளவுதான், முடிஞ்சுது.”

நாகலட்சுமி பெருமூச்சுவிட்டாள்.

“ராஜா அம்மையிலே போறப்ப ராணிக்கு வயிறு நாலுமாசம் ஆகியிருக்கும். மூணுமாசமா குமட்டல், தலைச்சுத்து. அதனாலே உடம்பு எலும்பா ஆயிடுச்சு. வயிறு காட்டல்லை. இப்ப எட்டாம் மாசம். பத்துமாசம் களிச்சு பிள்ளை பெறந்தாக்கூட அது நரம்பாத்தான் இருக்கும். அது குறைமாசப் புள்ளை, அவ ராஜா செத்த பின்னாலே எங்கிட்டோ இருந்து வயித்திலே வாங்கிக் கிட்டதுன்னு சொல்லிருவானுக பாளையக்காரனுக.”

நாகலட்சுமி வெறித்துப் பார்த்துக்கொண்டிருந்தாள். அவளுக்கு நெஞ்சு படபடத்துக்கொண்டிருந்தது.

கமலாம்மாவின் குரல் தழைந்தது “இப்ப ராஜாவும் இல்லை. ராஜா செத்துப்போயி நாலுமாசமாகுது. வாற சித்திரையிலே மருதை அழகர் விழாவிலே கிரீடம் வைச்சு ஆனைமேலே போறதுக்கு ராஜா வேணும். அழகர் முன்னாலே வாளோட ராஜா நடக்கணும்... பாளையக்காரங்களிலே ஒருத்தரை ராஜா வாக்குங்கன்னு எல்லாருமா சேந்து சொல்லப்போறாங்க. அதுக் காகத்தான் இந்த வாயிநாத்தமெல்லாம்... அதுக்குள்ள சின்ன ராணி ஆம்புளைப்பிள்ளை பெத்தா அதையே ராஜாவாக்கிடுவா பெரியராணி மங்கம்மா...”

“ஆம்பிள்ளைப்பிள்ள பெறக்கணுமே”

“எந்தப் புள்ளை பெத்தாலும் ஆம்புளைதான்... அதெல்லாம் பெரியராணிக்கு கணக்கு இல்லாமலா போயிடும்?”

நாகலட்சுமி பெருமூச்சுவிட்டாள்.

“அந்தப்புள்ளைய அத்தனை தொட்டவ்வாக்களும் ஏத்துக் கிடணுமானா சின்னமுத்தம்மா உடன்கட்டை ஏறித்தான் ஆகணும்... வேற வழியே இல்லை... அவ இருந்தா நடக்காது.”

“அப்றம்?”

“அப்றமென்ன? அந்தச்சின்னப்புள்ளை கையிலே ஒரு தாழம்பூ வாளைக்குடுத்து சிம்மாசனத்திலே இருத்தி பெரியராணி கையிலே பெரிய வாளை கையிலே எடுத்துக்கிடுவா... தளவாய் நரசப்பையன் அதுக்குப்பிறகு பாளையக்காரனுகளுக்கு எது புரியுமோ அதை சொல்லிக்குடுப்பாரு... அரைமொந்தை ரத்தம் குடிச்சா அவனுக அடங்கி பாறைக்குள்ளே தேரை மாதிரி ஒண்டி இருப்பானுக.”

நாகலட்சுமி “மாமி” என்றாள் மெல்லிய குரலில்.

“சொல்லுடி”

“இல்ல, பெரியராஜா சொக்கநாதநாயக்கர் செத்தப்போ மகாராஜா ரங்ககிருஷ்ணருக்கு மூணுமாசம்தான் பிராயம். மகாராணி மங்கம்மா ஏன் உடன்கட்டை ஏறல்லை?”

“மூணுமாசப் பிள்ளையை விட்டுட்டு உடன்கட்டை ஏறினா அந்தப்பிள்ளையையும் கொன்னிருவானுகளே.”

“மங்கம்மாத்தாயாரை மட்டும் ஏன் ஏத்துக்கிட்டாங்க?” என்றாள் நாகலட்சுமி.

“அவங்க மகாராணி”

“அவங்களும் ஒண்ணும் நேரடி ராஜகுடும்பம் இல்லியே. அவங்களும் சின்னக்குடும்பம்தானே? அவங்கப்பா தப்பள லிங்கம நாயக்கர் பாளையக்காரர்கூட இல்லை.”

“ஏண்டி, நீ அந்தம்மாவை பார்த்திருக்கே இல்ல?”

“ஆமா”

“அவங்க மகாராணி இல்லேன்னு யாராவது சொல்லமுடியுமா? கொல்லையிலே சோளம் விதைச்சுக்கிட்டு நின்னாலும் அவங்க மகாராணிதான்... அது பிறப்பிலேயே வாறது. அதுக்குக் குலக்

கணக்கு இல்லை. அந்தம்மா சின்னப்பெண்ணா வந்தப்பவே நான் பாத்திருக்கேன். அப்பவே அவங்க மகாராணிதான்... சொக்கநாத நாயக்கரே அவங்க கிட்ட கொஞ்சம் பணிஞ்சுதான் பேசுவாங்க. அவங்க குரல் தணிஞ்சு பேசி, உடம்புகுழைஞ்சு நடந்து நான் பாத்ததில்லை... மதங்க லட்சணம்னும் நம்ம சாஸ்திரத்திலே சொல்லுவாங்க. கஜராஜவிராஜித கதின்னு சொல்லு இருக்கு... யானை மாதிரி... யானையிலே பொம்புளைதான் தலைமை. ஒத்த யான யானையா இருந்தாலும் அண்டமுடியாது... ஏன்னா அது அப்டித்தான்.''

கொஞ்சம் பேசியதுமே நாகலட்சுமிக்கு நெஞ்சடைப்பு அகன்றது. எழுந்து சென்று தண்ணீர் குடித்தாள். தளிகை ராமய்யன் வேலை சொன்னார். அதைச் செய்ய ஆரம்பித்தாள். அரைக்கப்பட்ட தேங்காய் விழுதை எடுத்துச்சென்று சமையலறையில் வைத்தாள். புதிய தேங்காய்களை எண்ணி எடுத்து கைப்பள்ளிகளுக்கு கொடுத் தாள். சமையலறை அவ்வேளையில் கோயில்முக்கு சந்தையடி போல இருக்கும்.

அத்தனை வேலைகளுக்கு நடுவிலும் அவளுக்குப் பதற்றமாக இருந்தது. என்ன பதற்றம் என்று அவளே யோசித்தும் பிடி கிடைக்கவில்லை. தளிகை சுப்பையன் விறகுக்காரிகளிடம் மேலும் விறகை அடுக்கும்படி சொல்லச்சொல்லி அனுப்பினான். அரண்மனையில் அடுப்புகள் மட்டும்தான் சமையலறைக்குள் இருந்தன. நூறு பெரிய கோட்டையடுப்புகள். உள்ளே விறகு வருவதில்லை. வெளியே பெரிய சூளைபோல செங்கல் அடுக்கி கட்டப்பட்டிருந்தது. அதில்தான் விறகையும் கரியையும் அடுக்கி தீபோட்டுக்கொண்டே இருப்பார்கள். தீக்கொழுந்துகள் மண்ணா லான குழாய்கள் வழியாக பெருகி வந்து நூறு அடுப்புகளிலும் எழுந்து எரிந்து மேலெழும். நீலத்தழல் செந்தழல் மட்டும்தான் வரும், புகை வராது. விறகை கூட்டவும் குறைக்கவும் உள்ளிருந்து கயிறை இழுத்து மணியை அடிக்கவைப்பார்கள்.

நாகலட்சுமி விறகுப்புரைக்கு போனபோது விறகை அடுக்கும் கந்தனும் குருவனும் மண்ணனும் நின்று வெற்றிலை போட்டுக் கொண்டிருந்தார்கள்.

"கந்தா, மணிச்சத்தம் கேக்கலையா? அய்யன் கோவிச்சுக்கறான்" என்றாள் நாகலட்சுமி.

"அவனுக்கென்ன? கோச்சுக்கிட்டா கோமணத்தை எடுத்து தலையிலே கட்டிக்கிடட்டும்... ஒரு பாக்கு கடிக்கிறதனாலே அரண்மனைச்சோத்திலே உப்பு குறைஞ்சிராது" என்றான் கந்தன்.

"எனக்கென்ன? நான் சொல்றதை சொல்லியாச்சு... மேக்கொண்டு ரெட்டைவெறகு அடுக்கணுமாம்."

"ரெண்டாம்குண்டு போட்டாச்சு சாவடியிலே. இன்னமுமா அய்யன் சமைக்கான்?" என்று கேட்டபடி கந்தன் எழுந்து வந்து பெரிய விறகுக்கட்டைகளைத் தூக்கி சூளைத்துளைக்குள் போட்டான். ஒவ்வொன்றும் ஒரு முதலைபோல தோன்றின. அவற்றை உள்ளே எரிந்த தழல்வந்து அணைத்துக்கொண்டது.

அப்பால் துருத்திமேடை மேல் அமர்ந்திருந்த கண்ணப்பனும், வீரையனும், குருசாமியும், மந்திரமும் மிதிக்கோல்களை மாறிமாறி அழுத்தி மிதித்து நெம்புகோல்களை எழுந்து அமரச்செய்து துருத்திகளை இயக்கினர். பெரிய எருமைகளைப்போல நான்கு துருத்திகள் வயிறு உப்பி அழுந்தி காற்றை உலைக்குள் சீற விட்டன. காற்றுக்கு ஏற்ப தீ சிவந்து, வெளிறி, பொன்னிறமாகியது. வெண்ணிறமும் நீலநிறமும் ஆகி உறுமியது. அவள் தீயை பார்த்துக்கொண்டிருந்தாள். பார்வையை விலக்க முடியவில்லை.

சட்டென்று அவள் கைகால்கள் குளிர்ந்தன. உடம்பு தூக்கிப் போட்டது. அவள் உதைபட்டவள் போல அப்படியே பக்க வாட்டில் விழுந்தாள். கைகால்கள் இழுத்துக்கொண்டன.

அவள் விழித்துக் கொண்டபோது கந்தன் அவள் முகத்தில் நீர் தெளித்துக் கொண்டிருந்தான். குருவன் அவளைத் தூக்கிப் பிடித்திருந்தான். கூச்சத்துடன் அவள் மாராப்பை சரிசெய்து கொண்டாள்.

"எந்திரிக்காதே, படுத்துக்கோ... தலையச்சுத்தும்" என்றான் கந்தன்.

அவள் எழுந்து நின்றாள். "இல்ல ஒண்ணுமில்லை" என்றாள்.

"சோறு தின்னியா?" என்றான் கந்தன்.

"இல்லை" என்று அவள் சொன்னாள்.

"பாவம் வளரும்புள்ளை... நேரத்துக்கு சோத்தப்போட்டா என்ன இந்த அய்யனுக்கு?" என்றான் குருவன்.

மேலிருந்து குருசாமி "வயத்திலே புள்ள வளருதோ என்னமோ?" என்றான்.

"வாய மூடுலே" என்றான் குருவன்.

அவள் திரும்பிச் சென்றபோது கடைசியாக தீயில் கண்ட உரு வெளித் தோற்றம் நினைவிலெழுந்து திடுக்கிட்டு உடலதிர்ந்து மீண்டும் விழப்போனாள். நிலையைப் பிடித்துக்கொண்டு சமன் படுத்திக்கொண்டு நின்றாள்.

*

3
...

ரங்கமகாலில் அனைவருக்கும் வேறுவேறு இடங்களில்தான் சாப்பாடு. வேலைக்காரிகளுக்குக் கொல்லைப்பக்கம் ஓலைக் கொட்டகை போடப்பட்டிருந்தது. தாசிகளுக்கு உள்ளே பெரிய இடை நாழி இருந்தது. அதிலும் கூட எவர் எங்கே என்ற கணக் கெல்லாம் உண்டு. சாப்பாட்டுத்தட்டுடன் நாகலட்சுமி வழக்க மான தூணருகே போய் அமர்ந்துகொண்டாள்.

அவள் உண்ணத் தொடங்கியபோது செல்லம்மாள் வந்து அருகே அமர்ந்தாள். "என்னடி, நேரமே சாப்பிட வேண்டியது தானே?" என்றாள்.

அவள் "பிந்திப்போச்சு, வேலை இருந்திச்சு" என்றாள்.

"என்ன வேலையோ? அரமனை வேலை எப்ப ஒழியுது?" என்றாள் செல்லம்மாள்.

செல்லம்மாளிடம் நாகலட்சுமி ஓரிருமுறை சில சொற்கள் பேசியதுடன் சரி. அவளை நாகலட்சுமிக்கு தெரியாது என்றுதான் சொல்லவேண்டும். அவள் பொதுவாகப் புன்னகை செய்தாள்.

"சின்னராணியம்மா எப்டி இருக்கா?"

"நல்லாத்தான் இருக்காங்க" என்றாள் நாகலட்சுமி.

"அப்டித்தான் மருத்துவச்சிகளும் சொன்னாங்க" என்றாள் செல்லம்மாள். பிறகு குரலைத் தாழ்த்தி "உடன்கட்டை ஏறுற முடிவிலேதான் இருக்காளாமா?" என்றாள்.

"அதெல்லாம் எனக்கு தெரியாது" என்றாள் நாகலட்சுமி, எதையாவது சாக்கிட்டு எழுந்து போகலாமா என்று பார்த்தாள்.

"நான் உங்கிட்ட வம்பு பேச வரலையடியம்மா..." என்றாள் செல்லம்மாள். "நான் சும்மா கேட்டேன். மகாராணி வயசுதான்

என் மகளுக்கும். மகாராணியை நாலஞ்சு தடவை பாத்திருக்கேன். பால்வடியற முகம்... தீயிலே பாயறதுன்னா...''

நாகலட்சுமி திடுக்கிட்டாள். அவளால் சோற்றை அள்ள முடியவில்லை. கை நடுங்கியதனால் தட்டில் கையை வைத்துக் கொண்டாள்.

''எரிஞ்சு உருகி... அய்யோ நினைக்கவே பயம்மா இருக்கு... என்னாலே முடியலைம்மா... அதான் கேட்டேன்.''

நாகலட்சுமி மூச்சுத்திணறியதனால் இடக்கையால் நெஞ்சை அழுத்திக்கொண்டாள்.

''சரி, அதெல்லாம் ராஜகாரியம். நாம பேசப்பிடாது. கிரீடத்துக்காக கொல்லுறதும் சாகுறதும் அவங்க சாதிக்குரிய விஷயம்'' என்று செல்லம்மாள் சொன்னாள். ''அப்டி இருக்கக்கொண்டு தானே இம்மாம்பெரிய சிராப்பள்ளி மருதை ராச்சியத்தை வடுக ராஜ்ஜியத்திலே இருந்து வந்து அடக்கி ஆட்சிபண்ணுறாங்க. தேவரும் மறவரும் நின்னு சேவுகம் பண்ணுறாங்க.''

அவள் ஒன்றும் சொல்லவில்லை. தட்டைப் பார்த்துக் கொண்டிருந்தாள்.

செல்லம்மாள் தொடர்ந்தாள். ''சின்னமுத்தம்மாவை எப்டி ரங்க கிருஷ்ணனுக்கு கட்டிவைச்சாங்க? சின்னமுத்தம்மா யாரு? சித்ர துர்க்காவோட ராஜா சிக்கண்ண நாயக்கரோட மகள். அவளோட அப்பா சிக்கண்ண நாயக்கர் அவளை சித்ரதுர்க்காவிலே இருந்து ஒருமுறைகூட சிராப்பள்ளிக்கு அனுப்பலை. ஆனா அவளை மூணுவாட்டி அனந்தபூருக்கு அனுப்பினார். அங்க குடுக்கணும்னு அவருக்கு ஆசை. சித்ரதுர்க்கா நாயக்கருங்களுக்கு எப்பவுமே மதுரைமேலே ஒரு வெலக்கம்தான். குறைஞ்சது தெலுங்கு நாட்டிலே ஏதாவது நல்ல ராஜகுடும்பத்திலே பெண்ணை அனுப்பணும்னு நினைச்சாரு...''

குரலைத்தாழ்த்தி ''அவங்களுக்கு அங்க பல கணக்குகள் இருந்தது. அதுக்கேத்த மாதிரி கேளாடியிலே இருந்து இக்கேரி நாயக்கர் குடும்பத்திலே கேளாடி சென்னம்மா தாயாருக்கு பொண்ணு புடிச்சிருக்குற சேதி வந்தது. சென்னம்மா

தாயாருக்கு பிள்ளை இல்லை. ஒரு நல்ல குடும்பத்திலே பையனை சுவீகாரமா எடுக்கலாம்னு நினைச்சாங்க. அவனுக்கு பாளையப்பட்டுக்களிலே அங்கீகாரம் வேணும்னா இன்னொரு நல்ல ராஜ குடும்பத்திலே பொண்ணு வரணும்... சித்ரதுர்க்கா வுக்கும் இக்கேரிக்கும் கொள்வினை கொடுப்பினை உண்டு...''

அதையெல்லாம் ஏன் தன்னிடம் சொல்கிறாள் என்று நாக லட்சுமி யோசித்தாள். வேறு எவராவது அவர்கள் பேசிக்கொள் வதை கேட்கிறார்களா என்று சுற்றும் பார்த்தாள்.

"சின்னமுத்தம்மாளோட அப்பா சிக்கண்ண நாயக்கரு செத்துப்போய் அவரோட தம்பி மதகரி நாயக்கர் அப்ப ஆட்சிக்கு வந்துட்டார். அவரு மதம்புடிச்ச யானை மாதிரியேதான். அவரும் இக்கேரி சென்னம்மாவும் சேந்துட்டா வடக்குராஜ்ஜியம் கையிலே இருந்து போனமாதிரி மட்டுமில்லை, தெக்குமேலே வடக்கு வந்து விழுறதும் நடக்கும்... அதனாலே மங்கம்மா அவ்வா உடனே சின்னமுத்தம்மாவை ரங்ககிருஷ்ணனுக்கு குடுத்திரணும்னு சொல்லி தூதனுப்பினா. கஸ்தூரி ரங்கய்யா அவரே நேரிலே போயி பேசி கல்யாணத்துக்கு வெத்திலை பாக்கு மாத்திக்கிட்டுதான் வந்தார். எப்டி பொண்ண குடுக்காம இருப்பான்? கஸ்தூரி ரங்கய்யா இங்கேருந்து போறப்பவே தியாக துர்க்கம், பள்ளிகொண்டா, விரிஞ்சிபுரம் மூணுபாளையத்திலே இருந்தும் பட்டாளம் சித்ரதுர்க்காவை பாத்து கெளம்பியாச்சே...''

நாகலட்சுமி "நான் வாறேன்... அய்யரு கூப்பிடுறாரு'' என்றாள்.

"இருடி... சொல்லுறதக் கேளு. அப்டி தூக்கிட்டு வந்து தாலி கெட்டி ராணியாக்கினவதான் இவ. சின்னமுத்தம்மாள் ஏன் உடன்கட்டை ஏறணும்னு பெரியராணி மங்கம்மா சொல்றா? அவளோட வயித்திலே பிறந்த மகன் ராஜாவா வேணும். அது ஒண்ணு, ஆனா அவ இருந்தா சித்ரதுர்க்காக்காரன் மதகரிநாயக்கன் மதுரைக்கு சொந்தம்கொண்டாட ஆரம்பிச்சிருவான்... அதான் இன்னமும் முக்கியம்.''

"நான் போறேன்'' என்றாள் நாகலட்சுமி.

“இதை கேட்டுட்டுப்போ... புருஷன் செத்து பொஞ்சாதிக்குத் தாளமுடியாம துக்கமிருந்தா உடன்கட்டை ஏறலாம். புருஷனுக் காக சாவுற குலமுறை இருந்தாலும் சாகலாம். ரெண்டுமே இல்லை. இது வெறும் கிரீடச்சண்டை. இதிலே இந்தச் சின்னப் பொண்ணு ஏன் சாகணும்? அதுவும் உயிரோட தீயிலே விழுந்து எரிஞ்சு உருகணும்? அதுவும் அவன் செத்து இந்தா நாள் கழிச்சு? ஒரு நியாயம் வேணுமே?”

நாகலட்சுமிக்கு மீண்டும் அந்த உடல்துடிப்பு வந்தது. அவள் கையில் எடுத்த தட்டை கீழே வைத்தாள்.

“இங்கபாரு, சின்ன முத்தம்மாள் சாகணும்னு ஒரு அவசிய மும் இல்லை. அவளை கொல்லப் பாக்கிறாங்க. வயித்துப் பிள்ளையோட ஒருத்தி தீயிலே குதிக்கிறதுக்காக நாலுமாசமா காத்திருக்கான்னா அவ எப்டிப்பட்ட நரகத்திலே இருக்கா... எதுக்காக? இது அவளோட நாடு இல்லை. இங்க அவ விரும்பி வரவும் இல்லை. இதனாலே அவளுக்கோ அவ குடும்பத்துக்கோ ஒரு நன்மையும் இல்லை. அநியாயமா அவளை கொல்லப் பாக்கிறாங்க.”

“அதுக்கு நாம என்ன செய்யமுடியும்?”

“நீ இதையெல்லாம் அவகிட்ட சொல்லு. உன்னாலே மட்டும் தான் சொல்லமுடியும். அவ தப்பிக்க ஒரு வழி இருக்கு... ஒரே வழிதான் இருக்கு.”

“என்ன வழி?”

“அந்த புள்ளை சாபிள்ளையாகணும்... பிள்ளை கலங்கிட்டு துன்னா அவளை விட்டிருவாங்க. அவளோட பிள்ளை இருந்து அவன் முடிசூடினாத்தான் சித்ரதுர்க்கா மதகரி நாயக்கன் மதுரைக்குச் சொந்தம் கொண்டாடமுடியும். பிள்ளை இல்லே ன்னா சின்னமுத்தம்மாளுக்கு மதுரைமேலே எந்த உரிமையும் இல்லை. என்னோட ஊருக்குப் போறேன்னு சொன்னா போக விட்டிருவாங்க. மறுக்கமுடியாது. உடன்கட்டை ஏற விருப்ப மில்லைன்னு சொன்னாப் போரும்... அதை நாலாள் முன்னாலே

சபையிலே சொல்லிட்டா மங்கம்மாவேகூட ஒண்ணுமே சொல்ல முடியாது...''

''ஆனா புள்ளை அழியணுமானா...''

''வழி இருக்கு'' என்றாள். செல்லம்மாள் குரலை மேலும் தழைத்து ''நான் ஒரு மருந்து தாறேன். பாத்தா வாசனைப் பன்னீர் மாதிரித்தான் இருக்கும். ஒரு அஞ்சுநாள் வெறும் வயித்திலே ஒரு சங்கு குடிச்சாப்போரும். ஒண்ணுமே ஆகாது. வலியிருக்காது. ரெத்தப்போக்கும் இருக்காது. ஒரே மட்டா புள்ளை சறுக்கி அப்டியே வெளியே போயிரும்.''

''அய்யோ'' என்றாள் நாகலட்சுமி.

''அய்யோன்னு யாரைச் சொல்லுறே? மகராசியா இப்பவும் வாழுற சின்ன ராணியையா, இன்னும் முழுசா உண்டாகாத புள்ளையையா?''

''இல்ல...''

''ராணி தப்புறதுக்கு வேற வழியே இல்லை. புள்ளைமட்டும் உருப்படியா பொறந்ததுன்னு வைவி, பெரியராணி கஸ்தூரி ரங்கய்யா ரெண்டுபேரும் சேர்ந்துட்டு அவளை உடன்கட்டை ஏத்தாம ஓயமாட்டாங்க.''

நாகலட்சுமி அவளை திகைப்புடன் பார்த்தாள்.

''இங்கபாரு ராணி சின்னமுத்தம்மாளுக்கு என்ன வயசு? உன் வயசு... இப்ப அவ சாகணும்னு என்ன? அவ சித்ரதுர்க்காவுக்கு போகட்டுமே. அப்பனாத்தாகூட சந்தோஷமா இருக்கட்டுமே...''

''அதுக்காக புள்ளைய...''

''இல்லேன்னா அவ சாகணும்... ரெண்டுலே எதுன்னு அவ முடிவுசெய்யட்டும்... அப்பாலே நாம ஒண்ணும் செய்ய முடியாது. இதோபாரு, எனக்கு ஆயிரம் வேலை இருக்கு. இப்ப இதிலே நான் தலையிட்டது வெளியே தெரிஞ்சா என் தலை அப்பவே சாவடியிலே உருளும். நீயே கூட உளறி என்னைய மாட்டிவிட்டிருவே. சின்னக்குட்டி நீ. ஆனாலும் ஏன் சொல்லுறேன்? என் பொண்ணு மாதிரி இருக்கா சின்னராணி...

அவ எரிஞ்சு சாகிறத பாக்கிற தெம்பு எனக்கு இல்லை... அவ்ளவு தான்.''

செல்லம்மாள் தட்டுடன் எழுந்துகொண்டு ''சொல்றதை சொல்லிட்டேன்... இந்தா இந்த மருந்தை இங்க வைக்கிறேன். உன் மனசாட்சிப்படி செய்யி... வேண்டாம்னு தோணிச்சுதுன்னா அப்டியே கொண்டுபோயி சாக்கடையிலே கொட்டிட்டு சம்பு டத்தை தூர எறிஞ்சிரு'' என்றாள்.

அவள் ஒரு சிறு பித்தளைச் சம்புடத்தை அருகே வைத்து விட்டுச் சென்றாள். நாகலட்சுமியின் தொண்டை அடைத்துக் கொண்டது. அவளிடமிருந்து வார்த்தையே வரவில்லை. அதைத் தொடமுடியாது என்று தோன்றியது.

அவள் எழுந்து விலகி ஓடினாள். வேறு ஒரு சேடிக்கூட்டம் கையில் சாப்பாட்டுத் தட்டுகளுடன் வருவதைக் கண்டாள். திக்கென்றது. ஓடிப்போய் அந்த சம்புடத்தை எடுத்து இடுப்பில் செருகி முந்தானையால் மறைத்துக்கொண்டாள். மிகப்பெரிய எடையை எடுத்துக்கொண்டதுபோல கால்கள் தெறித்தன. உடல் தள்ளாடியது.

மூச்சுத்திணறலுடன் கைகளைக் கழுவி, பாத்திரத்தையும் கழுவி அடுக்கிவிட்டுச் சென்று ஒருமூலையில் அமர்ந்துகொண்டாள். அவள் உடல் நடுங்கிக்கொண்டே இருந்தது. கைகள் உதறுவன போல நடுங்கியதனால் ஒரு கையை இன்னொரு கையால் பிடித்துக் கொண்டாள். கையில் அணிந்திருந்த பித்தளை வளையல்களை மாறி மாறி உருட்டிக்கொண்டே இருந்தாள். நெஞ்சு அடைத்திருப்பது போலிருந்தது. பின்னர் அங்கேயே படுத்துக்கொண்டாள்.

முத்துமாரி வந்து ''என்னடி?'' என்றாள்.

''தலைய வலிக்குது'' என்றாள் நாகலட்சுமி.

''காய்ச்சலாடி?'' என்று அவள் தொட்டுப்பார்த்தாள். ''ஆமா காயுதே'' என்றாள். ''படுத்திரு, நான் பெரியநாச்சிகிட்டே சொல்லி டறேன்.''

அவள் கண்களை மூடிக்கொண்டு படுத்திருந்தாள். கூர்மையான ஒரு வாள்முனை அவள் வயிற்றைத் தொட்டுக்கொண்டிருப்பது

போல் இருந்தது. அல்லது நச்சுப்பாம்பைப் பிடித்துச் சுருட்டி வைத்திருப்பதுபோல. அது நஞ்சு. குழந்தையைக் கொன்றுவிடும். ஒரு குழந்தையை. இன்னும் பிறக்காத குழந்தையை.

ஆனால் அந்தக்குழந்தை அவன் அம்மாவை கொல்லப் போகிறான். பெண்ணாகப் பிறந்தால் அந்தக் குழந்தையும் சாக நேரிடும். எதையும் எண்ணக்கூடாது என்று அவள் புரண்டு படுத்தாள். ஆனால் அவள் மனதுக்குள் துளித்துளியாக அந்த ஒரே எண்ணமே ஓடிக்கொண்டிருந்தது. ஏறத்தாழ ஒரேவகையான சொற்களுடன்.

முத்துமாரி வந்து "ராணிக்கு சுக்குநீரும் பருப்பு உருளையும் கொண்டுபோயி குடுக்கணும். நானே கொண்டுபோயி குடுத்தி ரவா?" என்றாள்.

"இல்ல, வேண்டாம்" என்று நாகலட்சுமி எழுந்தாள். அதை அனிச்சையாகவே செய்தாள். உடனே முத்துமாரியையே அனுப்பி யிருக்கலாமோ என்றும் தோன்றியது. ஆனால் வேறு எவரும் போக அனுமதி இல்லை.

அவள் பெருமூச்சுவிட்டாள். எத்தனை பெருமூச்சு விட்டாலும் மனசில் இருந்த எடை கரையவில்லை. இப்போது என்ன செய்வது? இந்த மருந்தை ராணியிடம் கொடுத்துவிடலாமா? கூடாது. அவளே எந்த முடிவையும் எடுக்கக்கூடாது. அம்மா விடம் ஒருவார்த்தை கேட்டுக்கொள்ளலாம். ஆனால் அம்மா என்ன சொல்வாள் என்பதில் சந்தேகமே இல்லை. அம்மா அரண்மனைக்கு விரோதமாக நினைக்கக்கூட மாட்டாள்.

எதற்கும் இருக்கட்டும். இதை கையிலேயே வைத்திருக்கலாம். மனம் தெளியட்டும். அதன்பிறகு கொண்டுபோய்க் கொடுக்க லாம். அந்த எண்ணம் அவளுக்கு ஆறுதலை அளித்தது. எதுவும் இப்போது இல்லை. இன்னும் நேரமிருக்கிறது. இப்போது அதைப்பற்றி யோசிக்கவே வேண்டாம்.

சுக்குநீரும் பருப்புருளையும் அடங்கிய பாத்திரத்தை அவளிடம் அருக்காணி கொண்டுவந்து தந்தாள். அவள் ஆடையை சீர்படுத்தியபின் உள்ளறைக்குப்போய், படிக்கட்டில்

ஏறி, மேலே சென்றாள். ஏனோ அவளுக்கு மூச்சிளைத்தது. முகம் நன்றாகவே வியர்த்துவிட்டது. அதை துடைக்க முடியாமல் தாலம் இரு கைகளிலும் எடையாக இருந்தது.

அவள் ராணியின் அறைக்கதவைத் தட்டியபோது குரல் எழ வில்லை. ஆனால் சின்னமுத்தம்மாள் சட்டென்று திறந்துவிட்டாள். அதே வெளிறிய முகம். தூங்கிக் கொண்டிருந்தாள்போல. கண்ணி மைகள் வீங்கியிருந்தன.

"சுக்குநீரும் பருப்புருளையும் இருக்கு ராணி" என்றாள் நாக லட்சுமி.

"அங்கே வை" என்று முகம்சுளித்தபடி சொல்லி சின்ன முத்தம்மாள் சென்று அமர்ந்துகொண்டாள்.

அந்த முகச்சுளிப்பு நாகலட்சுமியை குத்தியது. ஏனென்றறி யாமல் ஒருகணம் எரிச்சல் வந்தது. அவள் எதையும் நினைக்காம லேயே சொன்னாள் "இங்க ஒரு மூத்ததாசி இருக்கா. செல்லம்மா ன்னு பேரு. அவ ஒரு மருந்து குடுத்தா."

அதை சொன்னதுமே அவள் உடல் நடுங்க ஆரம்பித்தது. அவள் முகம் வலிப்புகொண்டது போல இழுபட்டது. அதை சின்னமுத்தம்மாள் திகைப்புடன் நிமிர்ந்து பார்த்தாள்.

"அதைச் சாப்பிட்டா எல்லா பிரச்சினையும் தீந்திரும், நீங்க ஊருக்கு போய் உங்க அம்மாகூடவே இருக்கலாம்னு செல்லம்மா சொன்னா."

"எப்டி?" என்று சின்னமுத்தம்மாள் கேட்டாள்.

"உங்களுக்கு பிள்ளை பெறந்தா உங்களால உடன்கட்டை ஏறாம இருக்கமுடியாது. உடன்கட்டை ஏறினாத்தான் அந்தப் புள்ளையை நாய்க்கர் பாளையங்க ஏத்துக்கிடும். அதனாலே பெரிய ராணியும் கஸ்தூரி ரங்கய்யாவும் உங்களை உடன்கட்டை ஏறாம விடமாட்டாங்க. பொம்புளைப் புள்ளையா இருந்தா அந்தப் புள்ளையும் சாகணும். ஆம்புளைப் புள்ளையை கிரீடம் சூட்டாம அவங்க விடமாட்டாங்க... ஏன்னா புள்ளை பொறக்க லைன்னா பாளையக்காரனுக அவங்களிலே ஒருத்தனுக்கு

படையல் ✤ 143

கிரீடத்தை குடுக்கணும்னுதான் சொல்லுவாங்க. அதுக்கு பெரியமகாராணி ஒருநாளும் விடமாட்டாங்க.''

“அதுக்காக?'' என்றாள் சின்னமுத்தம்மாள். அந்த முகச்சுளிப்பு மேலும் ஆழமானதாக ஆகியது.

“செல்லம்மை சொன்னா, இந்த மருந்தை தினசரி வெறும் வயித்திலே ஒரு சங்குவீதம் நாலுநாள் குடிச்சா பிள்ளை நழுவிரும் னுட்டு... பிள்ளை இல்லேன்னா உங்களை உடன்கட்டை ஏறச் சொல்லவேண்டிய அவசியம் இல்லை. ஊருக்குப் போகணும்னு சொன்னா தடுக்கவும் முடியாது... வேணுமானா பாளையக் காரங்களுக்கும் சொல்லலாம், ஊருக்குப்போக இஷ்டம்னுட்டு. விட்டிருவாங்க''

அவள் சின்னமுத்தம்மாளையே கூர்ந்து பார்த்துக்கொண்டி ருந்தாள். சொல்லச் சொல்ல அவளுக்குள் குடியேறி வலுப்பெற்றது சின்னமுத்தம்மாள் என்னமுடிவை எடுக்கப் போகிறாள் என்ற ஆவல்தான். சொல்லி முடித்ததும் இனி முடிவெடுக்கும் பொறுப்பு தனக்கில்லை என்ற எண்ணம் அவளை மேலும் எளிதாக்கியது.

அவள் நினைத்ததுபோல சின்னமுத்தம்மாள் உடனடியாகச் சீற்றம் கொள்ளவில்லை. அவள் சொன்னதைக் கேட்டது போலவே தெரியவில்லை. அப்படியே சரிந்த விழிகளுடன் அமர்ந்திருந்தாள்.

“மருந்தைக் கொண்டுவந்து தாறது என் கடமைன்னு தோணிச்சு. ஒருவழியும் இல்லாம நீங்க தீப்பாயக்கூடாது. ஒரு வழி இருக்கணும். முடிவை நீங்களே எடுக்கணும்...''

அதையும் சின்னமுத்தம்மாள் கேட்கவில்லை என்று தோன்றியது.

“முடிவை நீங்களே எடுத்தா பிறவு யார்மேலேயும் பழி யில்லை. என்மேலேகூட பழி இல்லை. ஏன்னா நான் உங்களை உளவுபாக்குறதுக்காக அனுப்பப்பட்ட தாசி... இந்தா இருக்கு மருந்து. நீங்க முடிவெடுங்க. வேண்டாம்னு சொன்னா உடனே கொண்டு போயிடறேன். எல்லாத்தையும் மறந்திருதேன்... செல்லம்மாகிட்ட சொல்லிடுறேன்.''

சின்னமுத்தம்மாள் மெல்ல அசைந்து அமர்ந்து "இந்தச் செல்லம்மா யாரு?" என்றாள்.

"இங்க தாசியா இருக்காங்க, வயசானவங்க."

"அவ எந்த கூட்டம்? பாளையக்காரங்க ஆளா?"

அப்படி நாகலட்சுமி யோசிக்கவே இல்லை. "தெரியல்லை. இப்ப நீங்க சொல்லுறப்ப பாளையக்காரங்க ஆளோன்னு எனக்கும் தோணுது. இல்லை அரண்மனையிலேயே கஸ்தூரி ரங்கய்யாவை பிடிக்காதவங்களோட ஆளா இருக்கலாம்."

"என் புள்ளை அழிஞ்சதுமே என்னை கொல்லமாட்டாங்கன்னு எப்டி தெரியும்?"

"செல்லம்மா தனியாளு இல்லேன்னு இப்ப தெரியுதே... அப்டீன்னா அவங்க கவனிச்சுகிட்டுதானே இருப்பாங்க? பிள்ளை அழிஞ்சதை ரகசியமா வைக்கமுடியாது. வயற்றாட்டிகளிலேயும் அவங்க ஆளுங்க கண்டிப்பா இருப்பாங்க. பிள்ளை அழிஞ்சா மூணாம்நாள் சாங்கியம் உண்டுல்ல, அப்ப நீங்க வெளிப்படையா ஊருக்குப் போகணும்னு சொல்லுங்க. அங்க பாளையக்காரங்க ளோட பெண்டுகள் எல்லாரும் வந்திருப்பாங்க. அதுக்குமேலே உங்களை ஒண்ணும் செய்யமுடியாது. பாளையக்காரங்க பாத்துக் கிடுவாங்க. சித்ரதுர்க்காவிலே உங்க சித்தப்பனுக்கும் செய்தி போயிரும்..."

சின்னமுத்தம்மாள் உதடுகளைக் கடித்தபடி அமர்ந்திருந்தாள். அவள் உடல் உலுக்கிக் கொண்டது. மெல்லிய விம்மலோசை எழுந்தது. தலைதூக்கி "மறுபடி நான் சித்ரதுர்க்கா கோட்டையை பாப்பேனாடி?" என்றாள்.

"நீங்க நினைச்சா பாக்கலாம்" என்றாள் நாகலட்சுமி. ஆனால் அவளுக்கு ஏதோ ஒரு ஏமாற்றமும் சலிப்பும் ஏற்பட்டது.

"அந்த மண்ணை பாக்கணும்... என் அம்மாவை பாக்கணும்டி..." என்றாள் சின்ன முத்தம்மாள் நெஞ்சில் கைவைத்து விம்மி யழுதபடி. "என்னாலே சாகமுடியாது... சாக எனக்கு மனசில்லைடி... நான் தீப்பாய மாட்டேன். இத்தனை மாசமா அல்லும்பகலும் அதைத்தான் நினைச்சிட்டே இருக்கேன். நினைப்புக்குள்ள ஆயிரம்

தடவை தீயிலே பாய்ஞ்சிட்டேன். தீயிலே வெந்து உருகி எரிஞ்சு... யம்மா யம்மா.''

நாகலட்சுமி பாய்ந்து சின்னமுத்தம்மாளின் கைகளைப் பற்றிக்கொண்டு அருகே அமர்ந்தாள். ''பயப்படாதீங்க ராணி... நீங்க நினைச்சா தீப்பாய வேண்டாம். யாரும் ஒண்ணும் சொல்ல முடியாது. அப்டி ஒண்ணும் சாஸ்திரம் கெடையாது. எல்லாம் கிரீடத்துக்கான சூழ்ச்சிதான்... நாம பொம்புளைங்க. யாரு ஆண்டா நமக்கு என்ன? நாம இவங்களுக்காக ஏன் சாகணும்? நீங்க சாகவே வேண்டியதில்லை'' என்றாள்.

அவளுக்கும் அழுகை வந்தது. அவள் கண்களிலிருந்து வழிந்த நீர் சின்ன முத்தம்மாளின் கைகள்மேல் சொட்டியது.

''எனக்கு நினைக்கவே பயமா இருக்குடி.... தீயிலே விழுறதை நினைக்கவே முடியலைடி. ஆனா வேற நெனைப்பே இல்லை. சொப்பனமும் அதுதான் வருது... தீயிலே விழமாட்டேன்... யம்மா யம்மா நான் தீயிலே விழமாட்டேன்.''

சின்னமுத்தம்மாள் நாகலட்சுமியின் கைகளை இறுகப் பற்றியபடி அதை மூர்க்கமாக உலுக்கியபடி கழுத்தில் நீல நரம்புகள் புடைக்க அழுகையால் பதறும் குரலில் சொன்னாள். ''நான் சாகமாட்டேன்... நான் சாகமாட்டேண்டீ''

''வேண்டாம், நீங்க போயிடுங்க.. சித்ரதுர்க்காவிலே போயி அம்மாகூட தீர்க்காயுசா இருங்க. இந்தப் புள்ளை வேண்டாம். இது உங்கமேலே இந்த மதுரை ராஜ்ஜியம் தூக்கிவைச்ச அழுக்கு மூட்டை. இதை விட்டிருங்க. இது இல்லேன்னா உங்களுக்கும் மதுரைக்கும் சம்பந்தமே இல்லை...'' என்றாள் நாகலட்சுமி உறுதியாக.

''அப்டியாடி சொல்றே?'' என்றாள் சின்னமுத்தம்மாள்.

''ஆமா, அது மட்டும்தான் செய்யவேண்டியது. மத்த நெனைப்பே வேண்டாம். இந்தப்புள்ளை உங்க மேலே மத்தவங்க ஏவிவிட்ட பேயி. நீங்க அந்தப்பேயிங்களைப் பாத்து த்தூ பேயே, போயிடுன்னு சொன்னா அதுக ஓடிரும்...'' என்றாள் நாகலட்சுமி. ''மகாராணி எங்க தாசி சாஸ்திரத்திலே ஒண்ணு சொல்லிக்குடுப்பாங்க. பெண்ணை

குழந்தையை வச்சு கட்டிப்போடுறாங்க, ஆணை பெண்ணை வைச்சு கட்டிப்போடுறாங்கன்னுட்டு. குழந்தைங்கிற சங்கிலிய அத்துட்டா அதுக்குப் பின்னாலே பொம்புளைங்களுக்கு தெய்வ சக்தி வந்திரும்... என்ன வேணுமானாலும் செய்யமுடியும். இன்னொருத்தருக்கு அடிமையா இருக்கவே மாட்டாங்க... இது தான் செய்யவேண்டியது."

"அதைக் கொண்டா" என்றாள் சின்னமுத்தம்மாள்.

நாகலட்சுமி அந்த சம்புடத்தை எடுத்துக் கொண்டுவந்து சின்ன முத்தம்மாளின் கையில் கொடுத்தாள்.

"இருக்கட்டும்டி... நான் இதை குடிக்கிறேன். இந்த நாலு சுவருக்குள்ளே இருந்து தினம் தீயாலே எரிஞ்சு கடைசியிலே செதையிலே சாம்பலா போகணும்னு எனக்கு விதியில்லே."

"ஆமா ராணி"

"அய்யோ, நினைச்சு நினைச்சு செத்துட்டிருந்தேண்டி... தீயைப் பாத்தாலே பயம். வெளிச்சத்தையே தீயா நினைக்க ஆரம்பிச்சுட்டேன். இந்த நெய்வெளக்கக் கண்டாலே பயம். இதையும் எப்பவும் அணைச்சோ மூடியோதான் வைப்பேன்."

"இனி பயப்படவே வேண்டியதில்லை ராணி, எதையும் பயப்படவேண்டியதில்லை."

சின்னமுத்தம்மாள் பெருமூச்சுவிட்டாள்.

"சுக்குநீர் குடியுங்க... பருப்புருளை இருக்கு."

"கொண்டாடி, நல்லாவே பசிக்குது"

சின்னமுத்தம்மாள் பருப்புருளைகள் நான்கையுமே சாப்பிட்டாள். சுக்குநீரை முழுக்க குடித்து தாலங்களை கீழே வைத்த போது அவள் முகம் மலர்ந்திருந்தது.

"நான் வாறேன் ராணி" என்று நாகலட்சுமி தாலங்களை எடுத்துக்கொண்டாள்.

*

4
...

நாகலட்சுமி கீழே வரும்வரைதான் நிதானமாக இருந்தாள். வரும்வழியில் அவளை மறித்த தியாகதுர்க்கம் பத்மினி "ஏண்டி, எப்டி இருக்காடி உன்னோட தீப்பாய்ஞ்ச அம்மன்?" என்றபோது அவள் புன்னகை மட்டுமே செய்தாள்.

பின்னால் வந்த செல்லியம்மா "என்ன, காய்ஞ்சு விறகா ஆயிட்டிருப்பா. நல்ல நெய்யா குடு. உள்ள நெய்யிருந்தா ஊது வத்தி மாதிரிப் பத்தி எரிவா" என்றாள்.

ஆனால் கீழே வந்து தாலங்களை வைத்துவிட்டு, வண்டிக் காரன் சேர்வைராயனுக்கு சத்தம்காட்ட தளிகை வரதையன் சொன்னதனால் வெளியே சென்றபோது எதுவோ தீயது நினைவுக்கு வந்ததுபோல, அரியது எதையோ மறந்துவிட்டதை நினைத்துக்கொண்டதுபோல நெஞ்சுக்குள் ஒரு நடுக்கம் ஓடி அவள் அப்படியே நின்றுவிட்டாள். மெய்யெல்லாம் வியர்வை பூத்துவிட்டது. படபடப்பில் அப்படியே அங்கேயே அமர்ந்து விட்டாள்.

"என்னடி?" என்று மகாரத்தினம்மாள் கேட்டாள்.

"ஒண்ணுமில்லை... காலையிலே இருந்தே உடம்பு சரியில்லே" என்றாள் நாகலட்சுமி.

மகாரத்தினம்மாள் தொட்டுப்பார்த்து "கொஞ்சம் காயிற மாதிரி இருக்கே... சரி வீட்டுக்குப்போயி படுத்திரு. காய்ச்சல் குறைஞ்சபின்னாடி வா" என்றாள்.

"சரி" என்று அவள் எழுந்து சேர்வைராயனைப் பார்க்கப் போனாள். நாலைந்து நாளில் குழந்தை நழுவிவிடும். அது ஏன் என்று மருத்துவச்சிகள் கண்டுபிடிப்பார்களோ? ஒருவேளை கண்டுபிடித்தால் அந்தத் திரவத்தைக் கொண்டுபோய்க்

கொடுத்தவள் அவள்தான் என்பதைக் கண்டுபிடிக்க அதிக நேரமாகாது.

நாகலட்சுமிக்கு உடலே பதற ஆரம்பித்தது. மதுரை நாயக்க ராஜ்ஜியத்தில் சாதாரணமாகப் பெண்களுக்கு கொலைத் தண்டனை இல்லை. மிகப்பெரிய தவறு செய்தவர்களை ரகசிய மாகக் கொண்டுசென்று தலைவெட்டுவார்கள் என்று கேள்வி. திருப்பரங்குன்றத்துக்குமேல் கொற்றவை சன்னிதியில் அப்படி நாலைந்துபேர் தலைவெட்டப்பட்டது என்று அறிந்திருந்தாள். மற்றபடி பெண்களைப் பிடித்து ஒரு முலையை சீவிவிட்டு புழுக்கைக்காரிகளாக விற்றுவிடுவதுதான் வழக்கம்.

கண்கள் புகைந்துகொண்டே இருந்தன. அவள் மகா ரத்தினம்மாளிடம் "நான் வீட்டுக்குப் போறேன் ஆச்சி" என்றாள்.

"சரிடி... போயிட்டு நாளைக்கு வா..." என்றாள் மகாரத்தினம்மாள்.

அவள் வீட்டுக்கு நடந்தபோது உடல் ஓய்ந்திருந்தது. மெய் யாகவே காய்ச்சல் வந்துவிட்டதா? நடக்க நடக்க நடுக்கம் கூடிக் கொண்டே இருந்தது.

அம்மா "ஏண்டி?" என்றாள்.

"காயலா இருக்கு" என்றபடி அவள் உள்ளே சென்று தன் பாயை எடுத்துப்போட்டு படுத்துக்கொண்டாள்.

"ஏண்டி? என்ன பண்ணினே? குளத்திலே குளிச்சியா?" என்றபடி வந்து நெற்றியை தொட்டுப்பார்த்தாள் அம்மா.

"ஒண்ணுமில்லை, கொஞ்சம் காயலா இருக்கு. நீ போ" என்றாள் எரிச்சலுடன்.

"ஏன் எங்கிட்ட எரிஞ்சு விழுறே? சுக்குவெந்நி எடுக்கவா?"

"ஒண்ணும்வேண்டாம்... சித்த சும்மா இருக்கியா?"

"என்னமோ, எல்லாத்துக்கும் எங்கிட்டதான் எரிஞ்சுவிழுறே? குலத்திலே பிறந்த தாசின்னா மூஞ்சியிலே ஒரு சிரிப்பு இருக்க ணும். எப்பவும் சிரிச்சாத்தான் மூஞ்சியிலே நிரந்தரமா சிரிப்பு

இருக்கும். வலிச்சு வலிச்சு வைச்சுக்கிட்டிருந்தா மூஞ்சி வாழைப்பூ மாதிரி தொங்கிரும்."

அம்மா பேசிக்கொண்டே இருப்பது கேட்டது. அவள் அதிலிருந்து விலகிவிட்டாள். மீண்டும் அதே நினைப்பு. கிளம்பிச் சென்று ராணியிடமிருந்து அந்த திரவத்தைத் திரும்ப வாங்கிக் கொண்டு வந்தாலென்ன? அவள் தரவில்லை என்றால் திருடிக் கொண்டு வந்துவிடவேண்டும். அதுதான் வழி. ராணி உடன் கட்டை ஏறுவதென்றால் அது அவளுடைய தலையெழுத்து. அப்படி எத்தனையோ பேர் சாகிறார்கள். பாளையக் காரர்களின் ஆசைமனைவிகளை அவர்கள் அடித்தும் உதைத்தும் கொல்லும் செய்திகள் வந்துகொண்டே இருக்கின்றன. சிறிய சந்தேகம் வந்தால்போதும் கொலைதான். சாமானியப் பெண்களுக்கு எந்தப் பாதுகாப்பும் இல்லை. வாளுடன் வந்தவன் கூப்பிட்டால் மறுக்கக்கூட முடியாது.

அவள் புரண்டு புரண்டு படுத்துக்கொண்டிருந்தாள். ஆனால் பெண்களுக்காவது நீண்ட ஆயுளுக்கு வாய்ப்புண்டு. ஆண்களில் நாற்பதைத் தாண்டுவதே அதிசயம். போர் நடந்துகொண்டே இருக்கிறது. எங்கெங்கோ போருக்கு செல்கிறார்கள். போரி லேயே வெட்டிக் குவிக்கிறார்கள். பீரங்கிகள் வந்தபின் யார் யாரை கொல்கிறார்கள் என்றே யாருக்கும் தெரியாது. கொள்ளிக்கட்டையால் எறும்புக்கூட்டத்தை அழிப்பதுபோலத் தான் பீரங்கிகள் படைகளைச் சிதைக்கின்றன. போரில் சாகாமல் வந்தால்கூட காயங்கள் அழுகிச் சாகவேண்டும். ஊனமுற்றால் சோறில்லாமல் பிச்சை எடுத்துச் சாகவேண்டும். இங்கே யாருக்குத்தான் உயிருக்கு பாதுகாப்பு இருக்கிறது? ஒரு ராணி செத்தாலென்ன, இருந்தாலென்ன?

அவள் எழுந்துவிட்டாள். அம்மா வந்து "என்னடி, படு... காயல்னா அப்டித்தான் மனசு மயங்கிட்டே இருக்கும். நல்லா தூங்கினா சரியாப்போயிரும்... படு" என்றாள்.

அவள் படுத்ததும் "கொஞ்சம்போல சாராயத்திலே சுக்கு மிளகு திப்பிலி பொடிச்சுபோட்டு தேனோட கலந்திருக்கேன்.

அப்டியே விழுங்கிரு... காலையிலே நெஞ்சடைப்பு போயிரும்" என்றாள்.

அவள் அதை விழுங்கிவிட்டு அம்மா கொடுத்த வெந்நீரையும் குடித்தாள். "அப்டியே படுத்திரு" என்றாள் அம்மா.

வெந்நீர் குடித்தமையால் வியர்த்தது. ஆனால் வியர்வை குளிர ஆரம்பித்தபோது கொஞ்சம் கொஞ்சமாக உடலின் தசைகள் தளர ஆரம்பித்தன. விழுந்துகொண்டே இருக்கும் உணர்வு. கொஞ்சம் குமட்டல். கூடவே இனிமையான சோர்வு. நா வறள்வதுபோலவும் இருந்தது. எண்ணங்கள் கோவையாக எழாமல் உதிர்ந்து விழத்தொடங்கின. ஒருகட்டத்தில் அவள் தரையில் புதைந்துகொண்டே இருந்தாள்.

காலையில் ஓரிரு முறை விழிப்பு வந்தது. உதிரிக் கனவுகள் வழியாக அந்த விழிப்பைக் கடந்தாள். எங்கெங்கோ போயக் கொண்டிருந்தாள். ஒருமுறை தஞ்சாவூர் சென்றிருந்தபோது அங்கே கண்ட மாபெரும் இடிந்த கோயில். அதன்மேல் ஏறி யிருந்த காட்டுச்செடிகள். அவள் ஒரு பெரிய ஏரியின்மேல் நடந்து கொண்டிருந்தாள். அவளுக்கு முகம் தெரியாத, ஆனால் நன்கறிந்த ஓர் ஆண் கூடவே வந்துகொண்டிருந்தான்.

அவள் விழித்து எழுந்து உள்ளே கல்தொட்டிக்குச் சென்று சிறுநீர் கழித்துவிட்டு வந்தாள். கரிக்கனல் போட்டு நெருப்போட்டின்மேல் மூக்குச்செம்பில் குடிநீர் வைக்கப்பட்டி ருந்தது. நெருப்போட்டில் கரி எரிந்து சாம்பலாகிவிட்டிருந்தாலும் தண்ணீர் வெம்மையாக இருந்தது. கொஞ்சம் தண்ணீர் குடித்து விட்டு மீண்டும் படுத்துக்கொண்டாள்.

தூங்கிச்செல்லும்போது அந்தக் கனவு வந்தது. அத்தனை துல்லியமாக ஒரு கனவு அவள் அதற்கு முன் கண்டதில்லை. காய்ச்ச லிருந்தால் மட்டுமே அப்படிப்பட்ட கனவுகள் வருகின்றன. அவளை கைகளை பின்னுக்குக் கட்டி நிறுத்தியிருக்கிறார்கள். அருகே சின்னமுத்தம்மாள் நின்றுகொண்டிருக்கிறாள். சின்ன முத்தம்மாள் கையில் துணியில் சுற்றிய குழந்தை இருக்கிறது. சுற்றிலும் படைவீரர்கள். எதிரில் ஒரு பெரிய பள்ளம். அதில் விறகை அடுக்கி சிதை கூட்டிக்கொண்டிருக்கிறார்கள். ஆமணக்குநெய்

நிறைந்த கலயங்கள் வரிசையாக வைக்கப்பட்டிருக்கின்றன. சாம்பிராணிக் கட்டிகள் கரித்துண்டுகள்போல அடுக்கி வைக்கப் பட்டிருக்கின்றன. அரக்கும் தேன்மெழுகும் கட்டி கட்டியாக பனம்பாயில் குவிக்கப்பட்டிருக்கின்றன.

யாரோ ஏதோ சொல்கிறார்கள். அவள் சிதையையே பார்த்துக் கொண்டிருந்தாள். எங்கோ சங்கு ஊதுகிறது. கொம்பும் குழல் களும் குறுமுரசும் சேர்ந்து முழக்கமிடுகின்றன. சிதையை அடுக்கிய பின் அதன்மேல் ஆமணக்குநெய்யை நிறைய ஊற்று கிறார்கள். அதன் விறகு அடுக்கின் இடைவெளிகளில் சாம்பி ராணிலக்கட்டிகளையும் அரக்கு, தேன்மெழுகுக் கட்டிகளையும் செருகிவைக்கிறார்கள். அதன்மேல் பிணமெல்லாம் ஏதுமில்லை. ஒருவர் வந்து ராணியின் கையில் இருந்து அந்த சிறுகுழந்தையை பிடுங்கி கொண்டுசென்று சிதையில் வைக்கிறார். அந்தச் சிதைக்கு எந்தச் சடங்கும் இல்லாமல் தீமூட்டுகிறார்கள்.

தீ சரசரவென்று எழுந்து கரும்புகையுடன் மேலே தெறித்து சுழன்றாடுகிறது. விறகுகள் பற்றிக்கொள்கின்றன. புகை குறைந்து அரக்கு எரியும் மணம் எழுகிறது. விறகுகள் வெடிக்கின்றன. தீயின் நிறம் வெளிறுகிறது. அது பட்டுத்துணியை உதறுவதுபோல ஓசை எழுப்புகிறது. யாரோ இரண்டு படைவீரர்கள் வந்து சின்ன முத்தம்மாளை கைபிடித்து இழுக்கிறார்கள். அவள் துள்ளித் திமிறி அலறுகிறாள். ஆனால் ஓசையே இல்லை. கண்ணாடி பிம்பத்தில் பார்ப்பதுபோல இருக்கிறது அந்த அசைவு. வெறித்த கண்கள், அலறியபடி திறந்த வாய், அவிழ்ந்து பரவிய தலைமுடி. இரண்டு சவண்டி பிராமணர்களும் வந்து அவளைப் பிடித்துக் கொள்கிறார்கள்.

அவர்கள் அவளை தூக்கிச் சென்று சுழற்றி சிதைக்குள் எறிகிறார்கள். சிதையில் சென்று விழுந்ததுமே அவள் ஆடை களெல்லாம் எரிகின்றன. அவள் அலறியபடி எழ முயலும்போது நீண்ட கழிகளால் அவளைப் பிடித்து தீயில் தள்ளுகிறார்கள். அவள் கதறிக்கொண்டே எரிகிறாள். ஆனால் தீயின் ஓசை மட்டும்தான். அவள் முகம் உருகி சதை சொட்டுகிறது. மூக்கெ லும்பு புடைக்கிறது. பற்கள் புடைக்கின்றன. நாகலட்சுமி கதறிக்கொண்டே இருந்தாள். இரண்டு பேர் வந்து அவளைப்

பிடித்துத் தூக்கி கொண்டுசென்றனர். அவள் கால்களை உதறிக் கொண்டாள். அவளைத் தூக்கி தீயில் வீசினார்கள். அவள் சென்று சின்னமுத்தம்மாள்மேல் விழுந்தாள்.

சின்னமுத்தம்மாளின் உடல் ஏற்கனவே நன்றாக எரிந்து உருகி விட்டது. அவள் முகமும் நெஞ்சும் எலும்பு வடிவாக இருந்தன. ஆனால் அவள் கண்கள் உயிருடன் இருந்தன. அவை அவளை பார்த்தன. கீழே அந்தக்குழந்தையும் எலும்புருவாக இருந்தது. ஆனால் அதன் கண்களும் உயிருடன் அவளை பார்த்தன. சின்ன முத்தம்மாளின் தசைகள் எரிந்து விழுது விழுதாக அவள் மேல் ஒட்டிக்கொண்டன. அவள் தசைகளை அவை எரித்தன. தன் தசை வெந்து எரியும் நாற்றத்தை அவள் அறிந்தாள். அவள் உடல் கொதித்து பற்றி எரிந்தது.

நாகலட்சுமி உளறி கூச்சலிட்டபடி பாயில் புரண்டு படுத்தாள். அம்மா எழுந்துவந்து "என்னடி? என்ன உனக்கு? சும்மா படு" என்றாள்.

அவள் விழித்துக்கொண்டாள். கண்களிலிருந்து நீர் வழிந்தது.

"என்னடி? சொப்பனம் கண்டியா?"

ஆமாம் என்று அவள் தலையாட்டினாள்.

"நீறு போட்டுக்கோ... மீனாட்சி துணையிருப்பா" அம்மா திருநீறை அவள் நெற்றியில் போட்டுவிட்டாள். அவள் கண்களை மூடிக்கொண்டு படுத்திருந்தாள். கண்களில் இருந்து நீர் வழிந்து காதுகளில் சொட்டிக்கொண்டிருந்தது.

*

5
...

நாகலட்சுமி கிளம்பிக்கொண்டிருந்தபோது அம்மா வந்து "என்னடி, எங்கபோறே?" என்றாள்.

"ரங்கமகாலுக்கு" என்றாள் நாகலட்சுமி.

"அதான் காயலா கெடக்கே? இப்ப எதுக்கு போறே? ஒருநாள் போகட்டும்" என்றாள் அம்மா.

"ராணிக்கு துணையா ஆருமில்லை" என்றாள்.

"அங்க மருத்துவச்சிக இருப்பாளுக... ராணி வயித்துப் புள்ளைய ஒண்ணும் பண்ணிரக்கூடாதுன்னுதான் உன்னைய அனுப்பிச்சது. இப்பதான் புள்ளை நல்லா வளந்தாச்சே. பத்துப் பதினைஞ்சுநாளிலேகூட வந்திரும்னு பேச்சு இருக்கு."

அவள் முந்தானையை போட்டுக்கொண்டு வெளியே சென்றாள்.

"ராணி எப்டியும் தீயிலே குதிக்கப்போறா... அவளுக்கு இனிமே என்ன பணிவிடை? நீ எதுக்கு இப்ப போகணும்?" என்றாள் அம்மா.

"சும்மா இரு" என்று திரும்பிச் சீறிவிட்டு அவள் தெருவழியாக நடந்தாள்.

அந்தத் தெருவே தாசிகளுக்குத்தான். எல்லா வீடுகள் முன்னாலும் பல்லக்கோ குதிரைகளோ மாட்டுவண்டிகளோ நின்றன. ராத்திரி வந்தவர்கள் இன்னும் கிளம்ப ஆரம்பிக்க வில்லை. காலையில் பிந்தி எழுந்து, குளித்து நாமம் தரித்து, பூசைகளை முடித்து, சாப்பிட்டுவிட்டுத்தான் கிளம்புவார்கள். காலைச்சாப்பாடு தாசிவீடுகளில் தடபுடலாக இருக்கும். தாசி வீட்டில் காலையுணவு சாப்பிடுவதென்பது ஒரு கௌரவம்.

எதிரே வந்த சம்பூரணத்தம்மாள் "ஏண்டி இந்தா காலை யிலேயே போறே?" என்றாள். அவள் கோயிலில் இருந்து எதையோ கொண்டுபோய்க் கொண்டிருந்தாள். "மீனாட்சி பிரசாதம்டி... நெத்திக்கு இட்டுக்கோ" என்றாள்.

பிரசாதத்தை பாம்புவிரலால் தொட்டு நெற்றியில் போட்டுக் கொண்டாள். "நீயும்தான் அரண்மனைக்கு போய்ட்டு வாறே. நல்ல ஒருத்தன் வந்து உன்னை எடுத்து வச்சுக்கிட்டான்னா மானமா பொளைக்கலாம்" என்றாள் சம்பூரணத்தம்மாள்.

அவள் இறுக்கமாக முகத்தை வைத்துக்கொண்டாள்.

"ஒத்த ஆம்புளைன்னா உடம்பு நிக்கும்டி. கண்டவனும் வந்துபோனா ஆறேளு வருசத்திலே ஆத்துமணல் வண்டி மாதிரி உடம்பு இக்குவிட்டுப்போயிரும் பாத்துக்கோ."

அவள் வழக்கமாக அதற்குக் காட்டும் முகத்தை காட்டிவிட்டு முன்னால் சென்றாள்.

தாசிகளுக்கு ரங்கமகாலில் தனி வழி இருந்தது. அவள் உள்ளே சென்றபோது மகாரத்தினம்மாள் இருந்தாள். "என்னடி, காய்ச்சல் விட்டிடுச்சா?" என்றாள்.

"இப்ப பரவாயில்லை... அதான் வந்திட்டேன்" என்றாள்.

"சாப்பிட்டியா?" என்றாள் மகாரத்தினம்மாள்.

"சக்கரைக்கூழ் குடிச்சேன்"

"சரி, இங்க இன்னிக்கு அரிசியுருண்டை... அது இப்பதான் உருட்டிக்கிட்டிருக்காளுக... அவிஞ்சு வாறதுக்கு ரெண்டுமூணு நாழி ஆயிடும்... நீ சின்னக்கருப்பன் கிட்ட எத்தனை வண்டிக் காரனுக வந்திருக்கானுகன்னு கேட்டுட்டு வா."

அவள் வெளியே போய் சின்னக்கருப்பனிடம் அன்றைக்கு அதுவரை வந்த வண்டிக்காரர்கள் எத்தனைபேர் என்று கேட்டு விட்டு வந்து மகாரத்தினம்மாளிடம் சொன்னாள்.

மகாரத்தினம்மாள் "சின்ன ராணி எந்திரிக்கிற நேரம்டி... காலம்பற மருத்துவச்சிக வந்தாச்சு. அவளுக மேலே போறதுக்குள்ள

நீ இந்த சக்கரைக்கூழை கொண்டுபோய் குடு. பல்தேய்ச்சதுக்கு மேலே ஒருவாய் குடிச்சுக்கிடட்டும்” என்றாள்.

சின்னமுத்தம்மாளை ஒவ்வொருநாளும் மருத்துவச்சிகள்தான் மருந்துபோட்ட கொதிக்கும் வெந்நீரால் குளிப்பாட்டினார்கள். அதற்குமுன் எண்ணை போட்டு உடலை நீவி வழித்தார்கள். அவள் உள்ளேயே ஏனத்து நீரில் வாய்கழுவி, அங்கேயேயே கல்தொட்டியில் காலைக்கடன்களையும் கழித்துவிடுவாள்.

அவள் ஏனத்துடன் மேலேறிச் செல்லும்போது உள்ளம் நிதான மாக இருந்தது. உண்மையில் வழியில் பத்மினியோ செல்வி யம்மாவோ வரவேண்டும் என்று விரும்பினாள். அவர்களின் கண்களைப்பார்த்து புன்னகைக்கவேண்டும். அவர்கள் என்ன ஏது என்று குழம்பி நிற்கையில் கடந்து செல்லவேண்டும்.

அவள் கதவைத் தட்டியபோது ஓசையில்லை. இருமுறை கதவைத்தட்டி “ராணியவரே, இது நாந்தான், நாகலட்சுமி” என்றாள்.

கதவு திறந்தது, சின்னமுத்தம்மாள் புத்துணர்ச்சியுடன் இருப்பதுபோல தெரிந்தது. முகமே கொஞ்சம் சிவந்துவிட்டது போல. “வாடி” என்று உள்ளே அழைத்தாள்.

“இனிப்புத்தண்ணி கொண்டாந்திருக்கேன் ராணி” என்றாள் நாகலட்சுமி.

“அங்கே வை” என்றாள் சின்னமுத்தம்மாள். “நான் ராத்திரி ஒரு சொப்பனம் கண்டேண்டி”

அதைச் சொல்ல அவள் காத்திருந்தாள் என்று தோன்றியது.

“விடியக்காலையிலே தூங்கி எந்திரிச்சு கால்கழுவிட்டு வந்து படுத்தேண்டி. ஒரு சொப்பனம். சொப்பனம்னு சொல்லமுடியாது, அப்டியே உண்மையா நடக்கிற மாதிரி”

“என்ன சொப்பனம்?”

“ஒரு காட்டிலே சிதை மூட்டியிருக்காங்க. ஆழமான குழியிலே பெரிய சிதை. நல்லா வெறகெல்லாம் அடுக்கி, அதுமேலே ஆமணக்குநெய் குளுக்க ஊத்தி. கட்டிகட்டியா

அரக்கும் சாம்பிராணியும் தேன்மெழுகும் எடுத்து வைக்கிறாங்க. என்னை அலங்காரம் பண்ணி தீப்பாயறதுக்கு கொண்டுபோயி நிப்பாட்டியிருக்காங்க. அதிலே படுத்திருக்கிறது யாருன்னு பாத்தேன். யாருமே இல்லை. வெறும்சிதை"

நாகலட்சுமி வெறுமே பார்த்துக்கொண்டிருந்தாள். சின்ன முத்தம்மாளின் மகிழ்ச்சி வினோதமாக இருந்தது.

"அதுக்கு தீமூட்டினாங்க. நாலஞ்சு பிராமணங்க, அப்றம் ஈட்டிதாங்கிக்காரனுக. நான் நடுங்கிட்டிருந்தேன். அப்ப சிதைக்கு அப்பாலே இருந்து ஒரு சின்னக்குழந்தை வந்தது... ரொம்ப சின்னக்குழந்தை. அய்யோடி, இது எப்டி நடக்குதுன்னு ஆச்சரியமா இருக்கும். அது என்னைப்பாத்து சிரிச்சுட்டே ஓடி வருது. வாயிலே மேலண்ணத்திலே ஒத்தைப் பல்லு. சிரிச்சப்ப ரெண்டு கன்னத்திலேயும் குழி. வாய் அப்டியே நீளமா இருக்கு. பெரிய குண்டு கண்ணு... வான்னு சொல்லி என் கையை புடிச்சு இழுத்துது. நான் கூடப்போனேன். இந்தா இதிலே ஏறுன்னு சிதையை காட்டி சிரிச்சுட்டே சொல்லிச்சு. சரிடா கண்ணான்னு குனிஞ்சு அதோட ரெண்டும் கன்னத்திலயும் முத்தம் குடுத்திட்டு அப்டியே தீயிலே ஏறிட்டேன்."

"இதான் சொப்பனமா?"

"ஆமாடி.... இதுக்கு என்ன அர்த்தம்?"

"என்ன அர்த்தம்?"

"என்ன அர்த்தமா? ஏண்டி, என் புள்ளை எங்கிட்ட சொல்றது அது. அவன் பூமியிலே பொறக்கணும்னு விரும்புறான். ஏண்டி, சொல்ல மறந்துட்டேனே. அந்த குழந்தை இடுப்பிலே வைர அரைநாண் போட்டிருந்தது. கையில காப்பு, கழுத்திலே மகரகண்டி. அதோட தலையிலே பொன்னாலே செஞ்ச கிரீடம் இருந்தது... ஆமாடி, கிரீடம். தங்கக்கம்பியாலே செஞ்ச கிரீடம்... நடுவிலே நெத்திக்குமேலே ஒரு எலைமாதிரி. அதிலே அப்டியே நெறைய வைரக்கல்லு பதிச்சிருந்தது. தீயோட வெளிச்சம் பட்டு அந்த வைரமெல்லாம் தகதகன்னு ஜொலிச்சிட்டிருந்தது."

நாகலட்சுமி பெருமூச்சுவிட்டாள்.

“அவன் ராஜா... ராஜாவாகவே பொறக்கப்போறான். என் புள்ளை ராஜாவாகணும். இந்த மதுரை ராஜ்ஜியத்தையே அவன் ஆட்சி பண்ணணும்... சித்ரதுர்க்காவையும் அனந்தபூரையும் கேளாடியையும் எல்லாம் அவன் புடிச்சு சேத்துக்கணும். துங்க பத்ரா ஆறு வரை அவன் கொடி பறக்கணும்... பெரியநாயக்கர் கிருஷ்ணதேவராயர் மாதிரி அவன் பேரு நிக்கணும்... ஆமாடி, அந்த சொப்பனத்துக்கு அதாண்டி அர்த்தம்?”

“அப்ப உடன்கட்டை ஏறுறதா தீர்மானிச்சாச்சு?”

“என் புள்ளை சக்கரவர்த்தியாகணும்... திருமலைநாயக்கரை விட பெரிய ராஜாவா ஆகணும். கிருஷ்ணதேவராயர் மாதிரி ஆகணும்”

நாகலட்சுமி மீண்டும் பெருமூச்சுவிட்டாள்.

“நெனைச்சு நெனைச்சு எனக்கு கொப்பளிச்சுட்டே இருக்குடி. நான் பொறந்ததுக்கு வேற என்ன அர்த்தம்? சித்ரதுர்க்காவிலே போயி கைம்பெண்ணா மாளிகைக்குள்ள முடங்கிக்கிடந்தா என் நெஞ்சு ஆறாது. என் பிள்ளை வந்து நாடாண்டா அவன் அம்மான்னு என் பேரையும் சொல்லுவாங்க... நானும் சொர்க்கத்திலே இருந்து சந்தோசப்படுவேன்.”

“உங்க முடிவு ராணி, நான் என்ன சொல்ல?” என்றாள் நாகலட்சுமி.

“மருத்துவச்சிங்க எப்ப வருவாங்க? நேத்து ஒருக்களிச்சே படுத்தேனா, இடப்பக்கம் வயிறு வலிக்குது. புள்ளைக்கு ஒண்ணும் ஆகியிருக்காதுல்ல? அதோட கையோ காலோ மாட்டி யிருக்குமோன்னு நினைச்சு பயந்துட்டேன்.”

“அதெல்லாம் ஒண்ணும் ஆகாது, மருத்துவச்சிங்க இப்ப வந்திருவாங்க”

“குங்குமப்பூ வேணும்டி... நெறைய வேணும். எம்புள்ளை என்ன நெறம்கிறே? தாமரைப்பூ நெறம்... செந்தாமரை வண்ணன்னு பெருமாளைச் சொல்றதுண்டே”

“ஆமா”

"புள்ளை வயித்திலே இருக்கிறப்ப அதோட தீர்க்காயுசுக்காக அம்மாக்காரி விஷ்ணுசகஸ்ரநாமம் சொல்லணும்ல? எனக்கு மறந்துட்டுது. அய்யங்காரம்மா யாராச்சும் இருந்தா வரச்சொல்லு"

"சரி" என்றாள் நாகலட்சுமி. அங்கிருந்து கிளம்பினால்போதும் என்று தோன்றிவிட்டது.

"என் புள்ளை தீர்க்காயுளா இருக்கணும். மதுரை மீனாட்சிக்கும் சீவில்லிப்புத்தூர் வடபத்ரசாயிக்கும் நேந்திட்டிருக்கேன்... அதெல்லாம் ஒழுங்கா பண்ணணும். ஸ்ரீரங்கத்திலேயும் நேந்திட்டிருக்கேன்"

"பண்ணிடலாம் ராணி, நான் சொல்றேன்"

"என் புள்ளை வந்து செங்கோல் எடுப்பான். அந்த திமிரு புடிச்ச பெரிய மகாராணிக்கு ஆம்புளைன்னா என்னான்னு காட்டுவான்"

நாகலட்சுமி திகைப்புடன் சின்னமுத்தம்மாளை பார்த்துக் கொண்டிருந்தாள்.

"நூத்தெட்டு பிராமணங்களுக்கு பொன்னும் வெள்ளியும் பட்டும் பூவும் கனியுமா பஞ்சதிரவிய தானம் பண்ணணும்... அதுக்கும் ஏற்பாடு செய்யணும். அமாத்யரோட ஆளுங்க யாரை யாவது வந்து என்னை பாக்கச்சொல்லு."

"சொல்லிடறேன் ராணி" என்றாள் நாகலட்சுமி.

அறையிலிருந்து ஏனத்துடன் திரும்பும்போது அவள் நடை தளர்ந்திருந்தாள். ஆனால் களைப்பு இல்லை, ஒருவகையான வெறுமைதான் எஞ்சியிருந்தது. படிகளில் இறங்கும்போது அந்த மருந்து ஞாபகம் வந்தது. அதை திரும்பப்போய் கேட்டாலென்ன என்று தோன்றியது. ஆனால் உடனே அதையெல்லாம் நினைப்பில் இருந்து ஒதுக்கிக் கொண்டாள். இனிமேல் இங்கே வரப்போவதில்லை. இப்படியே இங்கிருந்து கிளம்பிச் சென்று விடவேண்டியதுதான் என எண்ணிக்கொண்டாள்.

***

திரை

அரண்மனை காறுபாறு ரங்கப்பையருக்கு நான் வந்திருக்கும் செய்தியை அறிவித்தபின் கைகளைக் கட்டிக்கொண்டு காத்து நின்றிருந்தேன். இந்த அரண்மனையில் ஏகப்பட்ட வாசல்கள். எந்த வாசல் வழியாகவும் ஓர் அரசக்குடியினரோ, அமாத்யரோ, தளவாயோ, ராயசமோ, சம்பிரதியோ என்முன் தோன்றக்கூடும். நான் எந்நேரமும் கண்ணுக்குத் தெரியாத அத்தனை உயர்ந்தோரையும் பணிந்துகொண்டிருந்தேன். மதுரைப் பெரியகோயில் கோபுரத்துக்கு அடியில் அத்தனை எடையையும் தாங்கிக்கொண்டு உடல்குறுகி தொப்பை பெருத்து விழிதெறிக்க வரிசையாக அமர்ந்திருக்கும் பாதாள முண்டன்களில் நானும் ஒருவன் என்று தோன்றுவதுண்டு எனக்கு.

அரண்மனையில் என்ன நடந்திருக்கிறது என்று தெரியவில்லை. ஆனால் ஏதோ நடந்திருக்கிறது. எங்கு பார்த்தாலும் எவரோ எங்கோ ஓடிக்கொண்டிருந்தனர். எவருக்கோ எவரோ ஆணைகளிட்டுக் கொண்டிருந்தனர். என் முன்னால் எவரெவரோ ஓடிச்சென்றார்கள். எவரிடமும் எனக்கு முகம் கிடையாது. என்னை காறுபாறு மட்டும்தான் அறிவார். இங்கே சிராப்பள்ளி அரண்மனைக்கு நான் எப்போதாவதுதான் வருவது. அதுவும் எனக்கான நேரடி ஆணையை காறுபாறு அளிக்கவேண்டி யிருக்கும்போது மட்டும்தான்.

அழைப்பு வந்ததும் கிளம்பிவந்து அரண்மனைக்குப் பின்பக்கம் குதிரைப்பந்திக்கு வந்து நிற்பேன். அங்கே நான் நிற்பதை காறுபாறின் வேலைக்காரனுக்குச் சொல்வேன். என்னை உள்ளே அழைத்துச் செல்வார்கள். ஆணை அளிக்கப்பட்டதும்

அப்படியே கிளம்பிவிடுவேன். இந்த அரண்மனையை நான் முப்பத்தெட்டு ஆண்டுகளாக அறிவேன். ஆனால் இதில் ஒரு பாதையையும், காறுபாறின் சிறிய தனியறையையும் தவிர வேறெதையும் நான் பார்த்ததில்லை. அதற்குமேல் அறியாம லிருப்பதே நல்லது என்றும் நான் அறிந்திருந்தேன்.

நான் அழைக்கப்பட்ட நேரம் சரியில்லை என்று தோன்றியது. அரண்மனையை அத்தனை கொந்தளிப்புடன் நான் பார்த்ததில்லை. ஆனால் கெட்டது ஏதுமில்லை. மகிழ்ச்சியும் கொண்டாட்டமும் தான். முக்கியமான யாரோ வரப்போகிறார்கள், அல்லது குழந்தை பிறந்திருக்கிறது, அல்லது திருமணம் நிச்சயமாகி யிருக்கிறது, அல்லது வேறேதோ நிகழவிருக்கிறது. அத்தனை பேரும் கிளர்ச்சி கொண்டிருக்கிறார்கள்.

வேலைக்காரன் வந்து என்னை உள்ளே அழைத்துச்சென்ற போது நான் "என்ன விசேஷம் உடையாரே" என்று கேட்டேன்.

அவன் "என்ன?" என்றான்.

"இல்லை, கொட்டாரத்திலே என்னமோ நடக்குது போல"

"என்ன நடக்குது?"

நான் ஒன்றும் சொல்லவில்லை.

அவன் என்னை ஓர் அறையில் நிற்கச் சொல்லிவிட்டு சென்றான். உடனே திரும்பிவருவது வழக்கம். வரவில்லை. ஆகவே நான் நின்றுகொண்டே இருந்தேன். காக்கவைக்கப்படுவது என்னைப்போன்ற சிறிய ஊழியர்களுக்கு பெரிய விஷயம் அல்ல. எங்களை ஏவுபவர்களுக்கு எங்கள் உயிரே கூட ஒரு பொருட்டு கிடையாது.

நேரம் ஆகிக்கொண்டிருந்தது. எவருமே என்னை பார்க்க வில்லை. என்னை மறந்துவிட்டார்களா என்ன? இங்கேயே பகலு மிரவும் நிற்கப்போகிறேனா?

அதன்பின் வேலைக்காரன் வந்தான். என்னை சைகையால் அழைத்தான். நான் அவன் பின்னால் சென்றேன்.

அவன் என்னை காறுபாறு ரங்கப்பையரின் அறைக்குக் கூட்டிச் செல்லவில்லை. மேலும் சிறிய இடைநாழிகள் வழியாக கூட்டிச் சென்றான். அரண்மனை அத்தனை பெரியது என நான் அறியவில்லை. மண்ணில் சிதல்புற்றை வெட்டினால் அறை யறையாக அது வந்துகொண்டே இருக்குமே, அதுபோல சென்று கொண்டே இருந்தது. எல்லா அறைகளிலும் சிதல்கள் போல வெள்ளை ஆடை அணிந்தவர்கள் பரபரப்பாக ஏதோ செய்து கொண்டிருந்தனர்.

ஓர் அறையின் வாசலில் வந்ததும் என்னை உள்ளே போகச் சொல்லிவிட்டு அவன் நின்றுகொண்டான். நான் கதவைத் திறந்து உள்ளே சென்றேன். லேசாக நடுங்கிக்கொண்டிருந்தேன்.

அது வேறு வகையான அறை. சுவர்கள் சுதையாலனவை. மிக உயரமாக சூழ்ந்திருந்தன. எல்லா சாளரங்களிலும் செம்பட்டுத் திரைச்சீலைகள் தொங்கின. தரையில் சிவப்புநிறமான பட்டுக் கம்பளம் விரிக்கப்பட்டிருந்தது. செம்பட்டு மெத்தைவைத்த நான்கு நாற்காலிகள் கிடந்தன. சுவர்களில் அலங்காரமாக கண்ணாடி போல பளபளக்கும் வாள்களும் பொன்போல துலக்கப்பட்ட வெண்கல மலர்வடிவங்கள் கொண்ட இரும்புக் கேடயங்களும் மாட்டப்பட்டிருந்தன.

தலைக்கு மேலே கூரையிலிருந்து அலங்காரப்பூக்கள் கொண்ட செம்பட்டாலான பங்கா ஒரு பட்டுச்சரடால் இழுக்கப் பட்டு அசைந்துகொண்டிருந்தது. அங்கே ஏதோ பூமரக்கிளை இளங்காற்றில் அசைவதுபோல தோன்றியது. அதன் ஓசை மட்டும் அந்த அறைக்குள் செறிந்திருந்த அமைதிக்குள் ஒலித்துக் கொண்டிருந்தது. அமைதியைவிட முறுகி பின்னர் எதிர்முறுகி ஒலித்த அந்த பங்காவின் ஓசைதான் பதற்றத்தை கூட்டியது.

அந்த அறையின் இன்னொரு வாசல் திறந்து காறுபாறு ரங்கப்பையர் வெளியே வந்தார். என்னை பார்த்ததும் சைகை யால் அருகே வரும்படி கைகாட்டினார். நான் சென்று வணங்கி நின்றேன்.

“உன்னை மகாராணி பாக்கப்போறாங்க” என்றார் காறுபாறு ரங்கப்பையர்.

நான் சற்று நடுங்கினேன். மகாராணியை நான் தூரத்தில் பார்த்ததோடு சரி. மகாராணியுடன் நேரில் பேசும் வாய்ப்பு கிடைப்பதென்பது ஒரு பெரிய பதவி. ஆனால் அவ்வாய்ப்பை அடைந்தவர்களை நோக்கி எங்கோ வாள்களும் கூர்கொண்டு விட்டிருக்கும். என்றேனும் அவர்கள் எவராலாவது கொல்லப் படுவார்கள். கொல்லப்படாமல் நீடிப்பவர்கள் உச்சத்தில் இருந்து கொண்டிருப்பார்கள்.

"மகாராணிக்கு உன்னாலே ஒரு வேலை ஆகணும்" என்றார். வா என்று கைகாட்டிக்கொண்டு நடந்து அறையின் மூலைக்குச் சென்று நின்றுகொண்டார். "உன்னைப்பத்தி நான்தான் சொன்னேன். நீ எதையும் செஞ்சிருவேன்னு சொல்லியிருக்கேன். கெலிச்சுட்டே ன்னு வையி, உனக்கு ஏத்தம்தான். ராஜகுடும்பத்துக்காக வெளியே சொல்லமுடியாத வேலைகளை செய்யுறவன்தான் ஏணியிலே முதற்படிமேலே காலைவைக்கிறான். தெரிஞ்சுதா?"

என்னால் படபடப்பை மறைக்க முடியவில்லை. என் கைகளை விரல்கூட்டி இறுக்கி நெஞ்சோடு வைத்துக்கொண்டேன். மூச்சு சீராக வரவில்லை. ஆகவே அவ்வப்போது நீள்மூச்செறிந்தேன்.

"என்ன வேலைன்னு மகாராணியே சொல்லுவாங்க. இப்ப உள்ள ஆளிருக்கு. முடிஞ்சதும் கூப்பிடுவாங்க. அதுக்கு முன்னாடி காரியம் என்னன்னு சொல்லிடறேன்" என்றார் காறுபாறு ரங்கப்பையர். "உனக்கு சம்பிரதி கேடிலியப்ப பிள்ளையை தெரியுமா?"

நான் எல்லாவற்றையும் புரிந்துகொண்டேன். மகாராணியின் ஆணை என்னவாக இருக்கப்போகிறது என ஐயமே இல்லை. ஆனால் ஆறுதல் ஏற்பட்டது, எனக்குத் தெரியாத ஒன்று அல்ல.

"தெரியும், நாய்னா காலத்திலே நாலஞ்சுவாட்டி அவரோட வீட்டுக்கும் போனதுண்டு."

"வேதாரண்யம்தானே அவரு ஊரு?" என்றார். "நான் வாறப்பவே அவரு போய்ட்டாரு."

காறுபாறு ரங்கப்பையர் சித்ரதுர்க்காவின் ராயசமாக இருந்து இங்கே வந்தவர். வந்த பின்புதான் தமிழே கற்றுக்கொண்டார்.

படையல் ❋ 163

ஆனால் அவர் இயல்பாகக் கேட்டாலும் சோதனை செய்கிறார் என்றும் தெரிந்து கொண்டேன்.

"அப்டிச் சொல்லலாம்" என்றேன். பெரியவர்கள் சொல்லும் எதையும் நான் மறுப்பதில்லை. அப்படியே நீட்டி என் சொற்களைச் சொல்வேன். "கேடிலியப்ப பிள்ளையோட அப்பா சிவகடாட்சம் பிள்ளையோட பூர்வீக ஊரு ஆதனூர். அங்கே ஆண்டளக்கும் ஐயன் கோயிலிலே சீகாரியம் வகையறா. இவரு ரெண்டாம் மகன். அதனாலே மூத்தாருக்கு அந்தப்பதவியை விட்டுட்டு வேதாரண்யம் கோயில் ஸ்தானிகரா வந்தார்."

"கேடிலியப்ப பிள்ளை சிவகடாட்சம் பிள்ளைக்கு மூணாவது மகன்" என நான் தொடர்ந்தேன். "திருவாவடுதுறையிலே பெரிய தமிழ் படிச்சாரு. நல்ல படிப்புவாசனைங்கிறதனாலே அவரை தஞ்சாவூருக்கு அனுப்பினாரு சிவகடாட்சம் பிள்ளை. கேடிலியப்ப பிள்ளை தஞ்சாவூரிலே சம்ஸ்கிருதமும் மராட்டியும் தெலுங்கும் கத்துக்கிட்டாரு. மோடி எழுதவும் வரும். இங்கிலீஷும் உருதுவும் கூட கொஞ்சம் வசமுண்டு. தஞ்சாவூர் ராயசமா கொஞ்சநாள் வேலை பார்த்தார். அப்ப அவரோட பிராப்தியை அறிஞ்ச நம்ம பெரிய அம்மாராணி மங்கம்மத் தாயார் அவரை ஆளுவிட்டு கூட்டி சிராப்பள்ளியிலே வைச்சுக்கிட்டாங்க."

"இங்க வந்த பிறகுதான் கல்யாணம் பண்ணிக்கிட்டாரு. கொட்டாரம் ராயசம் மருதை நன்முத்துப்பிள்ளை மகள் கெஜ வல்லி அம்மை. பெரியதாயார் மங்கம்மா ராணி மண்நீங்கின பிறகு மகாராஜா பெரியநாயக்கர் விஜய ரகுநாத சொக்கலிங்க கொடியுடையார் கீழே கேடிலியப்ப பிள்ளை சம்பிரதியா ஆனாரு. அவரோட அண்ணார் ஆண்டளப்பார் பிள்ளை இப்பவும் வேதாரண்யம் சீகாரியமா இருக்காரு. ரெண்டாவது அண்ணார் மறைமுத்துப்பிள்ளை தஞ்சாவூரிலே ஆத்தங்கரைக் கொட்டாரம் காறுபாறு. அவங்க ரெண்டுபேரோட பிள்ளைங்க பலபேரு திருவாவடுதுறையிலேயும் தருமபுரத்திலேயும் ராமேஸ்வரத்திலேயும் சீவில்லிப்புத்தூரிலேயும் காறுபாறு மாதிரி பல வேலைகள் செய்யுறாங்க."

"கேடிலியப்ப பிள்ளைக்கு பிள்ளைங்க எத்தனைபேரு?" என்றார் காறுபாறு ரங்கப்பையர்.

அப்போதுதான் அவருக்கு உண்மையிலேயே பெரிதாக ஏதும் தெரியாது என்று தெரிந்துகொண்டேன். அவர் என்னிடம் கேட்பது பராபரியாக தெரிந்தவற்றை சரிபார்த்துக் கொள்ள.

"சிவனருளாலே கேடிலியப்ப பிள்ளைக்கு நாலு ஆண்பிள்ளை, ஏழு பெண்பிள்ளை. ஆண்பிள்ளை மூணுபேருலே மூத்தமகன் சிவசிதம்பரம் பிள்ளை மருதை கொட்டாரம் ராயசமா இருந்து போன வருசம் ராஜபிளவை வந்து சிவனடி சேர்ந்தார். ரெண்டாவது மகன் சிவநடனம் பிள்ளை ஆனைக்கா கோயிலிலே ஸ்தானிகர். மூணாவது ஆள் சிவமுத்துப் பிள்ளை திருச்சுழி கோயிலிலே சீகாரியம்."

"நாலாவது மகன்தான் தாயுமான பிள்ளை, இல்ல?"

"ஆமா. அவரு கொஞ்சநாள் இங்க ராயசமா வேலை பாத்தார். நல்ல படிப்புள்ள மனுஷன்... இப்ப ராமேஸ்வரத்திலே இருக்கிறதா கேள்வி."

"அங்க என்ன?"

"அவரு இங்க இருக்கிறப்பவே வேற மாதிரித்தான் இருந்தாரு."

"வேற மாதிரின்னா?"

"சின்னப்புள்ளையா இருக்கிறப்பவே புத்திமாறாட்டம் இருந்திருக்கு. இங்க ஆனைக்கா பெரிய சிற்றம்பல தேசிகரோட பாடசாலையிலேதான் படிக்கச் சேத்திருக்காரு. எட்டுவயசுக் குள்ளே திருமுறை முச்சூடும் காணாப்பாடமாச் சொல்லிட்டாரு. பத்துவயசிலே தேசிகர் கேடிலியப்ப பிள்ளையை கூப்பிட்டு பையனை கூட்டிட்டுப் போகச் சொல்லிட்டார். இனி இவனுக்கு நான் சொல்லிக்குடுக்க ஒண்ணுமில்லை, இன்னொரு நாலஞ்சு வருசத்திலே இவனுக்கு நான்தான் அடியமர்ந்து மாணவ னாகணும்னு சொல்லிட்டார்."

“அப்ப தேசிகர் சொன்னதா ஒரு பேச்சு உண்டு” என்று நான் மேலும் சொன்னேன். “அதாவது, குறையில்லா நீரோட்டம் உள்ள வைரம் வீட்டுக்கும் நாட்டுக்கும் உள்ளதில்லை, அது தெய்வத் துக்கு உள்ளது, அதை அங்கேயே குடுத்திருங்க பிள்ளைவாள்னு. ஆனா பிள்ளைவாள் மனசு கேக்கலை. அவருக்கு பேராசை. மத்த பிள்ளைங்க அப்பிடி இப்பிடிதான். இருந்த இடத்திலே வேருவிடுற ஆளுங்க. இவரை வைச்சு குடும்பம் மேலே போயிடணுமுண்ணு கேடிலியப்ப பிள்ளை நினைச்சார்...”

காறுபாறு கூர்ந்து கேட்பதை கண்டால் அவர் நான் சொல்வதை வரிவரியாக நினைவில் நிறுத்த முயல்வதைப் போலிருந்தது.

“எங்க நாய்னா அடிக்கடி சொல்லுறதுண்டு. பெரிய தாயார் காலத்துக்கு பின்னாடி எல்லாமே மாறிப்போச்சு. இங்க அரண்மனை முழுக்க ஆட்சியும் ஆலோசனையும் எல்லாம் வடுகநாட்டு அய்யமாருதான். ஏன்னா அவங்களுக்கு துலுக்கன் பாசையும் தெலுங்கு பாசையும் கன்னடபாசையும் தெரியும். ஆயிரம் வருசம் சோழராசா அரண்மனையிலே கணக்குபாத்த பிள்ளைமாரெல்லாம் அவங்க பின்னாலே கைகட்டி நிக்கிற நெலைமை வந்திட்டுது. சம்ஸ்கிருதமும் தமிழும் வைச்சு இங்க கொட்டாரத்திலே ராயசம் பண்ணமுடியாது” என்று நான் தொடர்ந்து சொன்னேன்.

“ஆனால் இப்ப எல்லாம் இன்னும் மாறிப்போச்சு. கும்பினிக் காரக் கூட்டம் வந்து சுத்திப்போட்டுது. கும்பினிக்காரன் பேசுற மூணு பாசையும் தெரிஞ்சாகணும்ங்கிற நிலைமை. மூணும் காதுக்கு ஒண்ணு, கருத்துக்கு மூணு, கணக்குபோட்டா முப்பது. அதை மகன் கத்துக்கிட்டான்னாக்க அவனை மிஞ்ச கொட்டாரத்திலே ஆளில்லை. அவன்தான் அமாத்யன், அவன் சொல்லுதான் மருதையிலும் சிராப்பள்ளியிலும் வெளைஞ்சு நிக்கும்னு நினைச்சார். சொல்லப்போனா இங்க உள்ள அத்தனை பிள்ளைமாரும் கேடிலியப்ப பிள்ளையோட மகன் தாயுமானபிள்ளையை நம்பிட்டிருந்தாங்க. ஒத்தக்குருதையை நம்பி யுத்தம் காணப் போறது மாதிரி.”

நான் சொன்னேன். "அதனாலே பையனை பல எடங்களுக்கும் அனுப்பி படிக்க வைச்சார். பையன் படிச்சு வரல்லை, கையிலே அண்டா கொண்டுபோய் அறிவை மொண்டுட்டு வந்தான்னு சொல்லுவாங்க. போனதும் தெரியாது, வாறதும் தெரியாது. ஆறு வருசத்திலே அறிவுள்ளவன் படிக்கிறதை ஆறுமாசத்திலே படிச்சு வார ஆனையறிவுள்ள மகன்... நாலு கும்பினி பாஷையோட சேத்து ஒன்பது பாஷை பேசுவான், எழுதுவான். அஷ்டாவதானியோ சதாவதானியோ இல்லை, சகஸ்ராவ தானம்னு ஒண்ணு உண்டுன்னா அது சொல்லணும் பையன் வயணத்துக்கு."

"சொன்னாங்க" என்றார் காறுபாறு.

"கேடிலியப்ப பிள்ளை மாந்தப்பெருக்கிலே கைலாசம் போறப்ப தாயுமானபிள்ளைக்கு வயசு இருபத்திமூணுதான். மூத்தமகன் சிவசிதம்பரம்பிள்ளை அப்ப கொட்டாரம் காரியக்காரரா இருந்தார். அவரு தம்பிக்கு ஒரு கல்யாணத்தைப் பண்ணி வைச்சு நேரா கொண்டுவந்து ராஜா முன்னாடி நிப்பாட்டினார். வைரமில்லா வந்து நிக்குது கண்முன்னாடி. பெரியநாயக்கரு விடுவாரா? இங்கே செவியும் நாவுமுள்ள ஆளில்லாமே நின்னு தவிச்சிட்டிருக்கிற நேரம்... அப்டியே கொட்டாரம் ராயசமா ஆயிட்டார். ஒரு வருசத்திலே சம்பிரதி... மூணுவருசம் இருந்திருந்தா அமாத்யராகியிருப்பாரு..."

"மண்மறைஞ்ச விஜயரகுநாத சொக்கலிங்க நாயக்கர் மகாராஜா தாயுமான பிள்ளையை நெத்திச்சுட்டியிலே ரத்தினம் மாதிரி வச்சிருந்தார். இவரானா சொல்லெல்லாம் முத்தா எடுத்து அடுக்குற ஆள். கேக்கணுமா?" என்று நான் தொடர்ந்தேன். "எல்லாம் சரியாத்தான் போச்சுது. ஒரு மகன் பிறந்தான். கனகசபாபதிப் பிள்ளைன்னு பேரு. பஞ்சுப்பொதி பிய்ஞ்சு முள்ளுக்காட்டிலே பறந்தது மாதிரி கிடந்த மருதை சிராப்பள்ளி தேசத்தை ஒண்ணாக்கினார். குட்டிக்கும் நிறைஞ்சு பசுவுக்கும் வலிக்காம பால் கறக்குற கோனாப்புள்ளை மாதிரி கிஸ்தி வசூல் பண்ணி கஜானவை நிரப்பினாரு... அப்பதான் பெரிய நாயக்கர் மகாராஜா மண்மறைஞ்சது. தத்துப் பிள்ளைக்கு வயசடையல்லேன்னு பெரிய மகாராணி கோல்கொண்டு அமர்ந்தது. அப்றம் நாலு மாசத்திலே இவரு ராமேஸ்வரம் போய்ட்டார்."

காறுபாறு ரங்கப்பையர் பெருமூச்சுவிட்டார். அவர் கேட்டதெல்லாம் சரிதான் என்று உறுதிசெய்துகொள்கிறார்.

"அவரு விஷயமாத்தான் மகாராணி கூப்பிடுறாங்க"

"அதுக்கு முன்னாலே ஒரு காரியம் எனக்குத் தெரியணும்" என்றேன். "இப்ப கொட்டாரத்திலே என்ன நடந்திட்டிருக்கு?"

"அது உனக்கு எதுக்கு?" என்று கண்களைச் சுருக்கியபடி காறுபாறு ரங்கப்பையர் கேட்டார்.

"எனக்கு ஒண்ணுமில்லை. ஆனா மகாராணி எனக்கு சங்கதிகள் சுற்றுபாடுகள் தெரியுமான்னு கேப்பாங்க... ஒரு நாலு அம்புகள் என்னை பாத்து விடாம மனசு திறந்து பேசமாட்டாங்க."

காறுபாறு ரங்கப்பையர் என் கண்களை ஒருகணம் பார்த்துவிட்டு "சங்கதி ஊருக்கே தெரிஞ்சதுதான்... ஆற்காட்டுப் படைகள் நாலு மாசமா நம்மை சுத்திவளைச்சு நின்னுட்டிருந்ததே. அவனுக கப்பம் வாங்கி கைச்சாத்து போட்டுட்டு கெளம்ப முடிவெடுத்தாச்சு. நவாப்புப்படைகளை பின்னெடுக்குற உத்தரவு வந்தாச்சு. தண்டு எடுத்து நகர்ந்திட்டிருக்காங்க... ஒரு வாரத்திலே போயிடுவாங்க... சிராப்பள்ளியையும் மருதையையும் பிடிச்ச கிரகணம் ஒழிஞ்சுது."

"அப்டி அவனுக போயிடுவானுகளா?"

"ஏன் நீ இங்க அமாத்யன் வேலை பாக்க நெனைக்கிறியா? அவன் எதுக்கு வாறான்? கப்பமும் வாரமும் வேணும்னு வாறான். அவன் யுத்தம்பண்ணி ஜெயிச்சா கிடைக்கிறதை இப்பமே குடுத்தா பேசாம போயிடறான்... அவன் யுத்தம் பண்ணினா அவனுக்கும் பாதிப்படை அழிஞ்சிரும்ல? சும்மா கிடைக்குமா மருதையும் சிராப்பள்ளியும். இது அவனுக்கு லாபவியாபாரம்தான்."

"ஆனாலும்..."

"என்ன ஆனாலும்?"

"இல்ல, இது நாம நம்மளோட சக்திக்குறைவை அவனுகளுக்குச் சொல்லுறது மாதிரி இருக்கே?"

“என்ன சக்திக்குறைவு? இது ராஜதந்திரம். அந்தக்காலத்திலே பெரியராணி மங்கம்மத்தாயார் முகிலன் படைகளை இதே போல கப்பம் கொடுத்து அனுப்பியிருக்கார். இந்தமாதிரி துண்டுத் துணுக்கு ஆற்காட்டு நவாப்பு இல்லை. சாட்சாத் டெல்லி பாதுஷா ஔரங்கசீப்போட தளவாய் சுல்ஃபிகர் அலி கான். அவன் யாரு? அவனை முகிலன் தர்பாரிலே தக்காணத்து ஓநாய்னு சொல்லுவாங்க. அவனே கப்பத்தை வாங்கிட்டு பேசாமப் போனான். எதுத்து நின்ன செஞ்சியை அவன் தரை மட்டமாக்கினான். மருதையிலேயும் சிராப்பள்ளியிலேயும் ஒரு கல்லு உதிர்ந்து விளல்லை... போர்னா ஒரு வியாபாரம். எல்லா வியாபாரமும் போர்தான். சொன்னது அமாத்யர் சென்ன கஸ்தூரி ரங்கய்யா... அவரு அறியாத ராஜதந்திரமா?”

நான் தலைவணங்கி, “வெகுசிறப்பு, எஜமானரே” என்றேன்.

*

2

உள்ளிருந்து ஓர் ஏவலன் வெளியே வந்து "காறுபாறு ரங்கப்பையர்" என்றான்.

"அடியேன் இங்கே இருக்கேன்" என்றார் காறுபாறு ரங்கப்பையர்.

அவன் அவரைப் பெயர் சொல்லி அழைப்பது ஆச்சரியமாக இருந்தது. ஆனால் ஆச்சரியமேதுமில்லை. அரண்மனைக் கோழிக்குஞ்சு கொத்தினால் அம்மிக்கல்லும் உடையும்.

"மகாராணி உத்தரவு. உங்க ஆளை மட்டும் உள்ள விடணும்."

"போய்ட்டு வா... என்னன்னு எங்கிட்ட வந்து சொல்லு" என்றார் காறுபாறு ரங்கப்பையர் ரகசியமாக.

நான் தலைவணங்கியபின் உடம்பை முடிந்தவரை குறுக்கி, வாயை கையால் பொத்தியபடி உள்ளே போனேன். கதவருகே வாய்பொத்தி குனிந்து நின்றேன்.

பெரிய அறை. அதன் மறுபக்க வாசல் அருகே ஒரு முதிய தாசி நின்றிருந்தாள். இந்த வகையான தாசிகளின் முகங்களில் அவர்கள் எப்போதும் காட்டும் உணர்ச்சிப் பாவனை அப்படியே சிலையாக மாறி நீடிக்கும். வியப்பு, பரவசம், பக்தி கலந்த பாவனை அது. துவராபாலகர் சிலைகளில் உள்ளது. கிழவி அப்படியே வியந்து நெகிழ்ந்து நின்றிருந்தாள். அவளே ஏராளமான நகைகள் போட்டிருந்தாள், தாசிகளுக்குரிய கல்நகைகள்.

சாய்வான மஞ்சத்தில் வெள்ளைப்பட்டு விரிக்கப்பட்டிருந்தது. செம்பட்டுத் தலையணைகள். அவற்றின்மேல் சாய்ந்தவளாக மகாராணி மீனாட்சித் தாயார் அமர்ந்திருந்தாள். மடிமேல் விரித்தட்டை வைத்து அதன் மேல் கட்டு அவிழ்த்து பரப்பப் பட்ட ஓலைகளை புரட்டிக்கொண்டிருந்தாள். அருகே ஒரு

சந்தனப்பேழையில் சிவந்த பட்டுநூல்களால் கட்டப்பட்ட ஓலைகள் இருந்தன. கையெட்டும் தொலைவில் ஒரு மூங்கில் கூடையில் பழங்கள். அறைமூலையில் ஒரு சிறிய செம்புக் கலத்தில் குந்திரிக்கம் புகைந்தது. அறைக்குள் அந்த வாசனை நிறைந்திருந்தது. மேலே இரு பங்காக்கள், மாபெரும் பட்டாம் பூச்சி ஒன்று சிறகடிப்பதுபோல எதிரெதிர் திசைகளில் அசைந்தன.

சாளரங்களில் எல்லாம் இளஞ்சிவப்புச் சாயமிட்ட வெட்டி வேர்த்தட்டிகள் தொங்கின. அவற்றின் வழியாக வந்த மிதமான வெளிச்சத்தில் அந்த அறையே அழகான ஓவியம்போலிருந்தது. காற்றில் வெட்டிவேரின் குளிர்ச்சியும் மணமும் இருந்தது. வெண்ணிறச் சுவர்களில் ஓவியங்கள். எல்லாமே கிருஷ்ண லீலைகள். வெண்ணை உண்பது, பூதனை மோட்சம், உரலில் கட்டுண்டிருப்பது, வஸ்திராபகரணம், குழலூதி கோபிகை களுடன் நின்றிருக்கும் லீலாவினோதக் காட்சி. அதன் நடுவே மகாராணி மீனாட்சித் தாயார் இன்னொரு ஓவியம்போலிருந்தாள். வெள்ளை ஆடை. நகைகள் ஏதும் இல்லை. ஆனாலும் எப்படி ஓவியமாக ஆகிறாள் என்று தெரியவில்லை.

அவள் ஓலையை வைத்துவிட்டு என்னைப் பார்த்தாள். அருகே வரும்படி கைகாட்டினாள். நான் சென்று ராணியின் அருகே தரையில் விழுந்து நெற்றி நிலம்பட மும்முறை வணங்கினேன். "மதுராபுரி ராஜ்யம் இருந்தருளும் விஷ்ணுபாதசேவினி, பூதேவி ஸ்ரீதேவி பிரத்யக்ஷரூபினி, ஸ்ரீவிஜயநகர பதாகையவகாசினி, ஸ்ரீவர்த்தினி, தர்மபரிபோஷிணி, அஷ்டாஸ்வைர்ய தாரிணி, மகாராணித் தாயாருக்கு நித்ய ஜயமங்களம்" என்றேன். "அடியேன், தாயுமானவ சுவாமி ஆலயத்து காவல்படை நூற்றுவன், அடிபணிந் தொழுகும் வீரன், பங்காரு ராமப்பன். அடியனையும் அடியன் குடும்பத்தையும் அம்மைத்தாயார் ஆசீர்வதித்து அருளல் வேணும்."

"நீதான் அங்கே எல்லாம் பாத்துக்கிடுறியா?" என்று மகாராணி மீனாட்சி அம்மங்கார் கேட்டாள். அவளிடம் தெலுங்குக் கொச்சை இருந்தது.

"அடியேன், அம்மங்காரு அருளாலே அவ்வண்ணமே" என்றேன்.

“உன்னாலே எனக்கொரு காரியம் ஆகணுமே.”

“அடியேன், அது தெய்வகாரியத்துக்கும் மேல். தலைகொடுத்து முடிக்க அடியேன் கடமையுள்ளவன்.”

“ம்ம்” என்று பெருமூச்சு விட்டாள். பிறகு திரும்பி தாசியைப் பார்த்தாள். தாசி பரவசபாவனையைக் காட்டினாள்.

“உனக்கு தாயுமானவப் பிள்ளையைத் தெரியுமா?”

“அடியேன், தெரியும். பாத்ததும் பேசியதும் உண்டு...”

“எங்கே இருக்கார் தெரியுமா?”

“அடியேன். அறிந்தவரை, ராமேஸ்வரத்திலே சேதுபதி ஆதரவிலே திருஉத்தரகோசமங்கை கோயிலை ஒட்டிய வடம்போக்கி மேற்குத்தெருவிலே ஒரு பழைய மடத்திலே இருக்கிறார். அது திருவாவடுதுறை ஆதீனத்து மடம். உள்ளே ஒரு சின்னக் கோயில் உண்டு. அதிலிருப்பதும் தாயுமானவ லிங்கம்தான்...”

“அங்கே எப்படி போனார்?”

“அடியேன், அவரோட பெரியப்பா மகன் நஞ்சுண்டார் பிள்ளை அங்கே கோயில் சீகாரியமா இருக்கார். அதாவது கேடிலியப்ப பிள்ளையோட அண்ணா மறைமுத்துப்பிள்ளையோட மூத்த மகன்...”

“ராமநாதபுரத்துக்கு நம்மோட நல்ல உறவு இல்லை... உறவு உண்டுன்னும் சொல்லலாம், இல்லையென்றும் சொல்ல லாம்...” என்று மகாராணி மீனாட்சித் தாயார் சொன்னாள். “இப்போ நவாபுகான் படைகள் நம் ராஜ்ஜியத்து மண்ணிலே இருந்து பின்வாங்கி திண்டுக்கல் வழியா கேரளதேசம் போறதா ஒற்றர் சொல்லு இருக்கு... ஆனா அவங்களிலே யாராவது ராமேஸ்வரம் பக்கமா போகலாம். தொண்டி துறைமுகத்துக்கு அதிபதி சேதுபதியானதனாலும் காலம்போன மகாராஜா பெரிய நாயக்கர் காலம் முதல் அவங்க நமக்கு கப்பம் குடுக்காம லிருக்கிற காரணத்தாலும் அவங்க கிட்டே நல்ல பணம் இருக்க

வாய்ப்புண்டு. அது நவாபு கான்களுக்கு நாக்கை ஊறத்தான் வைக்கும்...''

''அடியேன், அவங்க கேரளம் போனா பெரிசா ஒண்ணும் கிடைக்காது அம்மங்காரே'' என்றேன்.

''ஏன்?'' என்று மகாராணி மீனாட்சித் தாயார் புருவம் சுளித்து கேட்டாள்.

''அடியேன், இப்ப கேரளராஜாக்கள் யாருமே தனியாளு இல்லை. எல்லாருக்கும் பறங்கிகளும் லந்தக்காரங்களும் துணையிருக்கு. பீரங்கிகள் இருக்கு. இடிபோல தீயைத் துப்புற ராட்சச பீரங்கிகள். இந்த நவாபு கான்களுக்க வேகமெல்லாம் வெள்ளைக்காரன்கிட்டே நிக்காது... என்னைக்கானாலும் அந்த செம்பூதக்கூட்டம் இந்த முகிலக்கூட்டத்தை அடிச்சு ஒழிச்சுப் போடும்.''

''ஓ'' என்று மகாராணி மீனாட்சித் தாயார் சொன்னாள். அவள் இமைகள் தாழ்ந்தன. ஏதோ யோசிக்கிறாள், எதை என்று எண்ணக்கூடவில்லை. பின்னர் என்னை நோக்கி ''ஆனா கேரள ராஜாக்கள் கிட்டே முளகும் சுக்கும் வித்த பணம் பொன்னும் மணியுமா குவிஞ்சிருக்குன்னு பேச்சு...''

''அடியன், அது உள்ளதாக்கும், அது ஒல்லாந்தனும் பறங்கியும் குடுத்த பணம்... குடுத்தவனுக்கு காவந்து பண்ணவும் தெரியும்.''

''அப்ப ராமேஸ்வரம் நோக்கி போகத்தான் வாய்ப்பு கூடுதல் இல்லியா?''

''அடியேன், போவானுக... தெக்கே போறதுக்கும் வாய்ப்புண்டு. திருநெவேலி பக்கமா.''

''அதெப்படி? நம்மகிட்டே சந்தி ஒப்பு போட்டிருக்கே? நம்ம சிராப்பள்ளி மருதை தேசத்து மண்ணுக்குள்ளே படைகொண்டு வரமாட்டோம்னு சொல்லி சோனகவேதம் மேலே தொட்டு சத்தியம் பண்ணியிருக்கே?''

“அடியேன், அப்டீன்னா வரமாட்டானுக. ஆனா கான்களை நம்பமுடியாது. ஓநாய் மாதிரி ரத்தமணம் புடிச்சு அலையுறானுக” என்றேன்.

“அதைத்தான் நானும் சொல்லுறேன். நீ ராமேஸ்வரம் போ. தாயுமானவப் பிள்ளையைப் பாத்துச் சொல்லு, நவாப்புப் பட்டாளம் அங்கே வரும்னு. அவங்க வந்தா முதலிலே சேதுபதியை புடிப்பாங்க. அடுத்தாப்லே தாயுமானவப் பிள்ளையைத்தான் பிடிப்பாங்க. பிடிச்சு பணயக்கைதியா வச்சுக்கிடுவாங்க.”

“அடியேன், அது எனக்கு புரியல்லை. தாயுமானப்பிள்ளை அங்கே ராஜ்யப் பிரவர்த்திகள் விட்டு சைவமும் சித்தாந்தமும் படிச்சு திருமுறை ஓதி சீவனம் செய்றதாத்தானே சொன்னாங்க?”

“அவரு எனக்கு என்ன வேணும்னு கான்களுக்கு தெரியும்... தெரியாட்டி எடுத்துச் சொல்ல ஆளிருக்கு.”

நான் அங்கே எச்சரிக்கை அடைந்தேன். எந்த உணர்ச்சியும் இல்லாமல் இருந்தேன்.

“அவருக்காக நான் உயிர்கொடுப்பேன்... வேணுமானா இந்த ராஜ்ஜியத்தையே குடுப்பேன். அது அவருக்கும் தெரியும்...” என்றாள். “அவரு அந்த நவாப்பு கான்கள் கையிலே சிக்கிரப் படாது. அவரை பத்திரமா மருதை ராஜ்ஜிய எல்லைக்குள்ளே கூட்டிட்டு வந்திடணும்... நான் கூப்பிட்டதாச் சொன்னா வரமாட்டார். நான் ஆசைப்பட்டதனாலே நாடும் குடியும் வேண்டாம்னு ராமேஸ்வரம் போனவரு அவரு.”

நான் இல்லாதவன்போல் இருந்தேன். என் கண்களில் ஏதும் தெரியாமலிருக்க நிலம் நோக்கியிருந்தேன்.

“எனக்கு ஒண்ணுமே வேண்டாம்... இனி நான் பாக்கக்கூட வேண்டாம். எங்காவது நல்லா இருந்தா போதும். நிறைவா இருந்தா போதும்.” மெல்லிய விம்மலோசை ஒன்று அவளிட மிருந்து எழுந்தது. “எப்டியாவது கூட்டிட்டு வந்திரு... இந்தச் சிராப் பள்ளி எல்லைக்குள்ளே எங்க வேணுமானாலும் இருக்கட்டும்... மடம் வேணுமானா மடம், கோயில் வேணுமானா கோயில். எது வேணுமானாலும் குடுக்குறேன்னு சொல்லு.”

"அடியேன், சொல்றேன்" என்றேன்.

அவள் திடுக்கிட்டவள்போல் என்னைப் பார்த்தாள். அவள் கண்களில் நீர் நிறைந்திருப்பதைக் கண்டேன். அவளை அப்போது தான் நான் முழுமையாகப் பார்த்தேன். நல்ல வெண்மை நிறம். வடுகநிறம் அது. வடுகநாட்டு வெள்ளைப்பளிங்கின் நிறம். சிறிய உடல், சிறிய முகம். அதில் சிறிய மூக்கு, குவிந்த சின்னஞ்சிறு உதடுகள். கன்னங்களில் சிவந்த புள்ளிகளாக பருக்கள். நெற்றி யில் திருமண் கீற்று. கூந்தலிழைகள் கலைந்து நெற்றியில் பறந்து பங்காவின் காற்றில் அசைந்தன.

கரைந்த குரலில் "எப்டியாவது கூட்டிட்டு வந்திரு. புண்ணிய மாப்போகும்... என்ன வேணுமானாலும் தாறேன்" என்றாள். சட்டென்று எழுந்துவிட்டாள். அக்கணம் சிறுமி என தெரிந்தாள்.

பின்னர் தன் முகத்திரையை இழுத்து விட்டுக்கொண்டு குனிந்து அமர்ந்தாள். நான் அவளைப் பார்த்துக்கொண்டு நின்றேன்.

அவளுக்கு என்ன வயது இருக்கும்? இருபத்திரண்டா? இல்லை. ஏழாண்டுகளுக்கு முன் பெரியநாயக்கர் விஜயரங்கர் அவளை திருமணம் செய்துகொண்டபோது பதினாறு வயது. அப்படியென்றால் இருபத்து மூன்றுவயது முடிந்திருக்கிறது. ஆனால் பதினாறு வயதுப்பெண் போலிருந்தாள். அதைவிடவும் இளையவளாக, வயதடையாத குழந்தை போலத் தெரிந்தாள்.

அவள் பெருமூச்சுடன் முகத்திரையை விலக்கி "எனக்கு ரகசியம் ஒண்ணுமில்லை. என் மனசுக்கு உகந்த ஆம்புளை அவருதான். என்னை மங்கலம் பண்ணி ராணியாக்கிய பெரிய நாயக்கர் இல்லை, அவருதான் என் ஆத்மா அறிஞ்ச ஆம்புளை... பெரிய நாயக்கர் என்னை பாணிகிரகணம் பண்ணுறப்போ எனக்கு ஒண்ணுமே தெரியாது. அரண்மனைக்கு வெளியே உலகத்தைப் பாத்ததில்லை..."

அவள் தன் கைகளை பார்த்தபடி சொல்லிக்கொண்டே சென்றாள். "பாணிகிரகணம் நடக்கிறப்பக்கூட அவரைப் பாக்கலை. இங்கே சிராப்பள்ளிக்கு வந்த பிறகுகூட பாக்கலை.

பதினெட்டாம்நாள் சடங்கெல்லாம் முடிஞ்சுதான் பாத்தேன். பழுத்த கிழவர் மாதிரி இருந்தார். சீக்காளி. நாப்பத்திரண்டு வயசுக்கு எம்பது வயசு தோற்றம். மூச்சிளைப்பு நோய். நாலு சொல் சேந்தாப்லே பேசமுடியாது. இரவுபகல் எந்நேரமும் அபினி வேணும்... நான் அவரை பாத்ததே ஏழெட்டு தடவைதான். அப்ப நான் அறிஞ்சதெல்லாம் அபினி நாத்தம்தான்."

அவள் அரசியாக இல்லை. சொற்கள் மீதான கட்டுப்பாட்டை இழந்திருந்தாள். நான் திகைப்புடன் அவளைப் பார்த்துக் கொண்டிருந்தேன். அந்தத் திகைப்பை மறைக்க என்னால் முடியவில்லை.

"ஏற்கனவே எட்டு ராணிமார். ஒருத்தருக்கும் பிள்ளை இல்லை. பிள்ளையில்லாமே சிராப்பள்ளி மருதை ராஜ்ஜியம் அன்னியம்நின்னு போயிடும்னு பயம் இருந்தது. தஞ்சாவூர் மராட்டியனும் செஞ்சி நாயக்கனும் நாக்கை ஊறப்போட்டு உக்காந்திருந்தாங்க. ஆற்காட்டு நவாப்புக்கும் ஆசை உண்டுன்னு தெரியும். அதனாலே என்னை பெண்ணெடுத்தாங்க."

குரல் ஓங்க "எதுக்கு? பிள்ளை பெத்துக்கிட... நியோக முறை யிலே பிள்ளை பெத்துக்கிட... வெறும் ஒரு புதுப்பானை, வேறே ஒண்ணுமில்லை. பிராமணன் ஊத்துறதை புடிச்சுக்கிட ஒரு கலம்" என்றாள். "பழைய ராணிகளிலே நியோகம் பண்ணினா ஊருலே சந்தேகம் வரும். அதுக்காக புதியவ என்னை கொண்டு வந்தாங்க. வந்த மூணாம் மாசம் மருத்துவச்சிங்க குறிச்சு குடுத்த நாளு நேரத்திலே ராத்திரியிலே இருட்டோட இருட்டா வந்தான் யாரோ ஒரு பிராமணன். ஏழெட்டுநாளு... அது வெறும் பொலி காளை. புல்லுக்கொச்சமும் பீஜக்கொச்சமும் வீசுற வெறும் மாமிசம்..."

"எனக்குள்ளே ஒண்ணுமே முளைக்கலை. ராஜாவோட உயிரும் நலிஞ்சுட்டே வந்தது. வேற வழியில்லாமே ராஜ குடும்பத்திலே பங்காரு திருமலையோட மகனை இளவரசனா தத்து எடுத்தாங்க. எனக்கு நியோகம் வந்த அந்த எருதுக்கு பீஜசக்தி இல்லைன்னும் அதெல்லாமே பங்காரு திருமலை யோட சதின்னும் பிறகு தெரிஞ்சுது. பெரிய நாயக்கர் மண்

மறைஞ்சாரு. தத்துப் பிள்ளைக்குக் காவலா நான் இங்க உக்காந்திட்டிருக்கேன்."

அவளுடைய சிவந்து பழுத்த முகத்தை, மூச்சிளைப்பை பார்த்துக்கொண்டிருந்தேன். இப்படி சாதாரணப்பெண்களும் பேசமாட்டார்கள். இவள் பேசுவது என்னிடமல்ல, அவரிடம். ஆனால் ஒன்று தெரிந்தது, இந்தச் சொற்களையும் உணர்வுகளையும் இவள் என்னிடம் சொல்லிவிட்டதனாலேயே என்னை வாழவிடமாட்டார்கள். இந்த தூதைச் சொல்லிவிட்டு அப்படியே லந்தக்காரர்கள், பறங்கிகளிடம் போய் சேர்ந்துவிடவேண்டும். மறுபடி இந்தச் சிராப்பள்ளி - மதுரை நாட்டு மண்ணில் காலே வைக்கக்கூடாது. தலைவேண்டுமென்றால் ஓடிவிடவேண்டும்.

ஆனால் நான் என் முகத்தை சிலையாக வைத்திருந்தேன். என் கண்களை நிலைகுத்த வைத்திருந்தேன். கண்களை ஒரே புள்ளியில் நிறுத்தி உதடுகளையும் இறுக்கிக்கொண்டால் நம் முகம் கல்லென ஆகிவிடும்.

"சரி, அது என் விதி. ஆனா நானும் பொம்புளைதான். பெண்ணாப்பிறந்தாச்சு. நாராயணன் என் மனசிலே தேனை ஊறவைச்சா நான் அதை துப்ப முடியாது. நான் அவர் மேலே ஆசைப்பட்டேன். என் ஆசையை அவர்கிட்டே சொல்லலை. அவரை நான் என் மஞ்சத்துக்கு கூப்பிடலை. நான் ஒண்ணுமே கேக்கலை. அவர்கிட்டே ஒருவார்த்தை பேசணும்னுகூட நினைக்கலை."

"கண் நிறைஞ்சு நின்னிட்டிருந்தார். இந்த சிராப்பள்ளிச் சபையிலே அவர் நுழைஞ்சா இளஞ்சூரியன் உதிச்ச மாதிரி. அழகுன்னா அவர்தான் அழகு... திருவரங்கனோட ஆபாதசூட தங்கக்காப்பு மாதிரி பாக்கப் பாக்க கண்ணு நிறையும், மனசு நிறையாது. அறிவுக்கும் ஞானத்துக்கும் அவருக்கு ஒப்பம் சொல்ல யாருமில்லை. கண்களிலே கருணை நெய்த்தீபம் மாதிரி ஒளி வீசிட்டிருந்தது. வார்த்தைகளிலே அந்த மதுரம் இருந்தது. அந்தக்காலத்திலே பிருந்தாவனத்திலே கிருஷ்ணன் அப்டித்தான் இருந்திருக்கணும்..."

“பொம்புளைக்கு என்ன வேணும்? ஞானமா, அறிவா? ஒண்ணும் வேண்டாம். கனிஞ்சு ஒரு வார்த்தை, அவ்ளவுதான். பொம்புளைக்கிட்டே பேசுறப்ப பொம்புளையும் குழந்தைங்க கிட்டே பேசுறப்ப குழந்தையும் ஆகிறவன்தான் நிறைஞ்ச ஆம்புளை... அப்டி ஒரு ஆம்புளைய கண்ணெதிரே பாத்தபிறகும் அந்தக் காலடியிலே விழலேன்னா நான் பொம்புளையே இல்லை.” அவள் மெல்ல அடங்கினாள். பெருமூச்சுகளாக விட்டபடி மஞ்சத்தில் தளர்ந்து சாய்ந்தாள்.

அவள் திரும்பிப்பார்க்க முதியசேடி குடிநீர் கொடுப்பதற்காக வெள்ளிக்கோப்பையைக் கையிலெடுத்தாள். அவள் வேண்டாம் என்று கைகாட்டினாள்.

என்னிடம் திரும்பி “நான் சொன்னேனே, நான் அவர்கிட்டே ஒண்ணையும் எதிர்பார்க்கலை. அவரை நாளுக்கொரு முறை பாக்கணும், அவர் குரலைக் கேக்கணும். அவ்வளவுதான். அது ஒண்ணும் தப்பில்லை. நான் எனக்குள்ளே இருக்கிற நாராயணன் கிட்டே கேட்டேன். சொல்லு, நீயும் ஆயர்பாடியிலே பெண்ணை அறிஞ்சவன்தானே? நான் பிரேமை வைக்கப்பிடாதான்னு கேட்டேன். பிரேமைன்னா பொன் விளக்கிலே சுடராக்கும்னு அவன் சொன்னான். எனக்கு எந்த தப்பும் தெரியல்லை. இப்பவும் தெரியல்லை.”

“ஆனா இங்கே சபையிலே பேச்சு கிளம்பிட்டுது. அதை மறைக்க முடியாது. தீயைக்கூட மறைக்கலாம், ஆசைய மறைக்க முடியாது. திவான் விஜயரங்கய்யா வந்து சொன்னார். இது தப்பு, ஏற்கனவே பெரியராணி மங்கம்மத் தாயாரை இதேமாதிரி ஒரு பழியை சொல்லிப் பரப்பித்தான் ஒழிச்சாங்க, இது வேண்டாம் ராணின்னு சொன்னார். பழிசொல்ல ஒண்ணுமே இல்லியே அமாத்யரேன்னு நான் சொன்னேன்.”

“திவான் விஜயரங்கய்யா எங்கிட்ட சொன்னார். பெரியராணி மங்கம்மத்தாயாருக்கும் பழி சொல்ல ஒண்ணுமே இல்லை. பெரிய தளவாய் கஸ்தூரி ரங்கய்யா அம்மங்காரோட பால்யகால சகா. கஷ்டங்களிலே துணையா நின்னது தவிர அவர் மேலே தப்பில்லை. ஆனா ஒரு தெலுங்குக் கவிஞனுக்கு காசு குடுத்து

மங்கம்மா பும்சலீ நீச சரித்ரான்னு ஒரு பாட்டை எழுதவைச்சு ஊரெல்லாம் பாடிப் பரப்பினாங்க. ஊரே அவச்சொல் பேசிச்சுது. அந்த இருட்டிலே அம்மங்காரை துறுங்கிலே அடைச்சாங்க. அம்மங்கார் துர்க்கை அவதாரம். அவரையே பட்டினிபோட்டு சாகடிச்சாங்க. கஸ்தூரிரங்கய்யாவுக்கும் விஷம் வைச்சு கொன்னாங்க. சிராப்பள்ளி மருதை ராஜ்ஜியமே அநாதையாச்சு...''

"நான் என்ன பண்ணணும்னு சொல்றீங்க அமாத்யரேன்னு நான் கேட்டேன். இது ராஜகாரியம். பண்டு புராணத்திலே நிஷத நாட்டு ராஜாவான நளன் கால் கழுவினப்ப ஒரு சின்ன இடைவெளி விட அதுவழியா கலி உள்ளே நுழைஞ்சதா கதை உண்டு. அந்தக் கதையோட தாத்பரியம் இதுதான். ராஜ பரிபாலனத்திலே நம்ம பக்கம் பழி, மறுபக்கம் பகை ரெண்டும் துளிகூட மிஞ்சக்கூடாது. இந்த ராஜ்ஜியத்தை அழிக்க ஆயிரம் நஞ்சுக் கூட்டம் சுத்தி காத்திருக்கு. அவங்களுக்கு வாய்ப்பு குடுக்கவேண்டாம்னு திவான் சொன்னாரு.''

"சட்டுன்னு நான் அழுதிட்டேன். அப்ப எனக்கு வாழ்வே இல்லியா? உடம்பாலே வாழலை, மனசாலேகூட வாழக்கூடாதா? கண்ணை கட்டுறதுக்கு எங்கிட்டே மந்திரமா இருக்குன்னு சொல்லி அழுதிட்டே எந்திரிச்சு உள்ளே போயிட்டேன். திவான் என்ன செஞ்சாருன்னு தெரியல்லை. மறுநாள் தாயுமானவ பிள்ளை சபையிலே இல்லை. அவரோட மனைவியையும் மகளையும் வேதாரணியத்துக்கு அனுப்பிவைச்சுகிட்டு எங்கயோ போய்ட்டார்னு சொன்னாங்க. தேடித்தேடித்தான் ராமேஸ்வ ரத்திலே இருக்கிற செய்தி தெரிஞ்சுது.''

"ஆளனுப்பிப் பேசவைக்கலாம்னு நினைச்சேன். ஆனா அப்டியே விட்டுட்டேன். எனக்கு என் மனசிலே இருக்கிற அவரோட முகமே போதும். தங்கக் காப்பு போட்ட பெருமாள் என்னோட கருவறையிலே கொலுவிருக்காரு. அங்கே அஸ்ரு பூஜை பண்ணி வாழ்ந்திட்டு போயிடறேன். அதை யாரும் தடுக்க முடியாது. அவரே கூட அதை தடுக்க முடியாது. அவர்கிட்டே போய் இதைச் சொல்லு. இதைச் சொல்ல ஒருத்தர் வந்ததும் நல்லதாப் போச்சு. மனுஷக்காது கேக்க இதைச் சொல்லாம

இருந்திருவேனோன்னு நினைச்சிட்டிருந்தேன். சொல்ல எனக்கு வார்த்தை உண்டுன்னுகூட இப்பதான் தெரியுது.''

''அடியேன், ஆணை தலைக்கொண்டு சொல்லிடறேன் மகாராணி'' என்றேன்.

''இப்பவும் நான் சொல்ல நினைக்கலை. அவரை பேசிச் சம்மதிக்க வைச்சு மருதை ராஜ்ய எல்கைக்குள்ளே கொண்டு வரணும். அதுக்கு அவர்கிட்டே முன்னாடி பேசிப் பழகின ஒரு ஆளு வேணும். ஒற்றனாகவும் இருக்கணும், ஆனா ராஜ கொட்டாரத்துக்கு சம்பந்தமும் இருக்கக்கூடாதுன்னு காறுபாறு ரங்கப்பையர் கிட்டே சொன்னேன். அவருதான் உன்னை அனுப்பியிருக்கார். உன்னைப் பார்த்ததுமே நீ பிராப்தன்னு தெரிஞ்சுகிட்டேன். என்னை அறியாமலேயே மனசு திறந்து பேசிட்டேன்... நான் பேசினதை எல்லாம் சொல்லு.''

''அடியேன், ஆணை மகாராணி''

''ஏன் இதெல்லாம் பேசுறேன்னு தெரியல்லை. பேசாமப் போயிடக்கூடாதுன்னு நாலஞ்சுநாள் முன்னாடி நினைச்சேன். அப்பக்கூட இப்டி ஒரு அறியா மனுஷன்கிட்டே பேசுவேன்னு நினைக்கல்லை. ஆனா அறியா மனுஷன்கிட்டேதான் சொல்ல முடியும். அறிஞ்ச முகத்தைப் பாத்து சொல்ல முடியாது.''

''அடியேன், நான் கிளிமாதிரின்னு நினைக்கணும். சொல்ல றிஞ்ச பொருளறியா கிளியாக்கும் அம்மங்காரே.''

''நல்லது, அவர்கிட்டே சொல்லு. நான் முதலிலே நினைச்சேன், அவரை ஒருவேளை திவான் பயமுறுத்தி அனுப்பியிருக்கலாம்னு. என்னோட ஆணைன்னு சொல்லியிருக்கவும் வாய்ப்பு உண்டு. ஆனா அஞ்சுறவரு இல்லை அவர். மனுஷங்களோட மனசாழம் அ;றிஞ்சவரு. அவருக்கு ஆரும் ஒண்ணும் சொல்ல வேண்டிய தில்லை. இருந்தாலும் சொல்லு, ராணி இப்பவும் பிரேம தபஸ் தான் பண்ணிட்டிருக்கான்னு. ராணிக்கு அந்த தபஸ் செய்ய அவரோட ஒரு தலைமுடியிழை கூட வேண்டாம்னு சொல்லு. மானசபூஜைக்கு எந்த தெய்வமும் தடைசொல்லாதுன்னு

எடுத்துச் சொல்லு. கோபிகைக்கு கிருஷ்ணன்மேலே உரிமை உண்டுன்னு சொல்லு அவர்கிட்டே."

"அடியேன், சொல்றேன் மகாராணி"

"அவரு எப்டியாவது மருதை எல்லைக்குள்ளே வந்தாப் போரும். நீ அட்டியில்லாமே மருதைக்கும் அப்புறமும் போகிறதுக்கு உண்டான முத்திரையும் ஓலையும் உனக்கு தரச்சொல்றேன்... ஏண்டி மாணிக்கம்?"

அந்த தாசி உணர்ச்சிப்பரவச மெய்ப்பாடுகளைக் காட்டினாள். நகைகள் அசைந்தன.

"போய்ட்டு வந்திரு... உனக்கு வேண்டியதை தாறேன்" என்று சொன்னபின் ராணி கையசைத்தாள்.

நான் தண்டனிட்டு "அஷ்டாங்கம் பூமிஸ்பர்ஸம். சர்வானுக்ரகம் வேணும். மங்களாஸம்சைகள் வேணும். அம்மங்கா அருளாலே குலம்பெருகணும், வளம்பெருகணும், பேரு நிலைகொள்ளணும்" என்றேன்.

அவள் என்னை வாழ்த்துவதுபோல கையை காட்டினாள். நான் எழுந்து புறம் காட்டாமல் குனிந்து வாய்பொத்தியபடியே நடந்து பின்னடைந்து கதவு அருகே நின்றேன். கதவு திறந்ததும் வெளியே சென்றேன். தாசி என் பின்னால் வந்தாள்.

கூடத்திற்கு வந்ததும் அந்த தாசி தாழ்ந்த கட்டைக்குரலில் "முத்திரை மோதிரமும் ஓலையும் வாங்கிக்கோ" என்றாள்.

அவள் முகத்தில் அத்தனை நாள் பழகியிருந்த சிருங்கார பாவனைகள் முதுமையால் அசிங்கமாக மாறியிருந்தன. நான் பார்வையை தாழ்த்திக்கொண்டேன். அவள் நகைகளும் மணிகளும் ஒலிக்க நடந்தாள். நான் கூடவே சென்றேன்.

*

3

...

ஓலையும் மோதிரமும் பெற்றுக்கொண்டு நான் வெளியே வந்ததும் என்னை காறுபாறு ரங்கப்பையர் வந்து சந்திப்பார் என்று நினைத்தேன். ஆனால் அவர் அங்கே இல்லை. நான் கொட்டாரத்திலிருந்து வெளியே போய் என் குதிரைவண்டியில் ஏறி கோட்டை தாயுமானவர் ஆலயத்து சன்னிதி வடக்குத் தெருவிலிருக்கும் என் வீட்டுக்குச் சென்றேன்.

என் மனைவியிடம் நான் சென்றதுமே, மறுநாள் அவள் பிள்ளைகளை அழைத்துக்கொண்டு புதுச்சேரிப் பக்கம் போய்விடவேண்டும் என்று சொன்னேன்.

"அங்கே கும்பினிக்காரங்க ஆட்சி நடக்குது. அவங்க பொம்பு ளையாளுங்களை ஒண்ணும் செய்யமாட்டாங்க. சக்ரபாணி செட்டிகிட்டே சொல்லி பணம் குடுத்து ஏற்பாடு செய்யுறேன். செட்டித்தாலி செட்டிப் பாம்படம் போட்டுக்க. புடவையைச் செட்டிக்கட்டு கட்டிக்க. செட்டிச்சியா உக்காந்திரு. வண்டியி லேயே கூட்டிட்டுப் போவாங்க. செட்டிகளை இங்க யாரும் மறிக்கிறதில்லை. புதுச்சேரி புதிய ஊராக்கும். அங்கே உங்கிட்டே யாரு என்னன்னு கேக்க மாட்டாங்க. அங்கே கையிலே இருக்கிற பணத்தை வைச்சுக்கிட்டு நாலுபேரு அறியாம இருந்திரு. அங்க இருக்கிற பாதிப்பேரு இப்டி வந்தவங்கதான். அதனாலே ஒண்ணும் வித்தியாசமா தெரியாது. நான் எங்கபோறேன், ஏது செய்வேன்னு கேக்காதே. நான் வந்திருவேன்" என்றேன்.

அவளுக்கு என் தொழில் தெரியும். அவள் கொஞ்சம் மிரண்டாலும் மேற்கொண்டு ஒன்றும் சொல்லவில்லை.

"அங்கே கொஞ்சநாள் இரு. நான் வரேல்லன்னா நம்மாளுகளை கண்டு அவங்க கூட சேந்துக்கோ. புள்ளைகளை கருத்தா வளத்து ஆளாக்கு. உனக்குண்டான பணம் செட்டி கையிலே

குடுத்திருப்பேன். செட்டிச் சொல் கெட்டிச்சொல்லுன்னு சொல வடை உண்டு... பயப்படாதே" என்றேன்.

நான் என் பயணத்துக்கான ஏற்பாடுகளைச் செய்துகொண்டிருந்த போது காறுபாறு ரங்கப்பையரின் வேலைக்காரன் ஒருவன் என்னை தேடிவந்தான். அவன் கோயிலில் அஷ்டகால பூசைக்கு அனுமதி கேட்பவன்போல வந்தான். ரகசியமாக என்னை தாயுமானவர் சன்னிதி மூன்றாம் தெருவில் உள்ள சுந்தரையரின் வீட்டில் காறுபாறு ரங்கப்பையர் எதிர்பார்ப்பதாகச் சொன்னான்.

நான் மேலாடையை சுற்றிக்கொண்டு கொல்லைப்பக்கம் சந்து வழியாகக் கிளம்பிச் சென்றேன். வீட்டு முற்றத்தில் என் குறடுகளை போட்டு வைத்திருந்தேன். நான் அங்கிருப்பதாக அவை காட்டும். ஒருவேளை நான் திரும்பி வராமலேயே போகலாம்.

சுந்தரையரின் வீடு முடுக்குக்குள் இருந்தது. என்னை அங்கே ஒருவன் வாசலிலேயே வரவேற்று உள்ளே அழைத்துச் சென்றான். சிறிய தொட்டிகட்டு வீடுபோல தோன்றியது. ஆனால் உள்ளே சுரங்கப்பாதைபோல வழி சென்றது. உள்ளே பெரிய அங்கணமும் திண்ணைகளும். உள்ளே குட்டித் திண்ணையில் காறுபாறு ரங்கப்பையர் இருந்தார். சுந்தரையரின் இளம் மனைவி அவருடன் பேசிக்கொண்டிருந்தாள். என்னைக் கண்டதும் கூர்ந்து பார்த்துவிட்டு விலகிச் சென்றாள்.

நான் அவரை கண்டு கும்பிட்டு நின்றேன், அவர் என்னை கூர்ந்து பார்த்து நாவால் வெற்றிலைத் துணுக்கை நிமிண்டியபடி பார்த்தார்.

"நான் கிளம்பிட்டிருக்கேன்" என்றேன்.

"என்ன சொன்னா ராணி?" என்று காறுபாறு ரங்கப்பையர் கேட்டார்.

நான் தயங்கினேன். அங்கே எவருமில்லை. பின்னர் "தாயுமானவப் பிள்ளைக்கு ஒரு தூது... எதிர்பார்த்ததுதான்" என்றேன்.

“ஆமா, ஆனா அது இப்ப எதுக்கு?” என்றார் காறுபாறு ரங்கப்பையர்.

“நவாப்புப் பட்டாளம் ராமநாதபுரத்துக்குப் போகும்னு நினைக்கிறாங்க... அவரை மருதை ராஜ்ஜிய எல்லைக்குள்ளே வரச்சொல்லச் சொன்னாங்க.”

“என்ன சொன்னா ராணி, முழுசாச் சொல்லு”

நான் அங்கே ராணி பேசியதை சொன்னேன். ஆனால் ராணியின் உணர்வுகளைச் சொல்லவில்லை. அவர் சொன்ன எதையுமே சொல்லவில்லை. ராணிக்கு தாயுமானவ பிள்ளையின் பாதுகாப்பு பற்றி இருக்கும் பயத்தையும், அவரை பணய மாகப் பிடித்துக்கொண்டு நவாப்புப்படைகள் ராணியிடம் பேரம் பேசலாமென்று அவர் சந்தேகப்படுவதையும் மட்டும்தான் விவரித்தேன்.

காறுபாறு ரங்கப்பையர் நிறைவடைந்துவிட்டார். அதற்கு மேல் ராணி என்னிடம் அணுக்கமாக பேசியிருக்க வாய்ப்பிருக்க வில்லை. “என்ன சொல்லுறாங்கன்னே புரியல்லை” என்றார். “இப்ப நாடு இருக்கிற நிலைமையிலே இதுவா பெரிய விஷயம்?”

“நாட்டுக்கு என்ன குறை?” என்றேன்.

“உனக்கென்ன தெரியும்? மருதை பெரிய பாலகுடு தளவாய் பங்காரு திருமலை யாருன்னு நினைக்கிறே? பழைய மருதை பெரியநாயக்கர் திருமலை மகாராஜாவோட ரத்தம் அவரு. திருமலை நாயக்கரோட தம்பி குமாரமுத்து நாயக்கரோட கொள்ளுப் பேரன். மருதையே அவரோடது. இப்ப சிராப்பள்ளி இளவரசர் விஜயகுமார சின்னநாயக்கர் அவரோட சொந்த மகன். மங்கம்மா ராணி போனது முதல் மருதையை தன் கையிலேயே வைச்சிருக்காரு. இந்த சிராப்பள்ளி மருதை ராஜ்யத்துக்கு முழுசா ராஜாவா ஆகமுடியாம அவரை தடுக்கிற ஒரே சக்தி ராணி மீனாட்சி அம்மங்காருதான். ராணியை நீக்கம் பண்ண அவரு செய்யாத க்ஷுத்ர தந்த்ரம் இல்லை.”

184 ❁ ஜெயமோகன்

நான் பெருமூச்சுவிட்டேன். என்னிடம் எல்லாவற்றையும் சொல்கிறார்கள். என்னை பலிகொடுக்க முடிவெடுத்து விட்டார்கள்.

“ராணி ராஜ்யபரிபாலனம் தொடங்கினப்பவே பங்காரு நாயக்கர் தந்திரங்களை ஆரம்பிச்சிட்டாரு. அரண்மனை முழுக்க அவரோட ஆளுங்களை வைச்சாரு. ராணி சித்ரதுர்க்காவிலே இருந்தும் அனந்தபூரிலே இருந்தும் அவங்களுக்கு சொந்தமான ஆளுங்களை வரவழைச்சாங்க. பங்காருவோட ஆளுங்களை ஒவ்வொரு காரணமாச் சொல்லி வெளியே அனுப்பினாங்க. இந்தச் சதுரங்க வெளையாட்டு நடந்திட்டே இருந்தது. ராணியோட அண்ணா தளவாய் வெங்கட்டப்பெருமாள் நாயக்கர் துணையிருந்ததனாலே அவராலே பங்காருவை வைக்க வேண்டிய இடத்திலே வைக்க முடிஞ்சது.”

“கடைசியிலேதான் ராணி சிராப்பள்ளி பெரியதளவாய் வெங்காச்சாரி மேலே கையை வைச்சாங்க. அரண்மனையிலே உக்காந்துட்டு ராணிக்கு எதிரா எல்லாம் செய்தவரு அவரு. அவரு பங்காருவோட கூட்டாளின்னு முன்னாடியே தெரியும். ஆனா சல்லிவேரை வெட்டாம ஆணிவேரை வெட்டமுடியாது. தளவாய் வெங்காச்சாரியை கூத்திகோட்டைக்கு காவலோட அனுப்பினாங்க. போறவழியிலே அவரு சாகட்டும்னு நான் சொன்னேன். இல்லே, பிரம்மஹத்யை வேண்டாம்னு ராணி சொல்லிட்டாங்க. அவரு அங்கேருந்து பங்காருகிட்டே வந்து சேந்தாரு. இப்ப எல்லாம் அவரு சொல்லி செய்றதுதான். அவரும் பங்காருவும் சேந்து ஏழுமுறை சிராப்பள்ளியைப் புடிச்சு ராணியை துறுங்கிலே அடைக்க முயற்சி பண்ணியிருக்காங்க...”

நான் அதில் பாதிக்கதைகளை ஏற்கனவே கேட்டிருந்தேன்.

“நாம ராணி மங்கம்மா காலம் முதல் டில்லி பாதுஷாவோட ஜாகீர்தார் அந்தஸ்திலேதான் இருக்கோம்னு தெரியுமே... சுல்பிகர் அலிகானுக்கு அப்பவே ஒருகோடி பக்கோடா பணம்குடுத்து சந்தி பண்ணிக்கிட்டோம். மராட்டியராஜாகிட்டே இருந்து செஞ்சியை புடிக்க சுல்ஃபிகர் அலி கானுக்கு உதவியும் பண்ணினோம். அதிலே இருந்து நாம டில்லி பாதுஷாவுக்கும்

அவரோட அதிகாரமுள்ள கர்நாடக நவாப்புக்கும் கப்பம் கட்டிக்கிட்டு வாறோம். இப்ப அதிகாரம் ஹைதராபாத் நைஜாம் சப்தர் அலி கானுக்கு இருக்கு. நாம அவனுக்கு கப்பம் குடுக்கிற ஆளுங்க" என்றார் ரங்கப்பையர்.

"வெங்காச்சாரி சொல்லி பங்காரு நேரா ஹைதராபாத் நைஜாமை பாக்க அவரே போனாரு. சிராப்பள்ளி ராஜ்ஜியத்தை தனக்குக் குடுத்தா முப்பது லட்சம் பொன்பகோடா குடுக்கிறதாச் சொல்லி அஞ்சுலட்சம் முன்பணமாவும் குடுத்தாரு. சப்தர் அலி கான் அதை வாங்கிக்கிட்டு அவரோட கின்னேதார் சந்தாசாகிப்பை சிராப்பள்ளிக்குப் படையோட அனுப்பினாரு. அவன் ஆறுமாசமா சிராப்பள்ளிப்பக்கத்திலே முகாம் அடிச்சு உக்காந்திருந்தான். இப்ப, இதோ இன்னைக்குத்தான், சந்தி சமாதானம் ஆயி அவன் திரும்பிப் போயிட்டிருக்கான். நம்ம மகாராணி ஒருகோடி பொன்பகோடா குடுக்கிறதா ஒப்புத்துக்கிட்டிருக்கா. அதிலே முப்பது சந்தா சாகிப்புக்கு, மிச்சம் சப்தர் அலி கானுக்கு... அவனுக்கு லாபம்தான்."

"இப்ப இந்த தாக்கல் போனதுமே பங்காரு திருமலை மருதையை விட்டு கிளம்பியிருப்பார்... நான் அவர் கெளம்பி னாங்கிற செய்தியைத்தான் காத்துக்கிட்டிருக்கேன். அவர் தெக்கே போவார்... ராமநாதபுரம் போகமாட்டார், சேதுபதி அவர்கூட சேந்து படைநிக்கமாட்டார். அவரு அம்மங்காரு மங்கம்மாவுக்க ஆப்தராக்கும். ஆனா பங்காரு நாயுடு தெக்கேபோனா கயத்தாறு பாண்டியனுங்களை சேத்துக்கிடலாம். திருநெல்வேலியிலே நிருபதி நாயக்கன் படையோட நின்னுட்டிருக்கான். அவனையும் சேத்துக்கிட்டா ஒரு பத்துவருசம் நின்னு போராடமுடியும்."

"சந்தா சாகிப் துரத்திட்டுப் போவாரா?"

"ஆமா, அவன் தெக்கே திரும்புறதப் பாத்தா வழியிலே பங்காருவை மறிச்சிருவான்னு நினைக்கிறேன்."

அவர் மேலே பேச நான் காத்திருந்தேன்.

ரங்கப்பையர் குரலை தாழ்த்தி "இதிலே நமக்கு ஒரு வியாபாரம் இருக்கு. அதான் உன்னை கூப்பிட்டேன். நீ எப்டியும் ராமநாதபுரம் போறே"

"சொல்லுங்க" என்றேன்.

"நீ நமக்கு ஒரு சகாயம் செய்யணுமே?"

"சொல்லுங்க உடையோரே, என் கடமையாக்குமே"

"ராணி உனக்கு அடையாளம் தந்திருப்பாளே?"

"ஆமா" என்றேன்.

"அதைவைச்சு செய்யவேண்டிய வேலை. நீ இப்ப நேரா மருதைக்குப் போறே. ராமநாதபுரம் போக மருதை போக வேண்டியதில்லை, ஆனா பாதுகாப்புக்காக அப்டி போறேன்னு கணக்கு, புரிஞ்சுதா?"

"சரி"

"மருதையிலே சேவப்ப நாயக்கன்னு ஒருத்தன் உண்டு. நம்ம ஆப்தன் அவன். அவன் ரங்கமகாலிலே ராயசமா இருக்கான். நீ வந்த செய்தியைச் சொல்லி அனுப்பு, ஆனா நேரிலே போய் பாத்திராதே. அவனே உன்னை வந்து சந்திப்பான். அவன்கிட்டே என்னோட முத்திரை மோதிரம் இருக்கும்... பம்துலா குடும்பத்து முத்திரை உனக்குத் தெரியும். அவன் உங்கிட்ட ஒரு ரெண்டு பெட்டியைக் குடுப்பான். கொஞ்சம் பெரிய பெட்டி. வண்டியிலே வைச்சுக்கோ... அப்டியே ராமநாதபுரம் போ. சோலியை முடி. பெட்டி உங்கிட்டேயே இருக்கட்டும். எல்லாம் முடிஞ்ச பின்னாடி அப்டியே திரும்பி வந்திராமே நேரா நாகப்பட்டினம் போயிடு. அங்கே ஒல்லாந்துக்காரன் டானிக் ஆச்சென்பெர்க்குன்னு ஒருத்தன் கிட்டே நீ வந்த செய்தியைச் சொல்லி அனுப்பு. அவன் துறைமுகத்திலே காப்டனா இருக்கான். அவனும் வந்து உன்னைப் பார்ப்பான். கொஞ்சம் குட்டையா, மேலேதூக்கின மூக்கோட, பச்சைக் கண்ணோட இருப்பான். அவன்கிட்டேயும் என்னோட முத்திரை ஓலை இருக்கும்... அவன்கிட்டே பெட்டிகளைக் குடுத்திரு..."

நான் பேசாமல் நின்றேன்.

“மருதை இப்ப நாயி நுழையிற மாதிரி திறந்து கிடக்கும். அவனவன் கொள்ளை அடிக்கிறான். இப்ப நவாப்புப்படை உள்ளே நுழைஞ்சிட்டுதுன்னா நாய் நக்கின சட்டியா துப்புரவா ஆயிடும். நாம எதுக்கு விடணும்? நாம கொஞ்சம் சேத்துக்கிட்டா இந்த காத்துமழை காலத்திலே நம்ம புள்ளைகுட்டிங்களுக்கு ஆகுமே?” என்றார் ரங்கப்பையர் “எல்லாம் இப்டி உண்டு பண்ணிக்கிட்ட சொத்தும் சுகமும்தான்டே. நீ ஒண்ணையும் யோசிக்காதே... உனக்குண்டானதை குடுத்திடறேன்... நீயும் கை மணக்க நெய்யூறச் சாப்பிடுவேன்னு நினைச்சுக்கோ. என்ன சொல்றே?”

“ஆனா ஆபத்தாக்கும்”

“ஆபத்துதான். ஆனா உங்கிட்டே ராணியோட தனிப்பட்ட முத்திரை இருக்கு. அதைக் கண்டா யாரும் கும்பிடுவானுக. ராமநாதபுரம் சேதுபதிகூட கும்பிடுவார்.”

“எதுக்கு ராமநாதபுரம் போறது? நேரா நாகப்பட்டினம் போலாமே?”

“போகலாம். ஆனா மருதை நாகப்பட்டினம் சாலையிலே முப்பது எடங்களிலே வண்டிமறிக்க ஆளிருக்கு. கள்ளர் பயமும் எகிறி அடிக்குது. மருதையிலெ இருந்து எறும்புக்கூட்டம் கணக்கா கையிலே அகப்பட்டதை எடுத்துக்கிட்டு கௌம்பிப் போய்ட்டிருக்கானுக... அந்த வரிசையிலே நாம வரவேண்டாம்... இந்தப் பக்கமா போனா கண்காணிப்பு இல்லை. ராமநாதபுரத்திலே இருந்து கடப்புறம் சாலை வழியா வடக்காலே போனா நாகப்பட்டினம். வழி முச்சூடும் மீன்பிடிக்கிற சனம், அவங்களுக்கு கொள்ளையடிக்கிற வழக்கமில்லை... நல்லா பாத்துக்கிடுவாங்க.”

“சரி”

“செய்டே, உனக்கு வேணுமானது இரட்டியா கையிலே வந்திரும்.”

“அது தெரியுமே, நான் இங்கே தலை காலிலே பணிய வேலை செய்றவனாக்குமே” என்றேன்.

"நல்லா இருடே"

நான் அவரை பணிந்தேன். அவர் இடக்கையை தூக்கி என்னை வாழ்த்தினார்.

நான் திருமப வீட்டுக்குச் செல்லவில்லை. நேராக சக்ரபாணிச் செட்டியிடம் சென்றேன். என் பணமெல்லாம் அவரிடம்தான் இருந்தன. வட்டியும் கொடுத்துவிடுவார், பாதுகாப்பாகவும் இருக்கும். செட்டி சொல்மாறாத குலம். அவரிடம் பேசி ஏற்பாடு செய்துவிட்டு அரண்மனைக் கொட்டிலுக்குச் சென்றேன். நல்ல வண்டியையும் வண்டிக்காரனையும் தேடிக்கொண்டேன். உடனே மதுரைக்குக் கிளம்பினேன்.

வீட்டுக்குப்போய் குழந்தைகளை ஒருமுறை பார்த்தாலென்ன என்று தோன்றியது. ஆனால் என் வீடு கண்காணிக்கப்படும் என்றும், ஒருவேளை என்னை அங்கிருந்து எவராவது பிடித்துச் செல்லக்கூடும் என்றும் நான் அஞ்சினேன். நான் ராணியிடம் பேசிய செய்தி அரண்மனை முழுக்க நிறைந்திருக்கும் ஒற்றர்களுக்கெல்லாம் இந்நேரம் தெரிந்திருக்கும்.

*

4

சிராப்பள்ளி மதுரைச் சாலை மங்கம்மாத் தாயார் காலத்தில் போடப்பட்டது. நல்ல சரளைக்கல் போட்டு இறுக்கிய வண்டிச் சாலை. நாளுக்கு ஆயிரம் வண்டிகள் இரும்புப்பட்டை அழுந்த ஓடினாலும் புழுதியாகாது, மழைக்காலத்தில் சேறும் ஆகாது. இருபக்கமும் ஓங்கிய புளியமரங்கள் கிளைகளால் முட்டிக் கொண்டு பின்னி உருவாக்கிய பச்சைக்கூரைக்குக் கீழே நீண்டு செல்லும் குகை போலிருந்தது அது.

மிகச்சரியாக குதிரையும் காளையும் தவங்குமிடத்தில் நீர் காட்ட குளங்களுடன் மண்டபச் சத்திரங்கள். அங்கே குளிர்ந்த சம்பாரம், மாடுகளுக்கு வைக்கோல், குதிரைக்குக் கொள். தேவையென்றால் வாடகைக் காவலர்களையும்கூட எடுத்துக் கொள்ளலாம். உப்புதொட்டு சத்தியம் செய்து உடன் வந்தால் மறவர்கள் உயிர்கொடுப்பார்கள்.

மங்கம்மா மகாராணி காலத்தில் உருவான சாலைகளால்தான் நாடு செழித்தது. மக்கள் வயிற்றில் சோறு முடக்கமில்லாமல் போயிற்று. 'மாரியை நம்பலை, மாதேவரை நம்பலை, அந்த மகாராசி பெயரைச் சொல்லி பிள்ளைபெத்தோம்' என்று ஒரு பாட்டு உண்டு.

ஆனால் வழியெங்கும் அந்த அமைப்பு சிதறிக்கிடப்பதை, எங்கும் அச்சம் பரவி அராஜகம் தலையெடுக்க ஆரம்பிப்பதைக் கண்டேன். பல சத்திரங்களில் எவருமில்லை. சில சத்திரங்களின் அருகிலேயே வழிப்பறிக் கொள்ளையர் பதுங்கியிருப்பதாக வழியிலேயே செய்தி சொன்னார்கள்.

பல கிராமங்களில் அன்னியர் ஊருக்குள் நுழையக்கூடாது என்று சொல்லி காவல் மாடம் கட்டி ஈட்டிகளுடன் ஆளை நிறுத்தியிருந்தனர். சில செழிப்பான ஊர்களில் கூலிப்படை

மறவர்கள் வளரியும் ஈட்டியுமாக அமர்ந்திருந்தனர். பல கோயில் களை நிரந்தரமாக மூடிவிட்டிருந்தனர். பட்டர்களும் சிவாச்சாரி யார்களும் தெய்வங்களை உற்சவமூர்த்திகளில் ஆவாகித்து எடுத்துக்கொண்டு கிளம்பிவிட்டனர் என்று சொன்னார்கள்.

நான் பாதிவழிச் செல்வதற்குள்ளாகவே சந்தா சாகிப்பின் படைகள் தெற்கே நகர்ந்துவிட்டதை அறிந்தேன். அவர்கள் மதுரைக்குச் செல்லவில்லை. வத்ராயிருப்பு தாண்டிக்கொண்டி ருந்தனர். பங்காரு திருமலை சீவில்லிப்புத்தூர் தாண்டிவிட்டி ருந்தார். அவர்கள் அவரை எங்கே சந்திப்பார்கள்? சந்திக்கு மிடத்தில் கண்டிப்பாகப் போர் உண்டு.

நான் மதுரையைச் சென்றடைந்தேன். மதுரை நான் நினைத்த தற்கு மாறாக எந்தப் பாதுகாப்பும் இல்லாமல் திறந்து கிடந்தது. கோட்டைவாசலிலேயே காவலில்லை. வைகைப்பாலங்கள் இரண்டிலும் வண்டிகளும் தலைச்சுமை மூட்டைகளும் குழந்தை களும் சட்டிபானைகளுமாக மக்கள் நெருக்கியடித்துக்கொண்டு வெளியேறிக்கொண்டிருந்தனர்.

“என்ன நடக்குது?” என்று ஒருவனிடம் கேட்டேன்.

“நாயக்க ராஜா பயந்து ஓடிப்போயிட்டார்லே? எப்ப வேணுமா னாலும் துருக்கப் படைங்க உள்ளே வந்திருவாங்க. வந்தா பின்னே அவனுகளுக்கு மாசக்கணக்கிலே கொள்ளைதான். பொன்னு பணம் தானியம் மட்டுமில்லை சட்டிபானைகூட மிஞ்சாது. பெண்டுகளை பிடிச்சுகிடுவான். பிள்ளைகளை தூக்கி கொண்டு போயி நாகப்பட்டினத்திலே பறங்கிகளுக்கு வித்துப்போடுவான்...”

அதெல்லாம் நடந்துகொண்டுதான் இருந்தது. சித்ரதுர்க்கா விலும் அனந்தபூரிலும் செஞ்சியிலும் வேலூரிலும் அதெல்லாம் அன்றாடம். ஆனால் திருமலை நாயக்கர் காலம் முதல் மதுரை சிராப்பள்ளி ராஜ்ஜிய எல்லைக்குள் அமைதிதான். மங்கம்மா காலத்தில் நீதி இல்லாத இடமே இல்லை. அதுதான் இன்னும் ஆபத்து. அமைதிக் காலத்தில் நாடு செழிக்கிறது. மக்கள் எச்சரிக்கையை இழக்கிறார்கள். ஊர்கள் தேன்நிறைந்த தட்டு களாகின்றன. காவலிழந்தால் கள்வர் தேடிவருவார்கள்.

எத்தனை சூறையாடல்கள், எத்தனை கூட்டப்படுகொலைகள். என் நாய்னா மதுரையில் சதநாயகமாக இருந்தார். என் தாத்தா எட்டையபுரம் பாளையக்காரரிடம் இருந்தார். அவருடைய அப்பா அனந்தப்பூரில் இருந்தார். அவருடைய தாத்தாவும் நாய்னாவும் கூத்தி கோட்டையில் இருந்தனர். அதற்குமுன் விஜயநகரத்தில் கிருஷ்ணதேவராயரின் படையில் இருந்தனர். அவருடைய முன்னோர்கள் வரங்கல்லில் இருந்தனர். அதற்கு முன்னால் எப்போதோ வடக்கே தேவகிரியில் இருந்தனர்.

தலைமுறை தலைமுறையாகப் போர்தான். செத்துக்கொண்டே இருந்திருக்கிறார்கள். போராடிப் போராடி இடம்பெயர்ந்து இடம்பெயர்ந்து உயிர்வாழ்ந்து கொண்டே இருந்திருக்கிறார்கள். தேவகிரி இன்றைக்கு தௌலதாபாத். ரெட்டகுட்டர்களின் வரங்கல் இடிபாடுகளாகக் கிடக்கிறது. ராணி ருத்ரம்மா ஆட்சிசெய்த நிலம். அந்த துர்க்காதேவியால் ஏரியும் குளமும் வயலுமாகச் செழித்த நிலம். அங்கே கால்வைக்கவே முடியாது இன்றைக்கு.

துங்கபத்ரா நதிக்கரையில் ஆயிரம் கோபுரங்களுடன் இருந்த விஜயநகரம் வெறும் கற்குவியல். பெரிய நாயக்கர் கிருஷ்ண தேவராயரின் பெயர் பாடல்களில் மட்டும்தான் எஞ்சியிருக்கிறது. கூத்தி விழுந்துவிட்டது. பெல்லாரி அன்னியர் கைவசம். அனந்தபூரும் சித்ரதுர்க்காவும் செஞ்சியும் தோற்று விட்டன. எஞ்சுவது சிராப்பள்ளியும் மதுரையும் மட்டும்தான். நீரில் கரையும் மண்கட்டிபோல. இந்த கான் படைகள் பெரு வெள்ளம் போன்றவை. அவர்களுக்கு நாடில்லை, மண்ணில்லை, வாழ்க்கையே போர்தான். பிறந்து சாவதுவரை போர்க்களத்தி லேயேதான் இருக்கிறார்கள்.

ஆனால் இன்னொன்று நிகழும். இவர்கள் தங்கள் மூர்க்கமான ஆற்றலால் எதிர்க்க முடியாதவர்களாக இருக்கிறார்கள். வெறி கொண்ட காட்டெருமைகள்போல ஆற்றல் கொண்டவர்கள். கூர்மையான நச்சுப்பல்லுடன் வரும் நாகம் இந்த காட்டெருமை களை முத்தமிட்டே கொல்லும். இவர்களின் அழிவுக்காலம் நெருங்கிவிட்டது. அதை என் உள்ளுணர்வு சொல்லிக்கொண்டே இருந்தது.

மதுரைக்குள் மாடவீதிகளெல்லாம் வெறித்துக் கிடந்தன. ஏற்கனவே பெரும்பாலானவர்கள் கிளம்பிச் சென்றுவிட்டார்கள். பணம்படைத்த செட்டிகளும் வேளாளர்களும், நகரை ஆட்சி செய்யும் நாயக்கர்களும் போனபின் எஞ்சியிருந்த மக்கள் பெரிய வீடுகளுக்குள் புகுந்து கொள்ளையடித்துக் கொண்டிருந்தார்கள். அவர்களைத் தடுக்க ஊரில் யாருமில்லை, ஆனாலும் அவர்கள் புழக்கடை வழிகள் வழியாகவே கொள்ளையடித்துச் சென்று கொண்டிருந்தனர்.

படைவீரர்கள் கொள்ளையடிப்பதற்கும் ஊரார் கொள்ளை யடிப்பதற்கும் வேறுபாடு உண்டு. படைவீரர்கள் கொள்ளை யடிப்பதை தங்கள் வெற்றிக்கொண்டாட்டமாக நினைத்தனர். ஆகவே கூச்சலிட்டு நடனமிட்டு களியாடினர். மக்கள் ரகசியமாக சுமந்துகொண்டு சென்றனர். கொண்டுசெல்வதை இன்னொ ருவன் பறித்துக்கொள்ள வாய்ப்பிருந்தது. ஆகவே திறந்த வீடு களிலும் புழக்கடை வழியாகவே நுழைந்தனர்.

இதை நான் கண்டிருக்கிறேன். இவர்களால் மிக எளிதாகக் கொள்ளையடிக்க முடியும். தேவையெல்லாம் 'எல்லாரும் தான் செய்கிறார்கள்' என்ற ஒரு சமாதானம் மட்டும்தான். அதைத்தான் மகாப்பிராமணனான ரங்கப்பையரும் என்னிடம் சொன்னார். அரசில்லாமல் ஆகிவிட்டால் அரசாக இருந்தவர் களே கொள்ளையடிப்பார்கள். ஒவ்வொருவரும் கொள்ளை யடிப்பார்கள். மக்கள் தங்களைத் தாங்களே அழித்துக் கொள்வார்கள்.

இந்த மாபெரும் அராஜகத்தை கண்டால் இதை அடக்க வேமுடியாது என்று தோன்றும். ஆனால் ராணி மீனாட்சியின் படைகள் உள்ளே வந்து ஐம்பதுபேரை சாலைதோறும் கழுவில் அமர வைத்தால் போதும் அமைதியும் ஒழுங்கும் திரும்பிவிடும். நீதி நேர்மை அறம் என்னும் சொற்களும் மீண்டு வரும். நாடு என்பது யானை, அது அங்குசத்தால் மட்டுமே ஆளப்படுவது,

நான் மேலமாசி வீதியில் என் முன்னாள் ஆப்தனாகிய சுப்பா ரெட்டியைச் சென்று சந்தித்தேன். அவன் தாயுமானவ சாமி கோயில் சீகாரியம் நரசிங்கரெட்டியின் மைத்துனன்.

அவன் மனைவி மக்களை கிராமத்துக்கு அனுப்பிவிட்டு தன் வீட்டில் தனியாக இருந்தான். அவன் அங்கே பட்டுவியாபாரம் செய்து வந்தான். அவனுக்கு சில வரவுகள் மிச்சமிருந்தன. அவற்றை கடைசியாக முட்டிப் பார்த்துவிட்டு கிளம்பிச் செல்ல நினைத்திருந்தான். அவன் வீட்டிலேயே நான் தங்கினேன். நான் வந்துவிட்ட விஷயத்தை சுப்பா ரெட்டியின் வேலைக்காரனை ரங்கமகாலுக்கு அனுப்பி நான் வந்த செய்தியை அறிவித்தேன்.

"எல்லாம் உடைஞ்சு சரிஞ்சு விழுந்திட்டிருக்கு... இப்ப பணத்துக்கு பாதுகாப்பு வேணுமானா ஒண்ணு வெள்ளைக்காரக் கும்பினி ஆட்சி பண்ணுற நாட்டுக்கு போகணும். இல்லேன்னா வெள்ளைக்காரன் கிட்டே சரசமா இருக்கிற ராஜா ஆட்சி பண்ணுற நாட்டுக்குக் போகணும்... நான் நேரா திருவிதாங்கூர் போறதா இருக்கேன். அங்கே வலிமையான யுவராஜா வந்திருக்காருன்னு பேச்சு இருக்கு. வெள்ளைக்காரன் அவனுக்கு ஆப்தனா இருக்கான்" என்றான் சுப்பா ரெட்டி.

"பறங்கியும் ஒல்லாந்தனும் சும்மா சோனையனுங்க. பிரித்தானியன்னா சாமானியன் இல்லை. நஞ்சு நிறைஞ்ச ராஜ வெம்பாலை அவன். இப்ப அவனோட நாடு திருவிதாங்கூர். நம்ம நாய்னாவோட அண்ணா அங்கே முனிஞ்சிப்பட்டியிலே இருக்கார். கொல்லம் கோட்டாறு சந்தைகளிலே நல்லா வியாபாரம் பண்றார். கௌம்பிடலாம்னு இருக்கேன். கொட்டாரம் கணக்கு இனி பாத்தா முடியாது. வேற நாலு கணக்கு இருக்கு, முடிச்சா கௌம்பிருவேன்" சுப்பா ரெட்டி சொன்னான்.

"சந்தா சாகிப்பு எங்க போறான்?" என்றேன்

"பங்காரு திருமலையை துரத்திட்டு போறான். திருநெல்வேலி பட்டாளம் வந்து சேந்துகிட்டா பங்காரு நின்னு திருப்பி அடிப்பாரு. யுத்தம் நடக்கும். பாப்போம், என்ன ஆகுதுன்னு பாப்போம்"

"என்ன ஆகும்?"

"நாயுடு, இதோபார், நம்மாலே இப்ப துலுக்கனுகளை ஜெயிக்கவே முடியாது. அவனுக ஒண்ணாச் சேந்து சாமிகும்பிடுற

கூட்டம். நாம நாயி மூக்கிலே நாலு வாடைன்னு அலையுற கூட்டம். அவ்ளவுதான், பங்காருவை நொறுக்கிருவான் சந்தா சாகிப்பு" என்றான் சுப்பா ரெட்டி.

"அப்டிச் சொன்னா..." என நான் இழுத்தேன்.

"துலுக்கன் கிட்டே பீரங்கி இருக்கு. எல்லாம் ஒல்லாந்து பீரங்கி... கப்பல்பீரங்கி. பாதாள நாகம் போலே வாய் திறந்து வீங்கிப் பெருத்து வா விழுங்குறேங்கிற மாதிரி இருக்கும்."

"ஆமா, அவன்கிட்டே அது பெரிய சக்திதான்."

"நாயுடு, அதை குடுத்தவனே ஒல்லாந்தன். அவன்கிட்டே அந்த மாநாகம் தண்ணிப் பாம்பா சுருண்டிரும்."

மாலையிலேயே சேவப்ப நாயக்கன் அவனே இரண்டு வேலைக்காரர்களுடன் வந்தான். அவன் கறுப்பாக, குட்டையாக, பெருந்தொந்தியும் உறுதியான உடலுமாக, பெரிய மீசையுடன் இருந்தான். சிவந்த பெரிய கண்கள். நானும் அவனும் தனியாகச் சந்தித்தோம். அவன் முத்திரையை காட்டினான். ரங்கப்பையரின் பம்துலா குடும்பத்து முத்திரை மோதிரம். ரத்தினத்திலேயே தெலுங்கு எழுத்துக்கள் பொறிக்கப்பட்டிருந்தன. ஓலையையும் காட்டினான். நானும் என் ஓலைகளை காட்டினேன்.

அவனுடைய வேலைக்காரர்கள் அவர்கள் வந்த வண்டியில் கொண்டுவந்த பெட்டிகளை என் வண்டிகளில் ஏற்றிக் கொண்டார்கள். சாதாரணமாக துணிகளை வைக்கும் மரப் பெட்டிகள். இரும்புப்பூட்டும் கீல்களும் கொண்டவை. ஆனால் நல்ல எடையுடன் இருந்தன. அவற்றில் பொன் இருப்பதை எடையே காட்டியது.

அவன் போனபிறகு சுப்பா ரெட்டி "அந்தப்பக்கம் போனதுமே ரெண்டு வேலைக்காரனுகளையும் வெட்டிப்போட்டிருவான்... பாவம் விசுவாசமான வேலைக்காரனுங்க. ஆனா இங்க விசுவாசம்தான் சாவு" என்றான்.

என் மனம் படபடத்தது. அதை மறைத்துக்கொண்டேன். அன்றிரவே கிளம்பி ராமநாதபுரம் சென்றேன். என்னுடன் வண்டிக்காரன் மட்டும்தான்.

கிளம்பும்போது சுப்பா ரெட்டி என்னிடம் "பொன்னும் நாகநஞ்சும் ஒண்ணு. கம்மியானா மருந்து, ஜாஸ்தியானா சாவு. நினைப்பிலே இருக்கட்டும்" என்றான்.

நான் தலையசைத்து வண்டியில் ஏறிக்கொண்டேன்.

*

5
...

நான் ராமநாதபுரத்திற்குச் செல்வது வரை எந்தச் சிக்கலும் இல்லை. ராணியின் முத்திரை என்னை பூதங்களைப்போல காவல் காத்தது. ராமநாதபுரம் வழியில் பெரிய நெரிசலும் இல்லை. எல்லாரும் வடகிழக்காகத்தான் சென்றுகொண்டிருந்தனர். ஒல்லாந்தரும் பறங்கியரும் ஆளும் மண்ணுக்குச் செல்லலாம் என்று பலருடைய திட்டம். சாமானிய ஜனங்களுக்கு தஞ்சாவூர் சிறந்ததாக தெரிந்தது. அங்கே மராட்டியர் ஆட்சியில் பெரிய பூசல்கள் இல்லாமல் வாழ்க்கை சென்று கொண்டிருப்பதாகச் செய்திகள் வந்திருந்தன.

நகருக்குள் சென்றதுமே நான் சேதுபதியின் சதமுடையானிடம் என் ஓலையைக் காட்டினேன். அவன் என்னை அழைத்துச்சென்று சன்னிதி தெருவில் ஒரு ராஜதாசி வீட்டில் தங்கவைத்தான். வள்ளியம்மை சேதுபதிக்கு வேண்டியவள். அவள் வீட்டில் எட்டு இளம்பெண்கள் இருந்தார்கள். விருந்தினர்கள் தங்க முகப்புவீட்டு மச்சில் பெரிய இரண்டு அறைகள் இருந்தன. நான் பெட்டிகளை வண்டியிலிருந்து எடுக்கவில்லை. எடுத்து பத்திரமாக வைத்தால்தான் ஆபத்து. ஆனால் வண்டிக்காரனிடம் வண்டியிலேயே இருக்கும்படிச் சொல்லிவிட்டேன்.

வள்ளியம்மை வீட்டில் நான் பயண அலுப்பாற வெந்நீரில் குளித்தேன். வாசனாதிகளை பூசிக்கொண்டேன். நல்ல ஆடை களையும் அணிந்தேன். நீண்ட நாட்களுக்குப் பிறகு ஸ்த்ரீ சம்போகமும் மேற்கொண்டேன். இரண்டு இளம்பெண்களும் சூட்டிகைகளாக இருந்தனர். ஒருத்தி பெயர் நவரத்தினம். இன்னொருத்தி ஜீவரத்தினம். இருவரும் சகோதரிகள். அவர் களுக்கு ஆளுக்கு இரண்டு கழஞ்சு பொன் பரிசாகக் கொடுத்தேன். சாயுங்காலம் சேதுபதி சபைக்கு எனக்கு உத்தரவு வந்தது.

சேதுபதி என்னை அவருடைய கோஷா அறைக்குத்தான் வரச்சொல்லியிருந்தார். அரண்மனை மரத்தாலானது, தாழ்வான கூரை கொண்டது. ஆனால் வரிசையாக நின்ற தூண்களெல்லாமே கருங்கல்லால் ஆனவை. எல்லா காவலர்களும் கொண்டையங் கோட்டை மறவர்கள் என்று தெரிந்தது. முகப்பில் சேதுபதியின் குதிரைவண்டி நின்றிருந்தது. அது ஒல்லாந்திலிருந்து வந்தது. எடையற்ற உடலும் பெரிய சக்கரங்களும் கொண்டது.

கோஷா அறை சிறியது, அதற்கு ஒரே சாளரம்தான். பங்கா இல்லை, ஆனால் கடற்காற்று துருத்திவாய் போல அந்த சாளரம் வழியாக வந்தது. அங்கே அவருக்கு அணுக்கச்சேவகனாகிய தடிகொண்டத்தேவன் மட்டும்தான் உடனிருந்தான். சேதுபதி வெள்ளை வேட்டியை தட்டுசுற்றாகக் கட்டி, மார்பில் ஒரு முத்தாரம் மட்டும் அணிந்து தாழ்வான மஞ்சத்தில் மெத்தைமேல் படுத்திருந்தார்.

அழைக்கப்பட்டதும் நான் உள்ளே போய் கும்பிட்டேன். "சேதுக்கடல் காத்தருளும் பாண்டியவம்சாக்ரஜர், சிவப்பிரியர், ஸ்ரீநிதி பூநிதி சமேதர், வித்யாபூஷணர், சேதுபதி மகாராஜாவுக்கு பாத தண்டனம்" என்றேன்.

"சுபம்" என்று சொல்லி அவர் என்னை வாழ்த்தினார். மேலே சொல் என்று கைகாட்டினார்.

நான் மகாராணி மீனாட்சியின் ஆணையை மட்டும் சுருக்க மாகச் சொல்லி ஓலையை காட்டினேன்.

"ராணி அவரை இங்கேருந்து கூட்டிட்டுப் போக நினைச்சா அதிலே தப்பில்லே. வந்தா கூட்டிட்டுப் போகலாம்" என்றார். "ஆனா இங்க அவருக்கு ஆபத்தில்லே. சேதுபதி நாட்டிலே கடைசி மறவன் செத்து விழுந்த பிறகுதான் சிவனடியார் மேலே கைவைக்க முடியும்... அதை நான் சொன்னதா ராணிகிட்டே சொல்லு."

"அடியேன்" என்று வாய்பொத்திச் சொன்னேன்.

"அவரு எங்கே இருக்காருன்னு தெரியுமா?"

"அடியேன், தெரியும்"

"சரி, நம்மாள் ஒருத்தனை துணைக்கு அனுப்பறேன். உத்தர கோசமங்கை இங்கே பக்கத்திலேதான்..."

நான் வணங்கி "அடியேன்" என்றேன்.

"என்ன நடந்திட்டிருக்கு மருதையிலே?" என்றார் சேதுபதி.

நான் சுருக்கமாக நான் கண்டதைச் சொன்னேன். "கயத்தாறு பாண்டியருங்களும் திருநெல்வேலி நிருபதி நாயக்கனும் சேந்து கிட்டா சந்தா சாகிப்பு படைகளை களுகுமலை பிராந்தியத்திலே சந்திப்பாங்க... யுத்தம் நடக்காம இது தீராது."

"ம்" என்று அவர் மீசையை நீவிக்கொண்டார்.

"அடியேன், ஆனா சிராப்பள்ளி மருதை ராஜ்ஜியம் தப்பியாச்சு. படைகளை திரும்ப இளுத்துக்கிட்டான் சந்தா சாயிப்பு."

"ஆமா, ராணி கோடிப்பொன் கொடுத்ததா பேச்சு."

"அடியேன், அது வழமையா குடுக்கிறதுதான், படைகொண்டு வந்ததனாலே இரட்டிப்பணமாச்சு" என்றேன். "எப்டியானாலும் வந்த வினை வழியோட போச்சே"

"ஆமா, ஆனா அவனை நம்பலாமா?"

"அடியேன், கொரான் தொட்டு சத்தியம் பண்ணியிருக்கான். இனி அவன் மருதை சிராப்பள்ளி ராஜ்ஜியத்திலே காலு வைக்க மாட்டான்னு சொல்லிப்போட்டான்."

"ம்" என அவர் கண்கள் சரிய, மீசையை நீவிக்கொண்டார்.

சேதுபதி கண்காட்ட தடி கொண்டதேவன் எனக்கு பத்து கழஞ்சு பொன்னை பட்டுக்கிழியில் கட்டி கொடையளித்தான். குனிந்து பெற்றுக்கொண்டு "மகாராஜா திருமுகம் பார்த்த லக்ஷணம் பொன்னாத் துலங்கவேணும்" என்று நான் சொன்னேன்.

வள்ளியம்மைக்கு மேலும் ஐந்து கழஞ்சு பொன்னை கொடுத்துவிட்டு என் வண்டியிலேயே திருஉத்தரகோச மங்கை சென்றேன். செல்லும் வழியில் என் மனம் உல்லாசம் கொண்டபடியே இருந்தது. இதுவரை ஒன்றும் ஆகவில்லை. இடர்மிக்க பகுதிகளை தாண்டிவிட்டேன். சேதுபதி ராஜ்ஜியத்தில்

வாளின் ஆட்சி நடைபெறுகிறது. அப்பால் ஒல்லாந்தர் மண்ணில் வெடிமருந்து ஆட்சி. ஆயுதம் ஆட்சிசெய்தால் அறம் நிலை நிற்கும் என்பது என் அனுபவம்.

உத்தரகோசமங்கை சென்றதும் என்னுடன் வந்த சேதுபதியின் வழிகாட்டி மறவன் என்னை அங்கே சன்னிதித் தெருவில் சந்திரபிரபா என்ற ராஜதாசி வீட்டுக்கு அழைத்துச் சென்றான். அது அத்தனை பெரிய வீடு அல்ல. அந்த ஊரே சிறியதுதான். அரசர் வந்தால் தங்குவதற்கான அரண்மனை அப்பாலிருந்தது. அதுவே சிறியதுதான். சந்திரப்பிரபாவின் வீட்டில் இளம்பெண் ஒருத்திதான், அவள் மகள்.

நான் அங்கேயே வண்டியை நிறுத்திக்கொண்டேன். பெட்டிகளை வண்டியை விட்டு வெளியே எடுக்கவில்லை. சந்திரப்பிரபாவின் மகள் நாகரத்தினம் என்னை நீராட்டினாள். மேற்கொண்டு அவளிடம் சல்லாபம் செய்யவில்லை. வெள்ளை ஆடைகள் அணிந்தேன். விபூதி தரித்து, குடுமியில் பூச்சூடி, மடத்துக்கு கிளம்பினேன்.

திருவாவடுதுறை ஆதீனத்தின் குட்டித்தம்புரான் மடம் வடம்போக்கி மேற்குத்தெருவில் இருந்தது. ஊரில் அதை தாயுமானவர் கோயில் என்றார்கள். சேதுபதி மன்னர்களால் நூறாண்டுகளுக்கு முன்பு கட்டப்பட்ட தாழ்வான கருங்கல் கட்டிடம் அது. சிற்பங்கள் இல்லாத கருங்கல் தூண்கள் கருங்கல் கூரையை தாங்கி நிழல்களை சரித்து நின்றிருந்தன. முற்றத்தில் இரண்டு மூங்கில் பல்லக்குகள் நின்றிருந்தன. குட்டித்தம்புரான் உலாப்போவதற்குரியவை. காவலன் என ஒருவன் இலுப்பை மரத்தடியில் வேலுடன் அமர்ந்திருந்தான்.

நான் என் வருகையை அவனிடம் சொன்னேன். குட்டித் தம்புரான் தூங்கிக்கொண்டிருப்பதாக அவன் சொன்னான். மடத்தில் முன்காலை முதல் பூஜைகள் இருக்கும். அதன்பின் அவர் கோயிலுக்கும் அருகிலிருக்கும் எட்டு சிறிய கோயில்களுக்கும் போகவேண்டும். சாயங்காலம் இதுவே மீண்டும் நடக்கும். கோயில் பூசைகள் முடிந்தபிறகும் மடத்தில் சடங்குகள்

இருக்கும். தம்புரான் பின்காலையிலும் முன்மதியத்திலும்தான் சரியாக தூங்கமுடியும்.

நான் தாயுமானப் பிள்ளையை பார்க்க வந்திருப்பதாகச் சொன்னேன். காவலனுக்கு சிறிய ஆர்வம் ஏற்பட்டதைக் காண முடிந்தது.

"அவரு இங்க வந்த பின்னே பலர் வந்து பாத்திருக்காங்க... பெரிய பெரிய ஆளுங்க. நகை போட்டு வாளு வைச்சிருக்கிற ராஜாக்களே வந்திருக்காங்க. எல்லாபேரையும் நானேதான் கூட்டிட்டுப் போனேன். வாங்க" என்றான்.

"இங்க இல்லியா?"

"இது மடம்ல? அப்பாலே மடத்துக்கு ஒரு நந்தவனம் இருக்கு. அதிலே குடிசை போட்டு உக்காந்திட்டிருக்காரு. நந்த வனத்திலே செடிகளுக்கு தண்ணி நனைக்கிறது, மண்ணு கொத்தி விடுறதுதான் நாள் முச்சூடும் பண்ணிட்டிருக்காரு. ராத்திரி களிலே பாடுறதுண்டு. கேக்க நாலஞ்சு உள்ளூரு சிவனடியாருங்க வருவாங்க... அவரு இங்க சாயங்காலம் ஒருவாட்டி வந்து தாயுமானவலிங்கத்தை கும்பிட்டுட்டு போறதுண்டு... ஆனா இப்ப கொஞ்சகாலமா இங்கேயும் வாறதில்லை."

அவன் என்னை நந்தவனத்திற்கு அழைத்துச் சென்றான். நான் அவர் என்னை நினைவுகூர்வாரா என எண்ணிக்கொண்டே சென்றேன். சிராப்பள்ளியில் இருந்த நாட்களில் அவர் ஒவ்வொரு நாளும் முதற்புலரிக்கு முன்பு தாயுமானவ சாமி கோயிலுக்கு வருவார். அவரை வாசலில் எதிர்கொண்டு உள்ளே அழைத்துச்செல்பவன் நான்தான். அவர் என் பெயரை தெரிந்து வைத்திருந்தார். அன்போடு அவ்வப்போது பேசுவதுமுண்டு.

நந்தவனத்தின் வாசலில் நின்று "நான் உள்ள போறதில்லை நாய்க்கரே. நீங்க உள்ளே போங்க... நீங்க யாருன்னு சொல்லுங்க. சாமிக்கு மனசிருந்தா சந்திக்க சம்மதிக்கும்" என்றான் காவலன்.

அவன் சென்றபின் நான் தயங்கி நின்றேன். பின்னர் குறடு களை கழற்றிவிட்டு கைகூப்பியபடி மெல்ல உள்ளே சென்றேன்.

அழகான நந்தவனம். ஒவ்வொருநாளும் பராமரிக்கப்படுவது என்று நன்றாகவே தெரிந்தது. குறைவான நீரிலேயே வளரும் அலரி, நந்தியாவட்டை போன்ற பூச்செடிகளே மிகுதி. வில்வம் போன்ற பூசைக்கு தேவையான மரங்களும் இருந்தன. மென்மை யான காற்று வீசிக்கொண்டிருந்தது. அங்கே எவரும் இருப்பதாகத் தெரியவில்லை. அவருக்கு மாணவர்கள், அணுக்கர்கள் என எவருமில்லையா என்ன?

நான் செடிகளினூடாக நடந்தேன். தோட்டத்தின் நடுவே ஒரு சிறிய குடில், ஒரே ஒருவர் உள்ளே தங்க முடியும். வெளியே ஒரு பந்தலில் கயிற்றுக்கட்டில் போடப்பட்டிருந்தது. நடந்த பாதையில் நீர்த்துளிகள் விழுந்து புழுதியுடன் உருண்டிருந்தன. அவ்வழியாக நீர் கொண்டுசெல்கிறார்கள். அங்கேயே நின்று காத்திருந்தேன்.

சற்றுநேரத்தில் இடையில் குறுந்துண்டு மட்டும் அணிந்து, தோளில் காவடியில் கட்டப்பட்ட இரு மரக்குடுவைகளில் நீருடன் தாயுமானப்பிள்ளை வருவதைக் கண்டேன். அவரேதான். உடம்பு மிக மெலிந்திருந்தது. அரண்மனையிலிருந்த பொன்னின் நிறம் இல்லை. ஆனால் தசைகள் இறுகிய சிறிய உடலில் வேறேதோ பொலிவு இருந்தது. தாடி நன்றாகவே வளர்ந்து மார்பில் தொட்டு காற்றில் சிலும்பி நின்றது. தலைமயிரும் நீண்டு வளர்ந்து கொண்டையாக தலையுச்சியில் முடியப்பட்டிருந்தது. கழுத்தில் ஒற்றை ருத்ராட்சம் நாரில் கட்டப்பட்டு தொங்கியது. வேறு அணிகள் ஏதுமில்லை.

அவர் என்னருகே வந்து, என்னை பார்த்துவிட்டு கடந்து, பாதையில் திரும்பிச் சென்றார். நான் கும்பிட்டபோது அவர் என்னை அடையாளம் கண்டதாகத் தெரியவில்லை. கண்களில் எந்த சலனமும் இல்லை. அங்கே நின்றிருந்த வில்வத்துக்கும் மரமல்லிக்கும் நீரூற்றினார். ஒழிந்த குடுவைகளுடன் திரும்பி வந்தார். என்னருகே நின்று நிமிர்ந்து பார்த்தார்.

"அடிதொட்ட மண்ணிலே தலைதொட்டுத் தெண்டனிட்டு பிரார்த்திச்சுக்கறேன் சுவாமி... அருளணும்" என்று கும்பிட்டேன்.

"நான் பங்காரு நாயக்கன். தாயுமானவ சாமிகோயில் ஸ்தானிகனா இருக்கேன்."

"தெரியும்" என்றார். அப்போதும் கண்களில் அறிந்தபாவனை இல்லை.

"நான் இப்ப ராணி மீனாட்சியோட தூதனா வந்திருக்கேன்..." என ஓலையை எடுக்கப்போனேன்.

தேவையில்லை என அவர் கைகாட்டி "சொல்லு" என்றார்.

"ராணி அவங்களோட தாசனா என்னை அனுப்பினது ஒரே ஒரு பிரார்த்தனையோடத்தான். அடிகள் திருவுள்ளம் கனிஞ்சு ராமநாதபுரம் ராஜ்ஜியத்தை விட்டு நீங்கி மருதை சிராப்பள்ளி ராஜ்ஜியத்துக்கு வரணும். சிராப்பள்ளி ராஜ்ஜிய எல்லைக்குள்ளே தங்கணும். இங்கே நவாப்புப் படைகள் வந்தாலும் வரலாம். வந்தா அடிகளை அவங்க புடிச்சுக்கிட வாய்ப்பிருக்கு."

"எதுக்கு?" என்றார்.

"அடிகள்னா மகாராணிக்கு என்ன அர்த்தம்னு தெரியாதவங்க இல்லை"

"அந்த அர்த்தம் எனக்கு இல்லை"

"இல்லே, அதில்லே. கான்படைகளுக்கு கருணையில்லை, ஆனா கணக்குகள் உண்டு. அதிலே நாம சிக்கவேண்டாமே..."

"நான் எதிலேயும் சிக்க விரும்பல்லை"

"அடிகள் அகம் கனியணும். ராணி மீனாட்சி சொன்னதைச் சொல்லிடறேன். இது என் வார்த்தையில்லை, அவங்க வார்த்தை. அவங்க சொன்னதை அப்டியே சொல்லுறேன்" என்றேன். "அவரு வந்து சிராப்பள்ளி எல்கைக்குள்ளே எங்க வேணு மானாலும் இருக்கட்டும்... மடம் வேணுமானா மடம், கோயில் வேணுமானா கோயில். எது வேணுமானாலும் குடுக்குறேன்னு சொல்லு அப்டீன்னு ராணி திருவாய் அருளிச் சொன்னாங்க."

"எனக்கு ஒண்ணும் வேண்டாம். இந்த இடமே நிறைவா இருக்கு" என்றார் தாயுமானப்பிள்ளை.

“நான் ராணியை பாத்த கோலம் நெஞ்சிலே நிக்குது. மெழுகுச் சிலை உருகிற மாதிரி உருகிட்டிருந்தாங்க... தெய்வ சாபம் வந்த தேவகன்னி மாதிரி இருந்தாங்க. அவங்க கண்டதெல்லாம் என்ன? பொன்னும் பட்டும் இருந்தாலும் பூவும் மஞ்சளும் இல்லை. சுகம்னு ஒண்ணு வாழ்க்கையிலே இல்லை. எங்கிட்டே சொன்னப்ப அந்த குரலிலே தாய் மறந்து போட்டுப்போன பிள்ளையோட அழுகைதான் கேட்டுது” என்றேன்.

“எங்கிட்டே ராணி சொன்னதைச் சொல்லிடறேன். நான் அவர் கிட்டே ஒண்ணையும் எதிர்பார்க்கலை. அவரை நாளுக் கொருமுறை பாக்கணும், அவர் குரலைக் கேக்கணும். அவ்வளவுதான். அது ஒண்ணும் தப்பில்லை. நான் எனக்குள்ளே இருக்கிற நாராயணன் கிட்டே கேட்டேன். சொல்லு, நீயும் ஆயர் பாடியிலே பெண்ணை அறிஞ்சவன்தானே? நான் பிரேமை வைக்கப்பிடாதான்னு கேட்டேன். பிரேமைன்னா பொன் விளக்கிலே சுடராக்கும்னு அவன் சொன்னான். எனக்கு எந்த தப்பும் தெரியல்லை. இப்பவும் தெரியல்லை அப்டீன்னு சொன்னாங்க. பெருமாளை அறிஞ்சவங்களுக்கு பிரேமைன்னா என்னான்னு தெரியும்.”

“நானறிஞ்ச தெய்வம் நடுக்காட்டுச் சுடலைப் பொடிபூசி தோலுடுத்து தீயேந்தி அமர்ந்திருக்கிற பித்தன். பற்றறுத்து நின்றாடுற பேயன்” என்றார் தாயுமானவப் பிள்ளை.

“ஆனா அவனும் மங்கையொரு பாகன், கங்கைமுடி சூடியவன்” என்றேன்.

“நான் இதைப்பத்திப் பேச விரும்பலை.. நீ போகலாம்” என்றார். அவர் முகம் சிவந்திருந்தது. மூச்சு எழுந்தடங்குவதைக் கண்டேன். ஆமாம், இரும்பு உருகித்தான் இருக்கிறது. அடிவிழ அடிவிழ நெகிழும். இந்த அனலுக்கு உருகாத இரும்பென ஏதுமில்லை.

“ராணி உரிமை சொல்லலை. உடமைக்கு ஆசைப்படலை. கண்ணீரை பூவா விட்டு பூசைசெய்ய மட்டும்தான் நினைக்கி றாங்க. அவங்க சொன்ன வார்த்தையை சொல்ற கடமை எனக்கி ருக்கு. ராணி சொன்னது இதுதான். எனக்கு என் மனசிலே

இருக்கிற அவரோட முகமே போதும். தங்கக் காப்பு போட்ட பெருமாள் என்னோட கருவறையிலே கொலுவிருக்காரு. அங்கே அஸ்ருபூஜை பண்ணி வாழ்ந்திட்டு போயிடறேன். அதை யாரும் தடுக்கமுடியாது. அவரே கூட அதை தடுக்க முடியாதுன்னு சொல்றப்ப அவங்க விட்ட கண்ணீரை இங்கே கொண்டு வந்திருக்கேன்.''

தாயுமானப் பிள்ளை என்னைப் பார்த்தபோது அவருடைய கண்களும் நீர்ப்படலம் கொண்டிருந்தன. அப்போது அவை மிக இளையவனின் கண்களாகத் தெரிந்தன. மெல்லத் துடித்த சிறிய, சிவந்த உதடுகளும் இளஞ்சிறுவனுக்குரியவை.

"ம்ம்'' என்று அவர் முனகினார். பெருமூச்சு விட்டார். ஆனால் மிகமெல்ல மெழுகு உறைவதுபோல ஒன்று நிகழ்ந்தது. அவர் இன்னொருவராக ஆனார்.

"ராணி சொன்னது சரிதான். அவங்க கண்டது தங்கக்காப்பு மட்டும்தான். வைரம் இழைச்ச தங்கமே ஆனாலும் அது காப்புதான். திரைதான்... ஆமா திரை'' அவர் கண்களின் இமைகள் சரிந்தன. அப்போதுதான் அவை எவ்வளவு பெரிய கண்கள் என்று தெரிந்தது. அவரை சிறுவன் என காட்டுபவை அந்தக் கண்கள்தான்.

இமைகள் எழ அக்கண்கள் என்னை பார்த்தபோது அதுவரை கண்ட இருவருக்கும் அப்பால் இன்னொருவர் எழுந்திருந்தார். "அவங்க கிட்டே சொல்ல எனக்கு ஒண்ணுமே இல்லை. பாவப்பட்ட பெண். ரொம்ப ஏழைப்பட்ட பெண். ஒண்ணுமே இல்லாத பெண்... திரைதான் மூடியிருக்கு அவங்களை. பாக்கப் பாக்க அழகு காட்டி, விலக்க விலக்க பெருகிட்டிருக்கிற தங்கப் பட்டுத் திரை.''

அவர் தனக்குத்தானே சொல்லிக்கொண்டே சென்றார். "நாம் திரையிட்டுக் கொண்டால் நமக்கும் திரைதான் தெரியும். ராணி ஆசைகொண்டவங்க, ஆசை மேலே துக்கத்தோட திரையைப் போட்டுக்கொண்டதனாலே அவங்களுக்கே அது தெரியல்லை... பாவம் அவங்களாலே எங்கும் திரையை மட்டும்தான் பாக்க முடியுது. திரைதூக்கிப் பாக்க இப்பிறவியிலே வாய்ப்பில்லை.

திரையென்றாகி அவங்ககூட வெளையாடுது புரையென்று புவிமூடிய மாயை" புன்னகைத்து தாடியை நீவியபின் "சரிதான், ஒண்ணுமே இல்லாம வாழ்ந்து மறையறதுக்கு திரையழகும் நல்லதுதான்..."

சட்டென்று இரு கைகளையும் தூக்கி உரக்க "குன்றாத மூவுருவாய் அருவாய் ஞானக்கொழுந்தாகி அறுசமயக் கூத்தும் ஆடி நின்றாயே மாயை எனுந் திரையை நீக்கிநின்னையார் அறியவல்லார்!" என்றார்.

பின்னர் சட்டென்று திரும்பி நடந்து செடிகளுக்கு அப்பால் மறைந்தார். நான் அங்கேயே நின்றிருந்தேன். என் அனுபவத்தில் தெரிந்துகொண்டேன், இனி ஒரு சொல்கூட பேசமுடியாது அவரிடம்.

*

6

என்ன செய்யவேண்டும் என்று முன்னரே முடிவுசெய்திருந்தேன். ராமநாதபுரத்துக்கு திரும்பி, அங்கிருந்து கடலோரமாக சென்றேன். மதுரைச்சாலை ஆபத்து என்பதனால் கடலோரமாகச் செல்வதாகச் சொன்னபோது சேதுபதியின் ராயசம் அது சரிதான் என்றார்.

நான் நாகப்பட்டினம் செல்லவில்லை, நேராக காரைக்கால் தான் சென்றேன். அங்கே போனதுமே வண்டிக்காரனை அனுப்பி விட்டு இருபெட்டிகளுடன் எனக்குத்தெரிந்த வியாபாரியான சேவுகம் செட்டியின் வீட்டுக்குச் சென்றுவிட்டேன். பெட்டிகளை திறந்து உள்ளிருந்த பொன்னை செட்டிக்கும் கொடுத்தேன்.

எட்டு மாதம் கழித்து சேவுகம் செட்டி உதவியுடன் புதுச்சேரிக்குச் சென்றேன். அங்கே என் கையிலிருந்த பொன்னில் ஒரு பகுதியை கும்பினிக்காரர்களுக்கு கொடுத்தேன். மிச்சத்தை கப்பல்காரர்களுக்கு வட்டிக்கு விட்டேன். என் மனைவியை புதுச்சேரியில் கண்டுபிடித்தேன். என் குழந்தைகளை கையில் எடுத்து தலைமேல் வைத்துக்கொண்டேன். பெருமாள் என்னை காப்பாற்றினார்.

பங்காரு திருமலை தெற்கே போய் திருநெல்வேலியை அடைந்தார். நிருபதி நாயக்கனின் படைகளையும் சேர்த்துக் கொண்டார். திண்டுக்கல் கோட்டையை அவர் கைப்பற்றி னார். சந்தா சாகிப் பெரும்படையுடன் வந்து அவரைச் சூழ்ந்து கொண்டான். திண்டுக்கல் அருகே அம்மையநாயக்கனூரில் நடந்த போரில் பங்காரு திருமலை தோல்வியடைந்தார். தப்பியோடி சிவகங்கையில் அடைக்கலம் புகுந்தார். அங்கிருந்து கண்டி அரசனுடனும் தஞ்சாவூர் மராட்டியர்களுடனும் தொடர்பு கொண்டு தொடர்ந்து போரிட்டார்.

சந்தா சாகிப் பங்காரு திருமலையை ஜெயித்ததும் நேராக சிராப்பள்ளிக்குத்தான் வந்தான். நகரை தாக்கி கைப்பற்றி ராணி மீனாட்சியை சிறையிலடைத்தான். ராணி சிறையிலேயே விஷம் குடித்து தற்கொலை செய்துகொண்டார்.

அந்தச் செய்தி என்னை வந்தடைந்தபோது நான் புதுச்சேரி துறைமுகத்தில் ரத்தினராய முதலியாரின் கிட்டங்கியில் இருந்தேன். செய்தியைச் சொன்னவன் பிரெஞ்சுக் கப்பலில் வேலைபார்க்கும் முருகப்ப முதலி. "ராணி மீனாட்சி மண் மறைஞ்சதுமே நாயக்க ராஜ்ஜியம் அழிஞ்சு போட்டுது. மருதையிலே இப்ப ஆற்காட்டு கொடி பறக்குது. ஆனா கொடிக்குரிய நவாப்பு யாருன்னு யாரைக்கேட்டாலும் நான்தான்னு நெஞ்சை தொட்டு காட்டுறான்" என்றான்.

"அதெப்டி? சந்தா சாகிப்பு ராணி மீனாட்சித் தாயாருக்கு கொரான் தொட்டுச் சத்தியம் செஞ்சு குடுத்தானே?" என்று நான் கேட்டேன்.

"அதான் ருசிகரமான கதை" என்றான் முருகப்ப முதலி. "அங்கே காரைக்காலிலே இதுதான் பேச்சு. ராணி மீனாட்சி சந்தா சாகிப்புக்கு ஒருகோடி பகோடா குடுத்திருக்கா. அதை வாங்கிட்டு அவன் கொரான் மேலே சத்தியம் பண்ணிக் குடுக்கணும்னு ஏற்பாடு. அவன் சத்தம் குடுத்ததும் அவனோட சேவகன் பெரிய தங்கத் தாம்பாளத்திலே கொரானை வைச்சு அதுக்குமேலே தங்கச்சரிகைவேலை செஞ்ச பட்டுத்திரை போர்த்தி கொண்டு வந்திருக்கான். அவன் அதுமேலே கையைவைச்சு சத்தியம் பண்ணிக் குடுத்திட்டு போய்ட்டான்."

"அப்பாலே?" என்றார் ரத்தினராய முதலியார்.

"ஆனா அது கொரான் இல்லை. ஒரு செங்கல்லு. தங்கரேக்கு போட்ட பட்டுத் திரையாலே மூடியிருந்ததனாலே ராணி நம்பிட்டா... செங்கல்லு மேலே சத்தியம் செஞ்சா அவனுக்கென்ன? திண்டுக்கல்லிலே இருந்து நேரா தெக்க போவான்னு ராணி நினைச்சிட்டிருந்தா. அவன் படையோட சிராப்பள்ளிக்கு வாரப்பக்கூட அவன் ஏதோ பேசத்தான் வாறான்னு நம்பிட்டிருந்தா. கோட்டைவாசலை மூடக்கூட

இல்லை. அவன் அப்டியே உள்ள பூந்து அடிச்சு நொறுக்கி அமாத்யன், தளவாய், ராயசம், சம்பிரதி, காறுபாறு எல்லா பேரையும் கொன்னு குவிச்சுப்போட்டு சிராப்பள்ளியையே சூறையாடிட்டான். பதினொருநாளு கொள்ளை நடந்திருக்கு. பொம்புளையாளுக தாலி முதல் அடுக்களை உப்புப்போணி வரை கொள்ளையடிச்சுட்டானுக. பாவம் ராணியும் வைரத்தை விழுங்கி செத்துட்டா..."

"அவ விதி அது" என்றார் ரத்தினராய முதலியார். "நமச்சிவாயம்!"

முருகப்ப முதலி. "அங்கே காரைக்காலிலே ஒரு பண்டாரம் பாடினான். பூவாலே திரையிட்டா வண்டுகள் என்ன செய்யும்? பொன்னாலே திரையிட்டா பொண்டுக என்ன செய்யும்னு... நல்ல பாட்டு."

"நான் சொல்லுறேன் கேட்டுக்கோ, லச்சத்திலே ஒருத்தன் இருக்கலாம். மிச்சபேர் யாராலேயும் திரையை தாண்டி பாக்க முடியாது, நமச்சிவாயம்! நமச்சிவாயம்!" என்றார் ரத்தினராய முதலியார்.

***

மங்கம்மாள் சாலை

"மங்கம்மா ரோடுன்னாக்கும் பேரு" என்று கிழவர் சொன்னார். அவர்ருகே தலைக்கு பெரிய மூட்டையை வைத்து மல்லாந்து படுத்து கால் மேல் கால் போட்டு இரு கைகளையும் தலையைப் பற்றியபடி வைத்துக்கொண்டு கிடந்த வயதான சாமியார் ஒன்றும் சொல்லவில்லை. ஆனால் சத்திரத்தின் புழுதி படிந்த மூலையில் பெரிய கழியும் சிறிய அழுக்கு மூட்டையும் சிக்கு பிடித்த தலையும் கந்தல் உடையுமாக இருந்த இளைஞன் "பொறவு?" என்று கேட்டான்.

கிழவர் அவனைப் பொருட்படுத்தாமல் மீண்டும் சாமியாரிடம் "இது மங்கம்மா மகராணி போட்ட ரோடு" என்று மீண்டும் சொன்னார்.

"அந்தக் காலத்துல ரோடு உண்டுமா?" என்று இளைஞன் கேட்டான்.

கிழவர் அவனைப் பொருட்படுத்தாமல் மீண்டும் சாமியாரிடம் "மங்கம்மா மகாராணி இந்தப் பாதையிலே ஆனைமேல உக்காந்து கொலு போனதாட்டாக்கும் கதை. இது நடந்து இருநூறு முந்நூறு வருஷம் இருக்கும். நம்ம பாட்டன் முப்பாட்டன், அதுக்கும் முப்பாட்டன் காலத்தில் எப்பயோ... கேட்டிங்களா...? மகாராணி இந்த வழியில வாரதுக்கு முன்னாடி இந்த எடம் என்னது...? இல்ல என்னதுங்கறேன்...?

சாமியார், "மண்ணு வேறென்ன?" என்றார்.

"வெறும் மண்ணு. வெறும் மண்ணுன்னா, மண்ணு மட்டும் தான். இப்ப இருக்கிற இந்த முள்ளுச்செடி குத்துச்செடி கூட

அன்னிக்கு கெடயாது. அங்கங்க ஒண்ணு ரெண்டு பச்சக்கொட நிக்கது மாதிரி கருவேல மரம். மத்தபடி வெந்து வெறுங்கலிச்சு கெடக்கக்கூடிய மண்ணு. மழை இல்ல நாலஞ்சு வருசத்துக்கு ஒருமுறை மழை பேஞ்சா அந்தால கயத்தாத்துலயும் அப்பால வைப்பாத்துலயும் கொஞ்சம் தண்ணி போவும். அப்ப கொஞ்சம் புல்லு முளைக்கும். அங்கங்க பட்டியடிச்சு கெடக்க பயக்க ஆடுகள மேய்ப்பாங்க. மத்தபடி இங்க வெள்ளாமை இல்ல, வெளச்சல் இல்ல, ஒண்ணும் இல்ல. குடிலு கூட இல்ல. நாலு காஞ்ச பனை மட்டைய நாட்டி பனை ஓலையை ஒண்ணுக்கு மேல ஒண்ணா அடுக்குனா குடிலாச்சு, உள்ள ஏறி படுத்துக் கிடுவானுங்க. கூரைன்னுள்ள ஏற்பாடே இல்ல. மழை பேஞ்சா தானே கூரை வேணும்... என்ன சொல்றிய?”

“நீங்க எப்படி பாத்திய?” என்று இளைஞன் கேட்டான்.

கிழவர் அவனை முற்றிலும் உதாசீனப்படுத்தி, ஆனால் அதற்கு பதிலாக சாமியாரிடம் “மண்ணு எப்பவும் இருக்கும். மண்ணுக்கு மேல சொல்லு எப்பவும் இருக்கும். அப்ப இருந்த அதே மண்ணு தான் இது. அப்ப இருந்த அதே சொல்லுதான் இதுவும். எனக்க அப்பன் தாத்தன், பூட்டன், பாட்டன் எல்லாம் பூசாரிகளாக்கும். குறுந்துடி கொட்டி பாடுவோம். வரச்ச வரையில தெய்வங்கள வந்து இருக்கச்செய்ய முடியும். சொல்லுக்கு அப்படி ஒரு சக்தி உண்டு. எங்க சாமி எங்க சொல்லுக்கு நிக்கும்.”

“இப்பவும் நிக்குதோ?” என்று இளைஞன் கேட்டான்.

சீற்றத்துடன் அவனை நோக்கித் திரும்பிய கிழவர், “நீ வாய மூடு பிச்சக்காரா, நான் சாமிட்டயாக்கும் பேசிக்கிட்டிருக்கேன்” என்றார்.

கிழவர் சீற்றமடைவதைக்கண்டு சாமியார் புன்னகைத்து கையை எடுத்து தாடியை நீவியபடி, “அப்ப அவன் கேட்ட கேள்விக்கு பதில் சொல்லும். அத நான் கேட்டதா வெச்சுகிடும். இப்ப உம்ம சாமி வருதோ?”

“கத சொன்னா சாமி வரும். மனசறிஞ்சு சொல்லணும்”

“அப்ப சாமிய கூடக்கொண்டாக்கும் நீர் இப்படி நாடோடியா அலையறீர்...?” என்றார் சாமியார்.

“நம்ம சாமியும் நாடோடிதான். அதுக்கு இப்ப இருக்க இடம் கெடயாது. சாமி இருந்த நிலத்த பண்ணைப்பிள்ளை வித்தப்போ சாமியத்தூக்கி ஓடக்கரையில போட்டுட்டாங்க. நம்ம பொழப்பு மண்ணா போச்சு. அந்தால கெளம்பி மருதை, ராமநாதபுரம்னு சுத்தி இந்தா இப்ப நாடோடி பொழப்பா ஆயிருச்சு... எந்தப்பொழப்பா இருந்தாலும் சாமி கூட இருக்கும்.”

“பொக்கணத்துல வெச்சிருக்கேரோ...?” என்று இளைஞன் கேட்டான்.

கிழவர் அவனைப் பார்த்து தன் கோபத்தை அடக்கி, “சாமி இருக்கது சொல்லுலயாக்கும். சொல்லு இருக்கது நாவுல, நாக்கு வாயில இருக்கவரைக்கும் சாமி உடனுண்டு. நீ பேசாத” என்றார்.

சாமியார் இளைஞனைப் பார்த்து புன்னகைத்தார்.

கிழவர் “நான் பேச நினைக்கதெல்லாம் சாமிகிட்டயாக்கும். ஏன்னா மனுசன் இன்னைக்கு இருக்கான், நாளைக்கு போவான். மண்ணு போல, சொல்லு போல சாமி இங்க இருக்கும். ஏன்னா சாமியாருன்னா யாரு? சாமி மனுசரூபம்லா? சாமியாருக்கு சாவு இல்ல. இப்ப நீங்க இருக்கீங்க சாமி, உங்களுக்குக் குரு இருந்திருக்கும். அதுக்கு குரு இருந்திருக்கும். அதுக்கயும் குரு இருந்திருக்கும். இப்ப சாமிக்கு சிஷ்யன் இருப்பான். அவனுக்கு சிஷ்யன் இருப்பான். காவிக்கோமணமும் கப்பரையும் இந்த மண்ணுல எப்பவும் இருக்கும். சாமிகிட்ட சொல்லுது மண்ணுகிட்ட சொல்லுத மாதிரி, மண்ணுரூபமா இருக்கப்பட்ட எங்க தெய்வங்கள்ட்ட சொல்லுது மாதிரி என்ன...?” என்றார்.

சாமியார் “நல்ல இருக்கு கேக்குதுக்கு. ஆனா எனக்கு சிஷ்யனுங்கன்னு யாரும் இல்ல” என்றார்.

“அதெப்படி சாமிக்கு பத்து அறுபது, எழுபது வயசு ஆவும்ல, அப்ப சிஷ்யனுங்க வந்திருக்கணுமே?” என்றார் கிழவர்.

“எங்க... வரல்ல. அதுக்காக சிஷ்யன் வேணும்னு சொல்லி போர்டு பிடிச்சுட்டா போய் நிக்க முடியும்? இந்த மாதிரி கண்ட

கண்ட இடிஞ்ச சத்திரங்கள்ள தங்குறதுதான். சிஷ்யனுங்க வந்து வாச்சா உண்டு. இல்லன்னா இல்ல" என்றார்.

"நான் வாறேன்" என்றான் இளைஞன்.

"இதுக்கு முன்னாடி வந்தவனுகளை எல்லாம் அள்ளையிலே மிதிச்சேன்" என்றார் சாமியார்.

இளைஞன் சிரித்து "நமக்கு சக்தியில்ல" என்றான்.

கிழவர் "நீ சாமியாருல்ல, நீ பிச்சக்காரன்... நீ பேசாம இருந்து போடு" என்றார். "சாமியாருன்னா அதுக்கொரு அருளு வேணும்."

இளைஞன் "ராணி மங்கம்மா எதுக்கு இந்த வழியா போனா?" என்றான்.

கிழவர் அதற்கு பதில் சொல்லவில்லை. சாமியார் "கேக்கான்ல... சொல்லும்" என்றார்.

"நான் பிச்சக்கார பயலுகள திரும்பியும் பாக்குறதில்ல" என்றார் கிழவர். "அவனுகள பாத்தா தரித்திரம் நம்மையும் பிடிச்சுக்கிடும். கள்ளப்பணமும் நொள்ளப்பணமும் சம்பாரிக்கிற அயோக்கியன் எப்டி காச நினைச்சுக்கிட்டிருக்கானோ அப்டித்தான் இவனும் நினைச்சுக்கிட்டிருக்கான்... அவனுகளிட்ட பணம் சீதேவி வடிவிலே, இவனுகளிட்ட மூதேவி வடிவிலே."

இளைஞன் "நான் பிச்சக்காரன் இல்ல" என்றான்.

"பின்ன...?" என்று கிழவர் கேட்டார்.

"நான்..." என்று சொல்லி அவன் யோசித்து "நான் நாடோடி யாக்கும்" என்றான்.

"எதுக்கு நாடோடுத?"

"என்னண்ணா... என்ன வீட்டுல அடிச்சு பத்தி விட்டாங்க. எனக்க அண்ணன் எங்கிட்ட எனக்குச் சோறு தரமாட்டேன்னு சொன்னான்."

"ஏன்?"

"நான் இருந்தா நாலாளு சோறு திம்பேன் பாத்துகிடுங்க"

“வேல செய்வியோ?”

“வேல செய்வேன். ஆனா நான் என்ன வேலை செஞ்சாலும் அது தப்புண்ணாக்கும் அவனுக சொல்லுகது.”

“ஏன் தப்பு?” என்றார் கிழவர். “நீ கடைசியா என்ன வேல பாத்தே?”

“மரத்த எல்லாம் பிளந்து போடச்சொல்லி அண்ணன் சொன்னான். நான் மரத்த பிளந்தேன்.”

“எந்த மரத்த பிளந்தே?”

“அது நாலு மரம். கடசீ மரம் கலப்பை செதுக்கிறதுக்கு கொண்டு வெச்ச மரமாம். அது நான் என்ன கண்டேன்?”

கிழவர் சிரித்து “சரிதான், எறக்கிவிட்டது நியாயம்தான். உன்னைய வைச்சு வெள்ளாமை செய்யப்பட்டவன் எப்டிடே பொளைப்பான்?” என்றார்.

“தெரியல்ல” என்று இளைஞன் சிரித்தபடிச் சொன்னான்.

அந்தச் சிரிப்பு கிழவரை திகைப்படையச் செய்தது. அவனுடைய மீசைமயிர் வளர்ந்து சிவந்த உதடுகளை பாதி மூடியிருப்பதை கிழவர் பார்த்தார். வெண்ணிறமான பற்கள். குழந்தைகளுடையவை போன்ற தெளிவான கண்கள். அவருக்கு அவன் மேல் ஒரு பரிவு வந்தது. “அப்ப இப்ப எப்பிடி சோறுக்கு வழி?” என்றார்.

இளைஞன் “நான் இந்த மாதிரி இப்டியே ஊருக்குள்ள போனா ஆராவது விளிச்சு சோறு கொடுப்பா. வீடுகளுக்கு முன்னாடி நின்னு அம்மே சோறு கொடுங்கன்னு கேப்பேன். என்னப்பாத்தா கிளவிகள் மிஞ்சின சோறு, குளம்பு, கூழு தருவாவ” என்றான். “முந்தாநேத்தி ஒரு கிளவி இம்பிடு கருப்பட்டி தந்தா...”

கிழவர் திரும்பி அவன் முகத்தைக் கூர்ந்து பார்த்தபின் “அது ஏன் தெரியுமா?”

“ஏன்?” என்று அவன் கேட்டான்.

“உனக்க வாயி இப்பவும் செவப்பா இருக்கு. தாடி நல்ல பூமுள் மயிரா இருக்கு. உன்னையக்கண்டா கிளவிகளுக்கு முல ஊறும் பாத்துக்கோ. சோறு உனக்கு கிடைக்கும், உனக்கு ஒரு குறையும் இருக்காது” என்றார்.

இளைஞன் சிரித்து “எனக்கு அம்மைக்கும் எனக்க வாயி பிடிக்கும்” என்றான்.

கிழவர் புன்னகைத்து “கிளவி இருக்காளா?” என்றார்.

“செத்துப்போய்ட்டா” என்று அவன் இரண்டு விரல்களைக் காட்டினான். “நெறைய வருசம் ஆச்சு.”

“பெறவு?”

“பெறவு அண்ணன் கூட இருந்தேன்”

“அண்ணி உண்டா?”

“ஆமா, அவதான் என்னை அடிச்சு விரட்டுனது...”

“ஏன்?” என்றவுடனே கிழவர் புரிந்துகொண்டு “அண்ணிக்கு ஒரு மார்க்கம் உண்டோ?” என்றார்.

அவன் ஒன்றும் சொல்லாமல் அமர்ந்திருந்தான். “நீ சம்மதிக்கல்லியோ?” என்றார்.

இளைஞன் “அது தப்புல்லா? தெய்வக் குறைச்சலுல்லா” என்றான்.

“குறைச்சலுன்னா?”

“எனக்க அம்ம சொன்னா அண்ணி எனக்கு அம்மயப் போலாக்கும்... அம்மையில்லா?”

கிழவர் வாய்விட்டு சிரித்து “இத நீ உனக்க அண்ணன்கிட்ட சொன்னியோ?” என்றார்.

“இல்ல” என்றான். “பொம்புளையளப் பத்தி ஆம்புளை யள்ட்ட சொல்லக்கூடாதுன்னு அம்மை சொன்னா.”

“அண்ணி கிட்ட என்ன சொன்னே?”

“நீங்க அம்மயாக்கும்னு எனக்க அம்ம சொன்னான்னு சொன்னேன்.”

“அப்ப வெறகு முறிச்சது இல்ல பிரச்னை...” என்று கிழவர் சொல்லி சாமியாரைப் பார்த்து “மனுஷநாடகங்கள் என்ன சொல்றியோ?” என்றார்.

சாமியார் “அதைச் சொல்லணுமா?” என்றார்.

இளைஞன் தன் மூட்டையை விட்டுவிட்டு எழுந்து கிழவர் அருகே வந்து தடியைத் தன் மடியில் வைத்தபடி “இதுக்கு ஏன் மங்கம்மா சத்திரம்னு பேரு...?” என்றான்.

“மங்கம்மா ரோடு பக்கத்துல இல்ல இருக்கு...”

“இதுதான் மங்கம்மா ரோடா?” என்றபடி அவன் எழுந்து ரோட்டைப் பார்த்தான். “நல்ல தார் போட்டுல்ல செஞ்சிருக்கு, அப்ப தாரு உண்டோ?”

“ஆருலே இவென்? தாரு அப்ப உண்டா? நான் சொல்லுயது முந்நூறு வருஷம் முன்னாடி”

“அப்ப தாரு இல்லியோ?” என்று இளைஞன் கேட்டான்.

“உனக்க அம்மைக்க தாரு உண்டு... சும்மா இருலே. போக்கணம் கெட்ட பயலா இருக்கானே?” என்று சொல்லி கிழவர் சாமியாரிடம் “அது பழைய காலம். அன்னிக்கு இந்த மாதிரி காரும் வண்டியும் கெடயாது. மாட்டு வண்டி மட்டும்தான். இந்த மாதிரி சர்க்காரும் மந்திரியும் அவனுக்க எடுபிடியும் ஒண்ணும் கெடயாது. ராஜா மட்டும் தான்.”

“ராஜான்னா?”

“ராஜான்னா கிரீடம் வெச்சிருப்பான். அகம்படிகள் உண்டு. பொன்னு கிரீடமாக்கும். பொன்னு சிம்மாசனத்துல இருப்பான். அவன் சொன்னத மத்தவங்க செய்யணும்.”

“ஏன் செய்யணும்?”

“செய்யலண்ணா கொன்னு போடுவான்லா...”

இளைஞன் குரல் தாழ்த்தி "எனக்க அண்ணன மாதிரியா?" என்றான்.

கிழவர் "ஆமா ஒனக்க அண்ணன் ராஜால்லா? கிரீடம் வெச்சி ருக்கான், சும்மா இருலே" என்ற பிறகு சாமியாரிடம் "இந்த மாதிரி பயக்கள பெத்தா தீரா மனக்கவலதான் என்ன?" என்றார்.

சாமியார் "பல கவலைக்கு பதிலா ஒரு கவலைதான் இருக்கும்" என்று சிரித்தார்.

கிழவர் கதை சொல்லும் மனநிலைக்கு வந்து "இந்த நெலம் அன்னைக்கு வெம்பாலையாக்கும். இப்பதான் இதுக்கு கரிசலுண்ணும் நெய்மண்ணுண்ணும் பேரிருக்கு. அப்போ ஒரு குருவியோ ஓணானோ கூட இல்லாத நெலமுல்லா... தண்ணியில்லேண்ணா சீவனில்லே. தண்ணியாக்கும் அமிர்து. ஒடம்புக்குள்ள ஓடுற ரத்தம் தண்ணியாக்கும். அம்மைக்க முலைப்பால் தண்ணியாக்கும். மனுசனுக்க பீஜம் தண்ணி யாக்கும். மனுசன் செத்தா தண்ணியில எல்லாத்தயும் கரைச்சு விடணும். அப்பதான் மண்ணுல உப்பாவான். உப்பு தான் தண்ணி வழியா ரசமா மாறி மறுபடியும் செடிகள்ல கேறும். காய்கள்ல கனியா ஆகும். எல தேனு என்ன, தண்ணிதானே?"

"ஆமா" என்று இளைஞன் தலையாட்டினான். "தேனு இனிக்கும்..."

"இது நான் கேட்ட கதை, எனக்க அப்பன் தாத்தா காலத்துல இருந்து இந்த கதை இருக்கு" என்று கிழவர் தொடர்ந்தார். "ராணி மங்கம்மா காலத்துல மருதையில இருந்து கன்யாகுமரி போறதுக்கு நேர்வழி கெடயாது பாத்துகிடுங்க. மருதையில இருந்து சுத்தியடிச்சு வத்ராயிருப்பு வழியா ஸ்ரீவில்லிப்புத்தூர் ஏறி எறங்கி சங்கரன் கோவில் வழியாட்டு அம்பாசமுத்திரம் தாண்டி அந்தால காட்டு பாதையா போயி அஞ்சுகிராமம் வழியா கோட்டாறுக்கு போவணும். ஏன்னு கேளுங்க..."

இளைஞன் "ஏன்?" என்றான்.

"ஏல, மாட்டுக்கு குடிக்க தண்ணி வேணும்ல? மருதையில இருந்து திருநவேலி வரைக்கும் மண்ணு காஞ்சில்ல கெடக்கு?

மாடு என்ன காத்தையா குடிக்கும்? செத்துப்போயிடும்ல, அதனால் இந்த பொட்டக்காட்டு வழியா மாட்டுவண்டி வரமுடியாது. மலைவழியில மாட்டுவண்டி ஏறி எறங்கவும் முடியாது. அதனால மங்கம்மாவுக்கு முன்னாடி பாதையின்னா அது கழுதைப்பாதையாக்கும். கழுதையில பொதி ஏத்திட்டு செட்டிகளும் வாணியனும் பதினெட்டு மலை ஏறி எறங்கி நாஞ்சிநாட்டுக்கு போவானுக. மலையில எப்பவும் ஊற்றும் தண்ணியும் உண்டு பாத்துகிடுங்க. மலைப்பாதையில நெழலும் உண்டு. பின்ன மலையில இருக்கவுனுக எல்லாம் பளியனும் காணிக்காரனுந்தான். அவனுக குதிரைச்சத்தம் கேட்டாலே மலைக்குள்ள போயிடுவானுக. திருட்டுப் பயமில்லே. இந்த வழி அப்படியா? இது அரிவாளு ஆட்சிசெய்யுத மண்ணுல்லா? அதுவும் அந்தக்காலம், ராஜன்கோலு இல்லாத ராச்சதக் காலம்... செரி பாத்துக்கிடுவோம் அப்படின்னு ஒரு தோல்சஞ்சியில தண்ணியுமா ஒருத்தன் வந்துட்டான்னா அவனை கொள்ளை யடிச்சு திங்குதுக்கு மருத முதல் திருநவேலி வரை அம்பது நூறு கொள்ளைக்கூட்டம். அரைச்சக்கரத்துக்காக அஞ்சுபேரு சங்கை அறுப்பானுக...

அவனையும் சொல்லிப் பிரயோஜனம் இல்ல. பசிச்ச செந்நாயி பத்து புலிக்குச் சமம்னாக்கும் சொல்லு. இங்க வெந்த மண்ணுல அவனுக்கென்ன வெளைச்சலா இருக்கு, அள்ளித்திங்க? அவனுகளும் இந்த முள்ளுச்செடி மாதிரி காஞ்சு கருவாடாத்தான் இருப்பானுக. எப்பமாம் எவனாம் வந்து சிக்கினா சங்கறுத்து இருக்கிற சக்கரத்த எடுத்துட்டு போயிடுவானுக. பெறகு அத வெச்சுதான் அடுத்த கொள்ளை வரைக்கும் சங்கில சீவனை வைச்சுகிடணும்... உமித்தீ மாதிரி இருக்குன்னும் இல்லைன்னும் நீறி நீறி ஒரு சீவிதம்.''

''அவனுக எதுக்கு இங்க இருக்கணும் நல்ல மழையுள்ள எடத்துக்கு போலாமே...'' என்று இளைஞன் கேட்டான்.

கிழவர் அவனை நோக்கி பிரியமாகப் புன்னகைத்து ''அப்ப உனக்கு விவரம் உண்டு. இது கேட்ட கேள்வி நியாயமாக்கும். ஆனா அவனுக எங்க போக முடியும்? ஏலெ இங்க இருக்க

அவனுக எல்லாம் யாரு? பழைய பாண்டிய ராஜான்னு கேட்டுண்டா நீ?'' என்று கிழவர் சொன்னார்.

''இல்ல'' என்று இளைஞன் சொன்னான்.

''பழைய பாண்டிய ராஜ்ஜியம்.. பேரு கேட்ட மோகூர் பழையன். ராஜ்ஜியம். அப்டி பல ராஜ்ஜியங்கள் உண்டு. அத யெல்லாம் துலுக்க ராசாக்கள் வந்து அடக்கி கொன்னு அழிச்சுப் புட்டானுக. குடிநிர்மூலம் பண்ணிப்போட்டானுக. மாடமாளிகை களை இடிச்சு கோட்டைகளை நிரப்பாக்கி அங்க அவனுகளுக்க கொடிய பறக்கவிட்டானுக. பொறவு தெலுங்குக்காரன் வந்து துலுக்கராஜாக்களை வெரட்டிப்போட்டு மருதையை பிடிச்சான். ராணி மங்கம்மா அந்த வம்சத்திலேவந்த தெலுங்கு ராணியாக்கும் கேட்டுக்கோ. அவங்க மருதை ராசா சொக்கநாத நாயக்கருக்க ராணி. அரங்க கிருஷ்ண முத்துவீரப்ப நாயக்கரோட அம்மை. திருச்சியும் மருதையும் அவுங்களாக்கும் கிரீடம் வெச்சு ஆட்சி பண்ணினது.''

''அப்ப துலுக்கன்கிட்ட தோத்த பாண்டியன் எங்க போனான்?'' என்றான் இளைஞன்.

''அவனுங்க மதுரைய விட்டுட்டு அந்தால தெக்காலே வந்தாங்க. கயத்தாறுல ஒரு அஞ்சு பாண்டியனுங்க. பஞ்ச வழுதிகள்னாக்கும் அவனுக பேரு. அங்கருந்து கொஞ்சம் பேரு தென்காசிப் பக்கமா போனாங்க. கொஞ்சம் பேரு களக்காட்டுக்கு போனாங்க. தென்காசிக்கும் களக்காட்டுக்கும் போனவுடனே அப்டியே சேரநாட்டுக்காரனுககிட்ட சண்ட போட்டு பின்ன சமாதானமாயி பெண்ணு எடுத்து பெண்ணு குடுத்து அங்க ஒருமாதிரி இருந்துபுட்டானுங்க. நடுவுல மாட்டிகிட்ட இந்த கயத்தாறு பாண்டியனுகளுக்குத்தான் ஜீவிதம் சாபமா போச்சு. கயத்தாத்துல தண்ணி இல்ல. வரி குடுக்க திறை குடுக்க ஆளில்ல. பொறவு ஓயா குடிச்சண்ட வேற. அஞ்சு குடி அம்பது குடியாச்சு. அம்பது குடி நூறு குடியாச்சு. ஒருத்தன் இன்னொருத்தன கொன்னாதான் சீவிக்க முடியும். இங்க தண்ணியில்லேன்னாலும் ரத்தத்துக்கு ஒரு கொறவும் இல்ல. முள்ளு செடியெல்லாம் ரத்தம் குடிச்சு வளரும்னாக்கும் பேச்சு.''

இளைஞன் புன்னகைத்து தலையசைத்தான்.

"மதுரையிலருந்து அந்தால திருநவேலி வரைக்கும் அம்பது நூறு ஆளாச் சேத்துக்கிட்டு இன்ன எடம்னு இல்லாம பொட்டல் வெம்பாலைல கெதி கெட்ட ஆத்மாக்கள மாதிரி சுத்தி திரிஞ்சுகிட்டு இருந்தானுக. தண்ணி இல்லாததுனால இந்த மண்ணுக்கு வண்டிப்பாதை இல்ல. சின்ன சின்ன எடையனுங்க வாழக்கூடிய ஊர்கள் இருந்துச்சு. அந்த ஊருகளுக்கு எவனாவது என்னமாம் விக்கதுக்கோ வாங்குதுக்கோ போனான்னா அவனப் பிடிச்சு சங்கறுத்து கையில இருக்கத எடுத்துட்டு போறதுக்கு இவனுக பாலைவெயிலில் பழிகெடந்தானுக" கிழவர் சொன்னார்.

"ஒரு இருநூறு வருஷத்துல இந்த எடத்த எல்லாரும் மறந்தாச்சு. இதுக்கும் வெளி லோகத்துக்கும் ஒரு தொடர்பும் இல்ல. இங்க இப்பிடி கொஞ்சம் மனுசங்க வாளுறதே யாருக்கும் தெரியாதுன்னு வெச்சுக்கோ. எடையனுங்களுக்கு குடுக்கதுக்கும் வாங்கதுக்கும் ஒண்ணும் இல்ல. மாடோட மாடா அவன் வாழ்வான். ஒரு நேரம் வாயில போட என்னமாம் கெடச்சா போதும் சீவன உடல்ல நிறுத்திப்போடுவான். அவனுகளுக்கு மேல இவனுங்க..." கிழவர் தொடர்ந்தார்.

"இந்த ஊரு புலியப் பாத்திருக்கயா? அதப்பாத்தா நாமளே நம்ம கையையோ காலையோ வெட்டி அதுக்கு தீனி போட்டுருவோம், அப்படி இருக்கும். இந்த ஊரு ஆடு மாடும் இப்படி இருக்கு. அதப்பிடிச்சு திங்கற புலி எப்படி இருக்கும் சொல்லு. சீவன் செத்த புலி. அதயாக்கும் அந்தக்காலத்திலே ஒருத்தி மொறத்தால அடிச்சு வெரட்டியிருக்கா அது கதை வேற..."

"பொறகு?"

"சாமி கேளுங்க, மருதையில இருந்து நாஞ்சி நாட்டுக்கு ஒரு செட்டிக் கூட்டம் போய்ச்சேருரதுக்கு அந்தக்காலத்துல ரெண்டு மாசம் ஆகும். அதுவும் நல்ல கோடை காலத்துலதான் போக முடியும். மழை அடிச்சா பிறகு மலையெல்லாம் அருவியும் வெள்ளப்போக்கும் ஆயிடும் இல்லியா? ஏறி எறங்க முடியாது.

பங்குனி சித்திரை வைகாசி மூணு மாசம். அதோட தெக்கு தேசத்த மறந்து போட வேண்டியதுதான்.''

கிழவர் சொன்னார். "அப்பவாக்கும் மங்கம்மா ராணி இந்த வளிய உண்டாக்கினது. தண்ணிதடமும் கால்தடமும் ஒருக்க உண்டானா பிறவு பெருகி வளந்துகிட்டேதான் இருக்கும். இப்ப இந்த தடத்திலே நாளுக்கு நாப்பதாயிரம் காலு விளுது. முதல் காலு அந்த ஐஸ்வரியவதி காலாக்குமே... அது ஆனைபோன தடம். தம்பி கேளு. மனுசன் போன தடத்திலே புல்லு கருகும். ஆனை போன தடத்திலே செடியும் மரபும் பெருகும்... அம்மை மகாராணி நல்ல பத்தடி உயரமுள்ள பிடியானையில்லா?''

*

2

ராணி ஆரு? ராணின்னு சொன்னா அம்மை. பேரம்மைன்னு சொன்னா மீனாட்சி. மருதை ஆளும் மீனாட்சியோட தனிச் சொரூபமாக்கும் மங்கம்மா ராணி. நல்ல கனிஞ்ச வயசு, நாப்பத்திரண்டு நடக்குத பிராயம். விதவையாக்குமே... அதனால பூவும் பொட்டும் கெடயாது. வெள்ளைச்சேலைதான். சிவப்பு சந்தனத்தாலே வைஷ்ணவ நாமம் போட்டிருப்பா. அதுக்கு அந்தக்காலத்திலே அரிசந்தனம்னு பேரு. ஆபரணம் ஒண்ணும் இல்ல. கழுத்தில ஒரு படிக மாலை மட்டும் உண்டு. கையில ராஜமோதிரம். ஒரு சின்ன தங்கப்பெட்டியிலே சாளக்கிராமம். அதுக்குப் பூசை செய்யாம அன்னந்தண்ணி எறக்கமாட்டா. அம்மை ராணி நடந்து வந்தா கிளிப்பிள்ளை இல்லாமே மீனாட்சி கர்ப்பக்கிரகம் விட்டு எறங்கின மாதிரிதான் இருக்கும்.

அந்தக்காலத்திலே ஒரு நல்ல குளுந்த மார்கழி மாசத்துலே மங்கம்மா ராணி ஒரு யுக்தி பண்ணினா. இந்தப் பொட்டக்காட்டு வளிய போக்குவரத்துக்கு கொண்டு வரலாம்னு ஒரு தீர்மானம் எடுத்தா. அத மங்கம்மா ராணி சொன்னப்போ சபையில உள்ள வங்க எல்லாம் அய்யய்யோன்னு சத்தம் போட்டு எந்திரிச்சுப் போட்டாங்க.

அமாத்யர் கஸ்தூரிரங்கையா எந்திரிச்சு 'அது சங்கறுத்து சாவுற மாதிரியாக்கும். தெய்வ குத்தம். அதெல்லாம் கொல காளி குடியிருக்க வெம்பாலை மண்ணு. அங்க லெட்சுமி போக முடியாது, போகக்கூடாது. அவுங்க பொம்பளயாளு ரெண்டு பேரும் ஒத்து இருக்கதில்ல. இவ போனா அவ இருக்க மாட்டா, அவ இருந்தா இவ போமாட்டா, அதாக்கும் சாஸ்திரம். அது வேண்டாம்னு' சொன்னார்.

‘இல்ல நான் ஒரு சொப்பனம் கண்டேன். மதுரைக்க மீன்கொடி ஆனையில ஏறி அந்த வழியா போக அதுக்குப் பின்னால ஆயிரம் பொதிவண்டிகளில செட்டிகளும் வாணியரும் சரக்கு கொண்டு போறது மாதிரி. முன்பல்லக்கிலே ஒரு தங்கக்குடம் நிறைய வைகை ஆத்து தண்ணியிருக்கு. அதை வைதிகசிரேஷ்டருங்க தாம்ரபரணியிலே கலக்கப்போறாங்க. அவ அருளாலே வந்த கனவு. அது நடக்கணும்’ அப்டின்னு ராணி சொன்னா.

‘அது தெய்வம் இட்ட கனாவா இருக்காது. பூர்வ ஜென்ம பாவத்துனால வந்த துர்க்கனாவா இருக்கலாம். எதுக்கும் அம்மை மீனாட்சி கிட்ட ஒரு வாக்கு எடுத்து பாப்போம்’ அப்டின்னு கஸ்தூரி ரங்கையா சொன்னாரு.

ராணி மங்கம்மா ஒரு நல்ல நாளில மருதைக் கோயிலுக்குள்ள போயி ரெண்டு ஓலச்சுருளைப் போட்டு பிரார்த்தனை பண்ணி அரைமணித்தாலி களட்டாத ஒரு வயசுக் பெண்குளந்தை கிட்ட அத எடுக்கச்சொன்னா. குட்டி எடுத்துக் குடுத்த ஓலையில ‘உத்தரவு உண்டு’ அப்டின்னு சொல்லிருந்தது. பெறவு ஒண்ணும் சொல்லுயதுக்கில்ல. அம்மைக்க உத்தரவு வந்தாச்சுல்ல?

ராணி மங்கம்மா தெக்க இருக்கப்பட்டவனுகளிட்ட ராஜ ஆக்ஞையை சொல்லி பேசிமுடிக்க ஒரு தூதுக் குழுவ அனுப்பினா. தூதுக்குழு அப்படின்னு சொன்னா இப்ப உள்ள மாதிரியில்ல. அப்பல்லாம் அதில் பிராமணாளுங்க மட்டும்தான் இருப்பாக. பிராமணன்னா ஆரு? நல்லா பழுத்த வைதிகன். பின் குடுமி, கட்டி மகரகண்டிகை போட்டு, பட்டு அங்கவஸ்திரமும் மிதியடியுமா பல்லக்குல போறவன். பதினெட்டு பாசை படிச்சவன். பாரதவருசம் நடந்து கண்டவன்... அப்டி பதினெட்டு பிரமாணனை முன்னோட்டமா தெக்க பாத்து அனுப்பினா. அவங்களுக்கு குளிக்கதுக்கும் குடிக்கதுக்குமான தண்ணியுமா நாலு மாட்டுவண்டி பின்னால போச்சு.

அந்தக்காலத்திலே எந்த மகராசனும் பிராமணனை தொட மாட்டான். சிங்கம் மாதிரி சிவப்புத்தாடி வைச்ச துலுக்க ராஜா கூட கும்பிடுவான். படமெடுத்து சீறிவர்ர சர்ப்பம் பிராமணன பாத்து தலைதாழ்த்தி திரும்பிப்போகும்னாக்கும் சொல்லு.

ஏண்ணா பிரம்மஹத்தி தோஷம் அப்டியாக்கும். கேட்டிருப்பியே கைலாசநாதன் சிவன் பிரம்மஹத்தி தோசத்துல ஓடி ஓடி பதினெட்டு ஸ்தலங்களிலயாக்கும் ஒளிஞ்சது. பிரம்மஹத்தி தோசத்த நீக்குதுக்கு பிரம்மாவுக்கு மட்டும் தான் அதிகாரம் உண்டு. விஷ்ணுவானாலும் அதுக்கு ஒண்ணும் செய்ய முடியாது.

ஆனா தூது கிளம்பின பிராமணனுங்க கயத்தாற நெருங்கல்ல, அதுக்கும் முன்னாடி கள்ளனுக வளைச்சுப்பிட்டானுக. அத்தனை பிராமணனையும் எறக்கி அப்படியே கழுத்தறுத்து தூக்கி வைப்பாத்துல போட்டாங்க. பட்டும் பொன்னும் எல்லாத்தயும் எடுத்துப்பிட்டானுக. பல்லக்க ஒடச்சு அதில இருக்கக்கூடிய வெள்ளியையும் பித்தளையையும் எடுத்துட்டானுக. அவங்க போட்டிருந்த சந்தன மிதியடியக்கூட விடல்ல. எல்லாத்தையும் எடுத்துட்டு போய்ட்டானுக.

சங்கதி வந்து மகாராணி காதுக்கு கெடச்சப்போ ராணி சபையில இருந்தா 'விஷ்ணு மகாதேவோ'ன்னு கூப்ட்டுட்டு எந்திரிச்சு ரெண்டு கையையும் தலைக்கு மேல கூப்பி கண்ணீர் விட்டு அழுதா. சபையிலே இருந்தவங்க நடுங்கிப்போட்டாங்க. பிராமணனை அனுப்புறப்ப சபையிலே இருந்தவனுக்கெல்லாம் தோஷம் வந்திருமேன்னு நினைச்சாங்க.

கஸ்தூரி ரங்கய்யா சொன்னாரு, 'நான் அப்பவே சொன்னேன். அவனுக ராஜ்ஜியதர்மத்த விட்டு எரநூறு வருசம் ஆச்சு. இருந்துண்ண சோறும் கெடந்து உறங்க நெழலும் இருக்க வரைக்கும் தான் ராஜதர்மம். அவங்க பொட்டல்ல வேட்டையாடி சீவிக்கத் தொடங்கி நாலு தலைமுறையாச்சு. இருந்து எல போட்டு சோறுண்ட காலம் மறந்திருப்பாங்க. வந்தவன் பிராமணனுங்கறதே அவனுகளுக்குத் தெரியாமகூட இருக்கும். அவனுகள்ட்ட நாம தர்ம நியாயம் பேச முடியாது.'

'இப்ப சொல்லுங்க நம்ம படை கொண்டு போய் திருநெல் வேலி வரைக்கும் மண்ண சீவி உழுது பொரட்டி ஒவ்வொரு தலையையா பாத்து கொய்தெடுத்து திரும்பி வருவோம்' அப்படின்னு சேநாபதிக்காரன் சொன்னான்.

கஸ்தூரி ரங்கய்யா அவன கை மறிச்சு 'நிப்பாட்டுலெ பாறைத் தலையா. மருதையிலருந்து திருநெல்வேலி வரைக்கும் கெடக்குத மண்ணுடைய வியாப்தி என்னன்னு நெனச்சே? அதுல அவனுக ஒரு ரெண்டாயிரம் பேரு இருந்தா கூடுதல். எத்தனை மலை, எத்தனை பொட்டல் காடு... எங்க போய்த்தேடுவே, மொட்ட மலையிலருந்து மொட்ட மலைக்கு பட்டாளத்த அனுப்பப் போறியா? தண்ணிகிடைக்காம நம்மாளுக சாவுறதுதான் நடக்கும். ஏலே கரடிக்கு பேனு பாக்குது போலயாக்கும் அந்த வேல. அது சரிவராது. அதச்செய்ய முடியும்னா திருமலை நாயக்கன் செய்ய மாட்டாரா? இல்ல அவர் பையன் அச்சுத நாயக்கன் செய்ய மாட்டாரா? அவனுகள ஒண்ணும் செய்ய முடியாது. ராணி அந்த வழிய அப்படியே விட்டுப்போடுவோம் அது ஒண்ணும் தான் செய்யதுக்குள்ள வழி' அப்டின்னு சொன்னாரு.

ராணி அழுதுகிட்டே 'நாம கொல்லல்லேன்னாலும் கொலைக்கு வழி வகுத்தவங்க நாம. நமக்கு பிரம்மஹத்தி தோஷம் உண்டா? சாஸ்திரம் என்னசொல்லுது சோசியரே?' அப்டின்னு கேட்டா.

'உத்தேசசுத்தி இருந்தா பிரம்மஹத்தி தோஷம் இல்ல மகா ராணி. ஆனா தோஷம் உண்டு. அதுக்கு ஒரு மண்டலம் உபவாசம் பிராயச்சித்தம்' அப்டின்னு சபா ஜோசியர் கிருஷ்ணப்பையர் சொன்னார்.

மகாராணி அத ஏத்துகிட்டு அரமனையில தெக்கு மூலையில சின்ன ரூமுல ஒத்த வஸ்திரம் உடுத்து உக்காந்து ஒருமண்டலம் உபவாசம் இருந்தா. ஒருமண்டலமுண்ணா நாப்பத்தொண்ணு நாள். நாப்பது நாள் பட்டினி கெடந்தா ஆரும் சீவிக்க முடியாது. ஆனா அந்தகாலத்துல மகாராணிகள் உபவாசம்னு சொல்லுகது பொழுது விடிஞ்சு பொழுது இருட்டுற வரைக்குமான நேரம் தான். விடிவெள்ளி உதிக்கறதுக்கு முன்னாடி அன்ன ஆகாரம் செஞ்சு, அந்தி சூரியன் எறங்கி நட்சத்திரம் தெரிஞ்ச பிறகு அடுத்த ஆகாரத்த எடுப்பா.

நாப்பத்தொண்ணாம்நாள் உபவாசம் இருக்கும் போது மகாராணி மீனாட்சியப் பாத்தா. அது எப்படின்னா ராணி

தூங்கிட்டிருக்கும்போ ஒரு கதவுல ஒரு தட்டு கேட்டு ‘ஆரு இந்த நேரத்துல?’ அப்படின்னு கதவத்தொறந்தா. வெளியே ஒரு சின்னப்பொண்ணு பச்சப்பட்டுப்பாவாட உடுத்து, கையில ஒரு கிளியோட நிக்கிது. மூணு வயசோ நாலு வயசோ இருக்கும்.

‘ஆருடி நீ? இங்க என்ன செய்யுதே இந்நேரத்திலே?’ன்னு ராணி கேட்டப்போ அவ தன் சின்னக் கையில இருந்து ஒரு மோதிரத்த நீட்டி ‘இந்தா’ அப்டின்னு சொன்னா. ராணி அத வாங்கிப்பாத்தா அதுல மீன் முத்திரை இருந்தது.

‘ஆமா மீன்முத்திரையாக்குமே. நீ யாரு? உனக்கு இது எப்படி கெடச்சுதுன்னு?’ கேட்ட உடனே குட்டி சிரிச்சுகிட்டு துள்ளித் துள்ளி ஓடிப்போச்சு. அவளுக்க பச்சப்பட்டும் குஞ்சலம் வைச்ச பின்னலும் அலையடிக்குது. மகாராணி பின்னாடி போனா. ஆனா அது போன எடம் தெரியல.

மகாராணி உடனே காவல்காரங்களையும் வேலைக்காரங் களையும் கூப்ட்டு தேடிப்பாக்கச்சொன்னா அப்படி ஒரு குட்டிய அங்க யாருமே பாக்கல்ல. குட்டி குடுத்த மோதிரம் எங்கே அப்படின்னு பாத்தா அது தட்டுபடி மேல இருக்கு. அது எங்கே ருந்து வந்துச்சுன்னு ராணிக்கு தெரியல. ஆனா அதப் பாத்துக்க இட்டு இருந்தப்போ என்ன செய்யணும்கறது தெரிஞ்சு போச்சு.

ராணி மங்கம்மா அடுத்த அமாவாசை சுபலக்னத்துல அவளே ஆனை மேல ஏறி, மந்திரி பரிவாரங்களோட தெக்க நோக்கி வந்தா. அதுக்கும் முன்னாடி அவளுக்க ஒற்றுப்படை வந்து இங்கெல்லாம் யாரு எங்க நிக்கானுவ, எந்த கொள்ளக்காரன் எந்த எடத்துலே சக்திமான், அவனுக்கு சொக்காரன் மொறைக்காரன் ஆராரானுனு கண்டுபிடிச்சு வெச்சிருந்தாங்க. வளியெல்லாம் பட்டாளம் நின்னுட்டிருந்தது.

அதிகாலையிலே ஊர்வலம் கெளம்பியாச்சு. முதல் சப்பரத் திலே அம்மை மீனாட்சி. அடுத்து ஆனைமேலே மகாராணி. பின்னாடி மந்திரி பிரதானிகள். ஆனை, அம்பாரி, சப்பரம், பல்லக்கு, கொடைவண்டி, வில்லுவண்டி, குருதை, காளை எல்லாம் உண்டு. பட்டம், கொடி, குடை, பொன்னலங்காரம், பூவலங்காரம்... ஒரு கொறையில்லை. எங்க பாட்டிலே என்ன சொல்லியிருக்கு

தெரியுமா? மருதைங்கிற மோகினியோட கழுத்திலே இருந்து ஒரு ஆரம் களண்டு அவ ரெட்டைமுலை வளியாட்டு காலடியிலே விழுறது மாதிரி குன்றுகளை கடந்து அந்த ஊர்வலம் கௌம்பி யிருக்கு... அந்தக்காலத்திலே நம்ம பாட்டனுங்க சொல்லெடுத்தா அது பொன்னும் வைரமுமா மின்னும்லா?

வாற வழியில எங்கெங்க தங்கணும்னும் என்னென்ன செய்ய ணும்னும் ஒரு திட்டம் இல்லாம அந்தால அப்படியே கௌம்பின தாக்கும். மகாராணி அப்படி கௌம்பற வழக்கமில்ல. காலையில் எந்த எடத்துல பெருமாளக் கும்பிடறது, என்ன அன்ன ஆகாரம் எடுக்கறது, அந்தியில எங்க பள்ளியுறக்கம், பகல்ல ஆர ஆர பாக்கணும், என்னென்ன பேசணும், எல்லாம் எழுதி உண்டாக்குன பிறவாக்கும் ராணிகள் கிளம்புறது. இது அப்படி இல்ல.

ராணி சொன்னது, 'கடல்ல மீன் பிடிக்க போறவன் மாதிரி கௌம்புறேன். நம்ம கையில ஒரு வலையும் பிரார்த்தனையும் மட்டும் தான் இருக்கு.'

மருதை தாண்டி, மங்கலம் தாண்டி, வெயில் எரியுத பொட்டல் வளியா முதல் தாவளத்துக்கு வந்த உடனே ராணி சொன்னா. 'ஊரு முழுக்க தம்படிச்சு சொல்லுங்க. பண்டு பாண்டியன் ஆண்ட காலத்துல் அம்ம மீனாட்சிய முன்னால நின்னு கும்பிறடுதுக்கும், தலைக்கெட்டு கெட்டி சபைத்தலை நிக்கறதுக்கும் உரிமையுள்ள மூப்பன் மறவன் குடும்பம் எதுவோ, அது மட்டும் வந்து ராணிய வணங்கி அம்மைக்கு முத்திரை மோதிரத்த வாங்கிக்கிடலாம்னு.'

உள்ளத சொன்னா அப்படி ஒரு வம்சம் அந்தக் காட்டுல அப்ப இல்ல. இருந்தாலும் அது யாரு என்னான்னு யாருக்கும் தெரியாது, வருசம் இருநூறு ஆச்சுல்ல... மூப்புள்ளவன் முறையுள்ளவன் எல்லாம் செத்து மண்ணா போயாச்சு. அவனுக்க வம்சத்துக்கும் அந்த ஞாபகம் இல்ல. ஆனா ராணி இட்டது ஒரு தொடுப்பாக்கும். அந்த தூண்டில்ல கொத்தாம எந்த மீனும் இருக்க முடியாது. அம்ம மீனாட்சிக்கு தலைக்கெட்டும் நீட்டும் வாங்கும் உரிம தனக்கில்லேன்னு எந்த மறவன் ஒத்துக்கிடுவான்?

கஸ்தூரி ரங்கய்யா சொன்னார். 'எல்லா மறவனும் வந்து நிக்கப்போறான். நாம இப்ப என்ன செய்யது?'

ராணி சொன்னா 'எல்லாரும் வரமாட்டான். ஒருத்தன ஒருத்தன் வெட்டி சாவான். நம்ம வெளம்பரம் ஒரே ஒருத்தனுக்கு மட்டும் இந்த அவகாசம் உண்டுன்னுதான். ஒருத்தனுக்கு உண்டுன்னா இன்னொருத்தனுக்கு இல்லேன்னு தான் அர்த்தம். ஒருத்தனுக்கொருத்தன் சண்ட போடுவான். அதில யாருக்கு தலையெடுப்புண்டோ அவன் மட்டும் தான் வருவான். வந்தவன் தான் இந்த மண்ணுக்கு ராஜன். அவனுக்கு முத்திரையும் தலைக்கெட்டும் குடிப்பட்டமும் குடுப்பேன். இந்த மண்ண அவன் பிறகு ஆளணும். மருதைக்கு அவன் கப்பம் கொடுப்பான். அவனுக்கு சூரிய சந்திரர் உள்ள வரைக்கும் ராஜ பதவியும் மருதை சபையில சிற்றரசனா உக்காரக்கூடிய தகுதியும் குடுப்பேன்.'

ஆனா ஒரு அகம்படிக்காரன் கேட்டான். 'இதனாலே கைபல முள்ளவன் மூப்பன்னு சொல்லி வந்திருவானே? நல்ல குலமறவன் ஆருண்ணு நாமளே கண்டுபிடிச்சு அவனை பட்டம் சூட்டலாமே?'

'அவனுக்கு துணையா நம்ம பட்டாளம் இங்க நிக்கணுமே. அது முடியும்னா இவனுகள நான் வேரோட பிடுங்கி யிருப்பேனே'ன்னு ராணி சொன்னா. 'எனக்கு தேவை கையிலே கொலைவாளோட நின்னு ஜெயிக்கிறவன்தான். இது யுத்தக்களம். இங்கே ஜெயிக்கிறவன்தான் ஷத்ரியன். இங்க குலரத்தத்தாலே கிரீடமில்லை, குடிக்கிற ரத்தத்தாலேதான் கிரீடம்.'

அப்பதான் ராணிக்க உத்தேசம் என்னென்ன கஸ்தூரி ரங்கய்யா வுக்கு மனசிலாச்சு தலைக்கு மேல கையத்தூக்கி 'அம்மே பரதேவதே'ன்னு கும்பிட்டுட்டாரு.

ராணி சொன்னதுதான் நடந்தது. ஒருவாரம் பொட்டக்காட்டுக் குள்ள சங்கறுப்பு யுத்தம். குடித்தலை அறுபதும் கூறுதலை நூறும் மண்ணிலே உருண்டதா கதை. பழையபாண்டியக் குடிவந்த மறவன் ஒருத்தன் மத்த அத்தனை பேரையும் அடிச்சு ஜெயிச்சான். ஒரு சொல்லுக்கு மிஞ்சினவனை அடுத்த சொல்லுக்கு வெட்டிபோட்டான். பொறவு வாளத்தூக்கிக்கிட்டு மகாராணி முன்னாடி வந்து நின்னு 'எங்க என் அம்மை? அம்மைக்கு மேல உரிமையுள்ள குடிமறவன் நானாக்கும் எனக்கு குடுங்க அம்மைக்க முத்திரை மோதிரத்த' ன்னு கேட்டான்.

'ஆமாம் நீதான் அம்மைக்கு மேல உரிமையுள்ளவன். இந்த மண்ணு உனக்குள்ளது' அப்டின்னு சொல்லி அவனுக்கு பழையன்ங்கிற குடிப்பட்டமும் கிரீடபதி ஸ்தானமும் குடுத்தா. மருதை சபையிலே கிரீடம் வைக்கும் உரிமை, வாளேந்தும் உரிமை, பல்லக்கில் ஏறும் உரிமை அவனுக்கு குடுத்தா. வரி பிரிக்க, கொல நடத்த, நெறி நடத்த ஆணையும் குடுத்தா. அந்த மண்ண அவனுக்கு நீர்விட்டு கையளிச்சு 'பாண்டியரே, இனி இந்த மண்ணு வழியா போற எல்லா யாவாரியும் உன் சம்ரட்சணையிலே இருப்பான். அவனை நீ பிள்ளைகளுக்கு அப்பன் போலவும், பக்தர்களுக்கு தெய்வம்போலவும் இருந்து காப்பாத்துமாறாகணும். அவங்க உனக்கு வரி கொண்டு காணிக்கை குடுப்பாங்க. உன்னையும் உன் குடியையும் புகழ்ந்து இந்த மண்ணிலே கால்வைப்பாங்க. இந்த மண்ணிலே உன் குடிப்பேரு முதலிலேயும் மருதை நாயக்கன் பேரு பிறவும்தான் சொல்லப்படும்'னு சொல்லு குடுத்தா.

'ஆனா அவங்க மேல ஒரு வாள் வெட்டு விழுந்தா அது உன் குடும்பம் மேல விழறதுக்கு சமம். உன் மண்ணிலே இன்னொருத்தன் நீ சொல்லாம வாளெடுத்தா அந்த நிமிசம் நீ அவனைக் கொல்லணும். இல்லே அடுத்த நிமிசம் இந்த கிரீடத்தை நீ களட்டி வைக்கணும். ராஜாவாகப்பட்டவன் ராஜ தர்மத்தை கடை பிடிக்கணும். குடிகாத்து முடி கொள்றதுதான் உனக்க தர்மம்' அப்டின்னு ராணி சொல்லி முத்திரை மோதிரம் குடுத்தா.

மூணு நாளைக்கு ஒருமுறை கஞ்சி குடிச்சு, முள்ளு காட்டுல வாள்றவனுக்கு ராஜ பதவின்னா சும்மாவா. அப்படியே அழுது கிட்டு கும்பிட்டு அவன் சொன்னான், 'மகாராணி நானும் எனக்க வம்சமும் இனி மதுரை தேவிக்கு அடிமையாக்கும். இனி இந்த மண்ணுல இந்த ஒரு வாளுதான் நிக்கும். இந்த வாள் நெழல்லதான் இங்க சனங்க வாழ்வாங்க. இது ஆணை' அப்டின்னு சொன்னான்.

'இந்த ஆணைய நீ எனக்கு செய்யாதே. இந்தா நிக்கிறா உன் குடிமூத்த அம்மை மீனாட்சி. அவ கால்ல தொட்டு சத்தியம் செய்'யின்னா மகாராணி. அவன் மீனாட்சி கால்ல வாளத்தாழ்த்தி சத்தியம் எடுத்தான். அரிசியிட்டு வாழ்த்தி, அபிசேகம் செஞ்சு

மணிமுடி சூட்டி, அரியாசனம் குடுத்து அமரவைச்சு அவன ராஜா ஆக்குனா மகாராணி. அவன் கோட்டைகட்டவும், அரண்மனை கட்டவும், பட்டாளம் திரட்டவும் தேவையான பணமும் குடுத்தா.

அங்கருந்து மறுபடி தெக்க வந்தா. என்ன சொல்ல? செய்தி கேட்டு பொட்டல்காட்டிலே ரத்தம் ஆறா ஓடிச்சு. மிச்சபேரை கொன்னவன் ஒருத்தன் ரத்தம் உலந்த வாளோட ராணிக்காக காத்திருந்தான். அடுத்த சித்திரை மாசம் திருநெல்வேலிக்கு ராணி வந்து சேந்தப்போ வழியில பதினெட்டு பேரு ராஜா ஆயிட்டானுங்க. பதினெட்டு பேரும் அம்மை மீனாட்சியுடைய மோதிரத்த வாங்கி அம்மைக்கு முன்னாடி வாள் தாழ்த்தி சத்தியம் எடுத்தாச்சு. இந்தப் பதினெட்டு பேரும் அவன் நெலத்த தாப்பானை காட ஆள்றது மாதிரி ஆண்டான்.

அம்மை மகாராணி சொன்னா 'வண்டிமாடு ஒரு உருளித் தண்ணி குடிச்சு மறு உருளித்தண்ணிக்கு நாக்க நீட்டறதுக்குள்ள ஒரு சத்திரம் வந்தாகணும். அங்க ஒரு கிணறு. சத்திரத்துல எந்நேரமும் சோறு. எல்லாருக்கும் தலை சாய்க்க எடம், மாட்டுக்கு வைக்கோல். சத்திரத்துல நூறு பவுன தலைக்கு வெச்சு ஒருத்தன் தன்ன மறந்து உறங்கினா காலம்பற நூறு பவுன் அங்கிருக்கணும். அரைப்பவுன் கொறஞ்சா அது அரசன் மூஞ்சியிலே காறித்துப்பிட்டு போறதுக்குச் சமம். அதைச் செஞ்சவன் மாறுகை மாறுகால் வாங்கிட்டுதான் அரசன் மத்தியான்ன போஜனம் பண்ணணும்.'

அப்படி இந்த மண்ணு உருவாச்சு, இங்க ரோடு வந்திச்சு. வெள்ளக்காரன் வந்தப்போ மங்கம்மா ரோட பெரிசாக்கினான். பொறவு தார் போட்டான். காரு வந்திச்சு. ஏலெ, அந்த ஒரு ராணி அவ மனசில தோணுன தெய்வ தரிசனத்தால உண்டான ரோடாக்கும் இது.

*

3

கிழவர் சொன்னார், “மங்கம்மா ரோடு போட்டா, ரோடுன்னா என்னா... அது பூமி மாதாவுக்க தலையில எடுக்கற வகிடுல்லா... பரட்டையும் சிக்கும் பேனும் பொடுகும் எல்லாம் மாறி சீவி ஒதுக்கி சிங்காரிக்கறதுல்லா? மண்ணுக்கு மங்கலம் வந்துபோச்சு. ரோடு வந்த உடனே பின்னாடியே மத்த எல்லாம் வந்திச்சு. ஏலெ, செட்டின்னா என்னா? ஐஸ்வரியமாக்கும் செட்டி. செட்டி வாற எடத்துல ஒப்பம் மகாலட்சுமி வந்திருவா. மகாலட்சுமி வந்தா துர்க்கை அங்க இருந்து கெளம்பிப் போயிடுவா. லச்சுமி வந்தா அவளுக்க ஒப்பம் சரஸ்வதி வந்து இருப்பா. லெட்சுமின்னா என்னா, அட்டலெட்சுமியாக்குமே... ஆதிலட்சுமி, தனலட்சுமி, தானிய லட்சுமி, கஜலட்சுமி, சந்தான லட்சுமி, வீரலட்சுமி, அன்ன லட்சுமி, விஜயலட்சுமி எல்லா லட்சுமியும் வந்தாச்சு”

“அஷ்டலட்சுமி!” என்று இளைஞன் மகிழ்ச்சியுடன் சொல்லி சிரித்து சாமியாரை பார்த்தான். அவர் எதையும் கேட்காதவர் போலிருந்தார்.

கிழவர் இளைஞனிடமே கதைசொல்லும் மனநிலையில் இருந்தார். “பாதையும் ஆறும் ஒண்ணு. அது போற இடமெல்லாம் பொன்னு. பாதையோரமா ஒவ்வொரு ஊரா முளைச்சு மொளைச்சு வந்துது. சாத்தூரு, கோவில்பட்டி, தா இந்தால போற எல்லா ஊரும் அதுக்குப்பொறவு ஏறிவந்த ஊருகளாக்கும். ஊரு முன்னாடி இருந்தது இல்லேன்னு சொல்லல்ல. ஆனா அது ஊராகணும்ல? அது அம்ம கண் பட்டு அம்ம ராணி கால் பட்டு உண்டான மண்ணு.

“எல்லாம் நல்லதாக்கும். ஆனா எல்லா நல்லதுக்கடியிலயும் துக்கம் உண்டு, கண்ணீர் உண்டு. அதையும் சேத்து சொல்லது னாலயாக்கும் நாம கதை சொல்லுத கணியானாகுது. நல்லது

மட்டும் சொல்லுத புலவனுக்கு தலப்பாவும் கச்சையும் தங்கக் காசும் உண்டு. தராசுக்க மறுதட்டையும் சேத்து சொல்லுத கணியா னுக்கு எப்பவும் சட்டியில கஞ்சி தான். ஆனா புலவனுக்குக்கூட இருக்கப்பட்டவ சரஸ்வதி மட்டுமில்ல, அவளுக்க நெழலா கூட வரக்கூடிய மூதேவியாக்கும். அதுக்கு வித்யா கர்வம்னு பேரு. வித்யா மூதேவின்னும் சொல்லுவா. கணியானுக்க கூட அவ இல்ல. கணியானுக்கு கூட சரஸ்வதியும் இல்ல, லட்சுமியும் இல்ல. மாடனும் காடனும் மாயாண்டியும் விருமாண்டியும் முனியனும் சங்கிலியுமாக்கும்."

"அவங்க எங்க?"

"இருக்காங்க... சூச்சும வடிவிலே இருக்காங்க" என்றார் கிழவர். "நல்லதுக்கும் கெட்டதுக்கும் வெளியே நடுக்காட்டிலே பீடமிட்டு இருக்கதாக்கும் நம்ம சாமி. தர்மத்துக்கும் அதர்மத் துக்கும் அந்தால தனது கோயிலிலே இருக்குறது. அழகுக்கும் அசிங்கத்துக்கும் அந்தால அம்பரமே குடையா அமர்ந்திருக்கு. வாறதுக்கும் போறதுக்கும் வழியெல்லாம் நிறைஞ்சிருக்கு. ஏலெ தொட்டெடுக்கிறது கைவிடுறது ரெண்டும் மனுசனுக் குள்ளதாக்கும். தெய்வம் எடுக்கதும் இல்ல அதனால் விடுறதும் இல்ல. இருந்து போறதாக்கும் மனுசன். தெய்வம் இருக்கதும் இல்ல, இல்லாமல் ஆறதும் இல்ல. சரி நான் என்ன சொல்ல வந்தேன்?"

சாமியார் தூங்கிவிட்டார் என்று கிழவருக்கு சந்தேகம் வந்தது. மெல்ல கையூன்றி முழந்தாளிட்டு சாமியார் முகத்தைப் பார்த்தார். கண்களைத் திறக்காமலேயே சாமியார் புன்னகைத்தார்.

இளைஞன் "கெட்டது உண்டும்னு சொன்னிக?" என்றான்.

கிழவர் திரும்பி அவனைப்பார்த்து "அப்ப கதையைக்கேட்டு மனசிலாக்கிக் கூடவே வரத்தெரியும் இல்ல... நெனச்ச அளவுக்கு பொட்டனில்ல. பின்ன எதுக்கு இந்த சட்டைய இப்படி போட்டி ருக்க தொவைச்சு பிளிஞ்சு அழுக்கு நீக்கிப் போடலாம்ல?"

இளைஞன் "அம்மை தொவைச்சு தரல்ல" என்றான்.

"அம்மையா?" என்று கிழவர் கண்களைச் சுருக்கிக் கேட்டார்.

“ஆமா அம்மையில்ல தொவைக்கணும்?”

ஒருகணத்துக்குப்பின் கிழவர் வெடித்துச்சிரித்து “உள்ள தாக்கும். உனக்க சட்டையை அம்மைதான் தொவைக்கணும். ஏலே, அம்மை மழையாட்டு வருவா. போய் நில்லு” என்றார்.

“நான் மழையில நின்னேன்” என்று அவன் இரண்டு விரல் களைக்காட்டி “நெறைய வாட்டி. முச்சூடும் மழையில நிப்பேன். அப்டியே குளிர்ந்துரும்” என்றான்.

“நல்லதாக்கும் அந்தமட்டுக்கும் குளி நடக்கே...”

“என்ன கெட்டது?” என்று இளைஞன் மீண்டும் கேட்டான்.

“என்ன கெட்டதுன்னா... இப்போ வயல் உழுதாத்தானேலெ வெள்ளாமை? வயல உழும்போ மண் புழு சாவும்லா, எலிவளை அழியும்லா, தவளை தேகம் துண்டாகும்லா? எல்லாம் உண்டு. அதில்லாம அன்ன லட்சுமி வரமாட்டாள்ள? அதத்தான் சொல்லு கேன். இது வேறொரு கதையாக்கும். இந்தக்கதையெல்லாம் என்னான்னா அதுகளுக்குத் தனியா சஞ்சரிக்க முடியாது பாத்துக்கோ, ஒரு கதையை இன்னொரு கதைய விளிச்சுகிட்டு போவும் தொணைக்கு. இந்த பொம்பளைய குளிக்கப்போற மாதிரி. ஓரொ கதையும் ஒண்ணு. ஓரொண்ணுக்கும் ரகஸ்யம் ஒண்ணொண்ணு. ஆனா போறதப்பாத்தா ஒண்ணும் ஒண்ணும் ஒண்ணுன்னே தோணும். அதாக்கும் அதுக்க நாடகம்” என்றார் கிழவர்.

“நெறைய கதை!” என இளைஞன் கைவிரித்தான். “வானம் மாதிரி கதை”

“ஆமா, வானம் மாதிரி” என்றார் கிழவர். “ஒரு கதையைச் சொல்லி மறுகதை சொல்லும்போ மொதல் கதை மாறிப்போகும். கதைகளைச் சொல்லி நிறுத்தறவன் கதைக்காரன் இல்லே. கதை களை சொல்லத்தொடங்கி கட்டசாயுற வரைக்கும் சொல்லிக் கிட்டே இருப்பான் பாத்துக்கோ, அவன் தான் கதைக்காரன். கதைக்கு அர்த்தம் தேடப்படாது. அர்த்தம் இருந்தா அது கதை யில்ல மக்கா.”

“ஏன்?”

"சிவத்துக்கு அர்த்தம் இல்லேல்ல? இருந்தா அது சிவத்துக்கே தெரிஞ்ச அர்த்தந்தானே? மனுசனுக்குத் தெரிஞ்ச அர்த்தம் உண்டா?"

"இல்லே" என்று இளைஞன் சொன்னான்.

"நீ என்னத்தக் கண்டே?" என்று கிழவர் சொல்லி தன் பொட்டலத்தைப்பிரித்து ஒரு பாக்குத்துண்டை எடுத்து வாயில் போட்டு அதைக்கடித்து சில துண்டுகளாக உடைத்து நாக்குக் கடியில் வைத்துக்கொண்டு தன் மூட்டையை தலைக்கு நகர்த்தி நன்றாகச் சாய்ந்து படுத்துக்கொண்டார்.

"என்ன கெட்டது?" என்று இளைஞன் மீண்டும் கேட்டான்.

"கெட்டதுன்னா பலது... அம்மன் தேரு அட்ட ஐஸ்வரியத் தோடே உருண்டாலும் அடியிலே நாலு சீவன் நசுங்கிச் சாவும்லா?"

"ஆரு செத்தா?"

"சொல்லுதேன்" என்றார் கிழவர்.

*

4

மோகூர்ல பழையன் மாறன் அப்படின்னு ஒரு ராஜா இருந்தான். மோகூர் பழையன்னு தெய்வ சொல்லுல அவன் நிக்கான். சடையன் சுந்தரன்னு அவனுக்கு ஒரு விளிப்பேரு உண்டு. பண்டு பாண்டிய மகாராஜாவுக்கு பொண்ணு குடுக்க மாட்டேன்னு சொல்லி ஒத்தைக்கு ஒத்த யுத்தத்துக்கு நின்ன மறவர் குடியாக்கும். துலுக்க ராஜா படையெடுத்து வந்தப்போ யுத்தத்துக்கு போனானுங்க. மொத்தக்குடியே அழிஞ்சு போச்சு. ஒத்த பெண்டும் அவளுக்க ரெண்டு சேடிகளும் மிச்சம். அப்ப அவளுக்கு வயித்துல ஒம்பது மாசம். அவள ஒரு மூங்கில்தட்டியில் போட்டு சுருட்டி கெட்டி தூக்கிக்கிட்டு ரெண்டு சேடிகளும் தெக்கே வந்தாங்க.

கயத்தாறுல வந்தப்போ அவ பிள்ளைய பெத்துப்போட்டா. பிள்ளைய வெச்சுகிட்டு ஒரு புளிய மரத்தடியில அவ இருந்தா. சேடிகள் தண்ணி தேடிப்போன காலம். அப்போ பாண்டி நாட்டிலருந்து துலுக்கனிட்ட தோத்து புண்ணும் பசியும் சிக்கும் செரங்குமா அம்பது மறவனுங்க தெக்க வந்தாங்க. அவளப்பாத்து ஆளு ஆருன்னு தெரிஞ்சுகிட்டாங்க. அருகத்துல வந்து கும்பிட்டு 'மகாராணி ஆக்ஞை உண்டாகணும்'னு சொன்னாங்க.

'இந்தாலே இதான் உனக்கு ராஜா'ன்னு சொல்லி அவ அந்தால செத்துபோய்ட்டா.

அந்த சிசுவமறவனுங்க கொண்டுபோயி வளத்தாங்க. அதப்பத்தி எங்க பாட்டிருக்கு. 'பசும்பாலில்ல, ஆட்டுப்பாலு மில்லே. முயல்பாலில்ல எலிப்பாலுமில்லே, கள்ளிப்பாலு குடுத்து வளத்தாங்க பாலகனை' அப்படின்னு. அவன் வளந்து ஒரு தலைவன் ஆனான். ஊரு சனத்துக்கு அவன் திருடனா மாறினான். ஆனா அவன் குடிக்கு அவன் ராஜா.

காட்டுல முள்ளு எப்படி வளருதுன்னு ஆருக்குத் தெரியும்? வெங்காடு எங்கியும் வேழாம்பல் குடிக்கதுக்கு வெள்ளமில்ல. முள்ளுக்கு மூணாயுசு. ஓராயுசு வெயிலில முடியும். ரெண்டாம் ஆயுசு தீயில முடியும், மூணாம் ஆயுசு விதியாலேன்னு கணக்கு. முள்ளு வாளுறது மண்ணுக்குள்ள. மண்ணுக்குள்ள அதுக்கு முள்ளில்ல. குளுந்த வேரு மட்டும் தான். மூணடி முள்ளு வளர முந்நூறடி வேரு நீளணும். மண்ணுக்கு ஆழத்துல அம்ம கனிஞ்சு வெச்சிருக்க அரைத்துளி வெள்ளம் உண்டு. அதப்போய் தொட்டு அளந்தெடுத்து குடிச்சு அது வளரும். முள்ளுக்கு எல வேண்டாம். தளிரு வேண்டாம். முள்ளு மரமாவாது. ஆனா வேரோடே மரம் விளுற காத்துக்கும் விரிஞ்சு நிக்கும். ஏலே, முள்ளுக்க அளகு பூவிலே தெரிஞ்சுக்க. முள்ளு பூத்தா அது கருத்த பெண்ணு சிரிக்க மாதிரியாக்கும் ஒரு சேலு. நீ பாத்திருப்ப காடு காஞ்சு கிடக்கிற காலத்திலேதான் முள்ளெல்லாம் பூச்செண்டு மாதிரி நிக்கும்.

செரி அது வேற கத. நான் என்ன சொன்னேன்? முள்ளு மாதிரி அந்த வேகா வெங்காட்டுல, வெம்புழுதி பாலையில மறவகுடிகள் வாழ்ந்துச்சு. ஏழு தலைமுறை ஏட்டுல படிச்ச தெல்லாம் மறந்தாச்சு. எண்ணி வெச்சதெல்லாம் கணக்கெல்லாம் போயாச்சு. பாட்டுல சொன்னதெல்லாம் பழங்கதயா மாறியாச்சு. பழகி போனதெல்லாம் பறந்து போயாச்சு. ரத்தம் இருக்கு பட்ட மரத்திலே தீ மாதிரி. ரத்தத்துக்குத் தெரிஞ்ச கத மனசுக்குத் தெரியாது. சொப்பனத்தில் வந்த தெய்வம் சொன்னதெல்லாம் சத்தியம்தான். அந்தால காட்டுல ஒரு வாழ்க்கை. ஆத்தோரம் நிண்ணு அழியா நெழல் குடுத்த மரம் காட்டுல நிண்ணு கடு முள்ளு செடியாச்சு.

மகாராணி மங்கம்மா ஊருக்குள்ள வார காலம் கயத்தாறு பொட்டலில நிண்ணது பழையங்குடி. ஏழூத்து நாடுன்னு பேரு. ஏழு ஊத்துக்கு எழுபது ஆட்டுப்பட்டி. பன்னிரண்டு மறவக்குடி. ஒருகுடிக்கு இன்னொரு குடி ஆகாது. ஒரு குடி சோறு தின்னா மறு குடி பட்டினி கெடக்கணும். அப்படி ஒரு காலம். ஒருத்தன கண்ட எடத்துல இன்னொருத்தன் வேல்கம்ப தூக்கிருவான். ஒரு குடி தலையுருட்டி மறுகுடி கணக்கு வெச்சுக்கிடும். கணக்கு ஒருநாளும் நிக்கதில்ல. தலைக்கணக்கு போட்டுப்போட்டு

கொல்லுவானுக. எல்லாக்குடிக்கும் பொதுவா ஒரு சாமி இல்லே. சாமிக்க சொல்லு நாவிலெழும் பூசாரி இல்ல. சாமிக்கதயை ஏட்டிலே சொல்லி வைக்கும் புலவனுமில்ல. சொல்லாததச் சொல்ல கணியானுமில்லை.

அப்பதான் ராணி மங்கம்மா விட்ட அறிவிக்கை முரசாச்சு. மேற்கு பொட்டலில தீர்த்தமலை உச்சியில பெருமுரசு ஏத்தி வெச்சு பாறை மேல நிண்ணு கோல்காரன் கூவுறத மறவகுடி எல்லாம் கேட்டாங்க. அம்மை மீனாட்சி அருளுக்கு பாத்தியதை உள்ள ஒத்த ஒரு குடித்தலைவன், ஒரு மூப்பன் மட்டும் வந்து மோதிரம் கைக்கொண்டு குலப்பட்டம் வாங்கி கும்பிட்டு திரும்பலாம்னு அறையலாச்சு. மறவக்குடியெல்லாம் நாங்களே அது மூத்த குடின்னு கம்ப தூக்கி கூச்சலிட்டாங்க. அத்தன பேர் குடியிலயும் மூத்தவனுங்க இருந்தாங்க. அத்தன பேர் கனவுலயும் அம்ம வந்து சொன்னதுண்டு, அரும மக்கள் நீங்கள்னு.

மறவக்குடிகளிடையே பெருஞ்சண்டையாச்சு. யார் மூப்பு யார் கீழேன்னு யார் சொல்ல? ராஜ்ஜியம்னு ஒண்ணு இருந்தா அதுக்கு அடிஸ்தானம் மூப்பிளமையாக்கும். மூத்தவன் சின்னவனை ஆளணும், பேணணும். சின்னவன் மூத்தவன வணங்கணும், வழிநிக்கணும். கல்லடுக்கி கல்லடுக்கிக் கட்டுன கோபுரமாக்கும் மருதை. கோபுரம் இடிஞ்சு கெடந்த கல்லுகளிலெ எது கல்லு எங்க, எது பெரிசு யாருக்குத் தெரியும்?

எல்லா குடியிலேயும் பூசாரி குடுத்த சொல்லுண்டு 'மருதைக்கு நாமே அரசாள்வோர். அம்மை மீனாட்சி அடிநிக்கும் முடி நம்மோடது' அதை ஒவ்வொரு மறக்குடியும் நம்பினாங்க. அப்படி நம்பலேன்னா வெங்காட்டுல வெயிலுல எப்படி வாழ முடியும்? 'இங்கிருக்கோம் இன்னிக்கு, இப்ப நமக்கு அன்னமில்லே தண்ணியில்லே, இருந்தோம் ஒரு நாளைக்கு அங்க, மாமருதை நகரத்துலே மீனாட்சி நெழலிலே... இன்னொருநாள் வரும், எல்லாப் பொழுதும் கனிஞ்சு வரும். அம்மை விளி தேடிவரும். ஆகாசம் முலையூறி வரும். அங்க போய் அரியாசனம் மீண்டெடுப்போம். அங்க இருப்போம் அப்பனும் அம்மையும் அமர்ந்த அந்த ஆலவாய் நகரத்துல!' அந்த சொல்லில்லேன்னா ஆனைக் கண்ணு போல மண்ணு ஊறி வர்ர ஊத்து தண்ணிய குடிச்சு

வளை தோண்டி எலிபிடிச்சு தின்னு பகலெல்லாம் புதரில பதுங்கி ராத்திரியில கதிகிட்டா ஆவிபோல் அலஞ்சு எப்படி வாழ முடியும்?

அம்மை மகாராணி போட்ட உத்தரவு ஒரு குலசாபம் போல வந்து நிண்ணுது. கொலதெய்வம் போல பலிகொண்டா பலி கொண்டான்னு கேட்டுது. ரத்தம் குடிச்சு குடிச்சு தாகம் வளர்த்து எட்டு பதினாறு முப்பத்திரண்டு கைவளத்து கால்வளத்து பெருகிச்சு. ஆரு அத அடக்கிறது. பழையன் குலம் கொஞ்சம் கொஞ்சமா மத்த குலங்களை ஜெயிச்சு வந்தது.

ஆனா எதிர்க்குலம் ஒண்ணு இருந்தது. அவன் குன்னூர்ப் பழையன் குலம்னு சொல்லிக்கிட்டான். பரங்குன்றம் அவன் ஆட்சியில இருந்தது. அவன் அடங்காம எதிர்த்து நின்னான். சண்ட மூத்து பகை எரிஞ்சு ஏறினப்போ சின்னச் சின்ன குடிகள்லாம் சக்திமான்கூட சேந்துகிட்டாங்க. பழையன் கூட்டத்துல பத்து பேரு பரங்குன்றம் குலத்தாரு பன்னிரண்டு பேரு. பொட்டலில ஒரு ரெண்டு பட்டாளம் திரண்டாச்சு. இனி ஒரு யுத்தம் நடந்தாகணும். ஒரு தலை போய் மீனாட்சி அம்மன் பரிவட்டத்த வாங்கணும்னா நூறுதலை பொட்டலில உருண்டாகணும். அந்தம்மா ஒருத்தனுக்குத்தான் இருப்பிடம் குடுக்கும்.

அப்போ இடி மூத்து மின்னல் வெட்டி பெருமழை கீழிறங்கறது போல் அந்த நேரத்துல பழையன் குடி மூத்த குலப்பூசாரி ஒருத்தன் மேல அம்ம வந்து எறங்குனா. காட்டு கருங்காளி வந்தெறங்க, வாளெடுத்து சுத்தி வெறியாட்டு ஆடி அவன் சொன்னான். ‘இக்கணமே போய் பரங்குன்றம் குலப்பூசாரிய இங்க வரச் சொல்லு. அம்மை முன் நின்னு அவன் அருள்வாக்கு கேக்கட்டும்.’

‘அம்மை ஆணை பரங்குன்றம் பூசாரி வந்தாகணும்’னு அங்கிருந்து எட்டுப்பேரு முரசறைய, அதைக்கேட்டு பரங்குன்றம் பூசாரி வந்தான். அம்மை ‘எல்லாரும் விலகிப்போங்க. பூசாரி மட்டும் தான் நிக்கணும்’னு சொன்னதுனால் பழையன் படை யோட பின்னால போனான். பரங்குன்றம் படையோட தன் வழி பின்னால போனான். ரெண்டு பூசாரிகளும் பொட்டல் நடுவுல மொகம் பாத்து நின்னாங்க. பழையன் பூசாரி மேல்

கருங்காளி வந்தெழுந்தா. பரங்குன்று பூசாரி மேல் சுடலக் காளி வந்து நிண்ணா. ரெண்டு அம்மையும் கைகோத்து சுத்தி சுழன்றாடினாங்க.

ரெண்டுபேரும் மயங்கி சுத்தி மண்ணிலே முகமடிச்சு விளுந்தாங்க. சாமிங்க மலையேறி, அவங்க ரெண்டுபேரும் முழிச்சுக்கிட்டப்ப ஒத்த ஒரு கொரலிலே ஒண்ணாச் சொன்னாங்க. சண்டை நடக்கக்கூடாது. மோகூர் பழையன் குடிக்குத்தான் முதல் மதிப்பு. ஆனா மோகூர் மறவனும் பரங்குன்றானும் சம்பந்திக ளாகணும். மோகூரான் மகளை பரங்குன்றான் மகன் கல்யாணம் பண்ணிக்கிடணும். அவ்வளவுதான், ஆத்தாபேச்சுக்கு மறுபேச்சு கெடையாது.

ஆத்தா சொல்லு வந்தப்பவே மோகூரான் மருமகன் கருப்பன் வேல்கம்பை தூக்கிட்டு 'டேய்!' அலறிக்கிட்டு முன்னாடி பாய்ஞ்சான். 'மாட்டேன், ஒருக்காலும் மாட்டேன். இதுக்குச் சம்மதிக்க மாட்டேன்'னு கத்தினான். அவனை நாலஞ்சாளு சேத்து பிடிச்சாங்க. திமிறி துள்ளினவன ஒருத்தன் பின்னாலே நின்னு வேல்கம்பாலே மண்டையிலே அடிச்சு விழச்செஞ்சான். மண்டையிலே ரத்தம் வழிய அந்தாலே மயங்கி விளுந்தவனை அவன் முண்டாசைக் களட்டி அதாலேயே கையக்கால கட்டி இளுத்துக்கிட்டு போனாங்க.

கருப்பன் மோகூரான் மகள் மீனாட்சிக்கு முறைமாப்பிளை. அவனுக்கு அஞ்சுவயசிலே இவ பிறந்தா. பிறந்த பிள்ளையை சீனிக்கெளங்கு மாதிரி செவப்பா கொண்டுபோயி இவன் கிட்ட காட்டி 'பாத்துக்கலே, உனக்க பெஞ்சாதியாக்கும்'னு சொல்லியிருக்காங்க. அந்த நாள் முதல் பய மாத்தி ஒண்ணு நினைச்சதில்லை. அவளும் அதே நினைப்பிலே வளந்தவ. அவ பேசப்படிச்சதே அவன் பேச்ச கேட்டுத்தான். அவளுக்கு அரமணி போட்டதும் காது குத்தினதும் அவன் மடியிலே வைச்சுத் தான். நல்லது திங்கக்கிடைச்சா அப்டியே ஓடிப்போயி அவனுக்குக் குடுப்பா. அவனுக்கோ அவளவிட்டா வேறொரு நினைப்புமில்லை.

அவனை உக்காரவைச்சு சுத்தி உக்காந்து நியாயம் பேசினாங்க. ‘நல்லாக்கேளு கருப்பா, ரெண்டுகுடிக்கும் சண்டை நடந்தா காட்டிலே பொணங்கதான் மிச்சமாவும். மீனாட்சி மோதிரத்தை வாங்கப்போக ஆளிருக்கமாட்டாங்க. ரெண்டுகுடியும் கூடி அந்த மீனாட்சி மோதிரத்தை வாங்கினா பிறவு இந்த காட்டுமேடு ஊராவும். கம்மாய்வெட்டி தண்ணிதேக்கி மண்ணை பொன்னு வெளையச் செய்யலாம். இங்க ஏழைச்சனம் பசியாறும். மாடு கண்ணும் காக்காய் குருவியும் புழுவும் பூச்சியும் வாழும். எல்லாம் உன் கையிலேதான் இருக்கு.’

கருப்பன் ஒரு சொல்லு காதிலே வாங்கல்ல. ‘இல்ல, நான் அவள விடமாட்டேன். அவ இல்லாம வாழமாட்டேன்’னு சொல்லிக்கிட்டே இருந்தான். ‘இங்கபாருலே, ஏற்கனவே ஏழு மறவக்குடி முடிசூடியாச்சு. இங்க நாம அடிச்சுக்கிட்டு செத்து அத்தலைஞ்சு நின்னா நாம அவனுகளுக்கு கீழே வாழணும்... நம்ம குலச்சாமிகளுக்கும் செத்துசாமியான மூத்தாருக்கும் மேலே அவனுக்க கோல் நிக்கும்... நாம அழிஞ்சிருவோம்லே. மான மழிஞ்சு மதியழிஞ்சு அப்டியே குலமழிஞ்சு போயிருவோம்.’

அவனாலே ஒரு வார்த்தை கேக்க முடியல்ல. கண்ணீரு கொட்டிக்கிட்டே இருக்கு. ‘இல்ல, இல்ல’ன்னு தலைய ஆட்டிக் கிட்டே இருக்கான். ‘செரிடே, அவன் அந்தாலே கிடக்கட்டும்... நாளைக் காலையிலே வரைக்கும் இருந்து யோசிக்கட்டும்... வானம் தெளிஞ்சா மனசும் தெளிஞ்சிரும்’னு மூத்தாம்பிள ஒருத்தர் சொன்னார். அவனை கையும்காலும் கட்டி புறந்தொழுவத்திலே கருவேல மரத்தடியிலே போட்டிருந்தாங்க.

மோகூரான் ‘நாளைக் காலைவரை அவனுக்கு நேரம்... நாளைக்கு அவன் நல்லமுடிவெடுக்கல்லேன்னா உச்சிப் பொழுதுக்கு கழுதைப்பாறைக்கு கொண்டுபோயி தலையைச் சீவிடுங்க’ன்னு சொன்னார். மூத்தாம்பிளை ஒருத்தர் ‘பெரியாளு நீ, நான் சொல்லப்பிடாது. அவன கொல்லலாம், உன் மக சம்மதிக்கணுமே’ன்னு சொன்னார். மோகூரான் மீசையை நீவிட்டு தலையை குனிச்சுகிட்டான்.

‘அவன் வந்து சொன்னாத்தான் உன் மக கேப்பா’ ன்னு இன்னொருத்தர் சொன்னார். ‘வெட்டிப்போட்டிருவேன்... அவளையும் வெட்டிப்போட்டிருவேன்... ஏளு தலைமுறை வெயிலக்குடிச்சு மண்ணத்தின்னு வாழ்ந்தாச்சு. என் கொலம் வெளங்குற நேரம்... அம்மை மீனாச்சி தேடி வாற நேரம், விட மாட்டேன்’ன்னு மோகூரான் சொன்னான். ‘வெட்டிப்போட்டுட்டு என்ன செய்வே? சொல்லு. பரங்குன்றான் உன் மகள கேப்பானா இல்லியா?’

இன்னொருத்தர் ‘அவனுக்க மகன் புலியன் நூறு காதும் ஆயிரம் கண்ணும் உள்ளவன்னாக்கும் பேச்சு’னு சொன்னப்ப அத்தனைபேர் பேச்சும் நின்னுபோச்சு. ‘நமக்கென்ன, சொல்லிப் பாப்போம். பொம்புளையாளுங்களை வைச்சு உனக்க மக கிட்ட சொல்லுவோம். இவன் கிட்ட ராத்திரி அவன் மனசு எளகின பிறவு இன்னொரு தடவை சொல்லிப்பாப்போம்...’னார் ஒரு கிழவர். மோகூரான் ‘சின்னப்பயக்க காலைப்பிடிக்க வேண்டிய கதி வந்துபோச்சே... நான் எனக்காகவா பேசுறேன். என் குடிக்காகல்லா பேசுதேன்... என் குடிதெய்வமே, அப்பன் பாட்ட னுங்களே, கண்ணு தொறக்கணும் சாமீ’ன்னு நெஞ்சொடைஞ்சு சத்தம்போட்டார்.

மறுநாளைக்குச் சாயங்காலம் பரங்குன்றான் பரிசம்போட வாறதா பேச்சு. ஆனா அவனும் கூட்டமும் காலையிலே பொழுது விடியுற நேரத்திலே தாம்பாளத்திலே பூவும் பழமுமா வந்து நின்னாங்க. அதுக்கு முன்னாலே விடியக்காலையிலே கருப்பனை எழுப்பி உக்கார வைச்சு மறுபடியும் ஒண்ணொண்ணா சொல்லிக் கிட்டிருந்தாங்க. உள்ளறைக்குள்ள மீனாட்சிக்கிட்டே கிளவிங்க பேசிப்பேசி அளுதுகிட்டிருந்தாங்க. அப்ப வாசலிலே வந்து நிக்குது பரங்குன்றான் கூட்டம்.

மோகூரான் எந்திரிச்சு ‘வாங்க வாங்க’ன்னு கும்பிட்டாரு. புலியன் ‘வாறது இருக்கட்டும். எனக்கொரு தெளிவு வேணும்’ ன்னு சொன்னான். ‘சொல்லுங்க சின்னவரே’ன்னார் மோகூரான். ‘உங்க மகளுக்கு முறைப்பையனை பேசி வச்சிருக்கிறதா தெரிஞ்சுகிட்டேன். அவ முளுமனசோட வந்து என் தாலிய

வாங்கிக்கிடுவாளான்னு தெரிஞ்சுகிடணும்’ன்னு புலியன் சொன்னான்.

‘அதுக்கென்ன, இப்ப அவளையே வந்து சொல்லச் சொல்லு தேன்... உங்க முன்னாடி, ரெண்டூரும் சாட்சியா அவ சொல்லுவா’ ன்னு மோகூரான் சொன்னார். ‘போயி வரச்சொல்லுங்கலே அவள.’ அப்ப மோகூரான் பக்கத்திலே நின்ன அவன் தம்பி அண்ணன் தோளை மெதுவா தொட்டான். மோகூரான் மெதுவா ‘அவ சொல்லியாகணும். இல்லேன்னா நான் என் வாளாலே என் சங்கை அறுத்து இங்க செத்துவிழுவேன். ராத்திரியே அவகிட்ட சொல்லியாச்சு’ன்னு சொன்னார்.

‘அவ வரட்டும். அதுக்கு முன்னாடி அந்த கருப்பன இங்க கூட்டிவாங்க’ன்னு புலியன் சொன்னான். ஊருகாரங்க ஒருத்தர் மொகத்த ஒருத்தர் பாக்க ‘பின்னாடி கருவேலமரத்தடியிலே கையும்காலும் கட்டி போட்டிருக்கீங்களே... அவந்தான்... கூட்டிட்டு வாங்க. கட்டவுக்காம கூட்டிட்டு வாங்க’ன்னு புலியன் சொன்னான். மோகூரான் பேசாம நின்னார். ‘சொல்லுங்க, கூட்டிட்டு வரட்டும்’னு புலியன் சொல்ல மோகூரான் தலையை அசைச்சான்.

நாலுபேர் கருப்பனை கூட்டிவந்து முற்றத்திலே போட்டாங்க. ‘ஏலே கருப்பா, உன் முறைப்பெண்ணை நான் கட்டணுமுன்னு ஆத்தா உத்தரவு வந்திருக்கு... ரெண்டுகுடிக்கும் அதுதான் நல்லதுன்னு பேச்சு... நீ என்ன சொல்லுறே? உன் முறைப் பெண்ணை விட்டுக்குடுக்குறியா?’ன்னு புலியன் கேட்டான். கருப்பன் என்ன சொல்லப்போறான்னு கேக்க அம்பிடு பேரும் குனிஞ்சுட்டாங்க. அவன் வீங்கிப்போன உதட்டாலே ‘மாட்டேன், அவள மறக்க மாட்டேன். அவள விட மாட்டேன்’ன்னு சொன்னான். கண்ணீரு நெஞ்சிலே விளுந்துகிட்டே இருந்தது.

புலியன் ‘உங்க மக வெளியே வரட்டும்’னு சொன்னான். அப்ப ரெண்டு கௌவிங்க கைபிடிச்சு மீனாட்சியை கூட்டிட்டு வந்தாங்க. கருப்பான வட்டமொகம். சின்ன மூக்கும் சின்ன உதடும் பெரிய கண்ணுமா கல்லிலே செதுக்கின அம்மன்சிலை மாதிரி இருந்தா. கண்ணு கீழ சரிந்து இமைரெண்டும் ரெண்டு

சிப்பி மாதிரி தெரியுது. ஒல்லியான உடம்பு. பதினாறு வயசுதான் அவளுக்கு... சின்னக்காலெடுத்து வைச்சு மெல்ல வந்து திண்ணையிலே நின்னா.

'மீனாச்சி, நீ என்னைய கட்டி இந்த ராச்சியத்துக்கு ராணியாகணும்னா உனக்க மனசிலே இன்னொருத்தன் இருக்கக்கூடாது. நீ இவன்கூட வளந்தவ. இவனாலே உன்னை மறக்க முடியல்ல. நீ மறக்கமாட்டேன்னு என் ஊருகாரனுக சொன்னானுக. பொம்புளை என்னிக்குமே மறக்கமாட்டான்னு என் அம்மை சொன்னா. நீ வெத்துப்பொம்புளை இல்லை, மறக்குடிப் பொண்ணு. பாண்டியன் இருந்த அரியாசனத்திலே இருக்கவேண்டியவ. சடையன் மணிமுடிய தலையிலே வைக்க வேண்டியவ... நீ யாருன்னு காட்டணும்னா நான் சொல்றதைச் செய்யி... உன் மனசுக்க ஓர்மையும் தைரியமும் ரெண்டும் அதிலே வெளங்கித் தெரியும்'னு புலியன் சொன்னான்.

தன் வாளை உருவி அவகிட்டே நீட்டி 'இந்த வாளாலே கருப்பன் தலையை வெட்டு... பொறந்த புள்ளை தொப்புள்கொடி மாதிரி எல்லாத்தையும் வெட்டித் துண்டாக்கிக்கிட்டு அந்த ரெத்தத்தோட என் குடிக்கு வா' ன்னு புலியன் சொன்னான்.

*

5

மண்டபத்தில் அமைதி நிலவியது. கிழவர் கதையைச் சொல்லி நிறுத்தி மீண்டும் ஒரு பாக்குத்துண்டை வாயில் போட்டுக் கொண்டார். இளைஞன் அர்த்தமில்லாத சிரிப்பு நின்ற விழிகளுடன் அவரை பார்த்துக்கொண்டிருந்தான். சாமியார் அதே பாவனையில் படுத்திருந்தார்.

"ஏம்டே சிரிக்கே?" என்றார் கிழவர்.

"சிரிக்கேல்ல"

"பின்ன உனக்க கண்ணிலே தெரியுது?"

"நான் சிரிக்கேல்ல... ஆனா நான் சும்மா இருக்கிறப்பயும் சிரிக்கேன்னு சொல்லி சிலரு என்னைய அடிச்சதுண்டு."

"பொம்புளையாளுங்களாலே?"

"இல்ல... ஆம்புளைங்க... நான் பொம்புளைங்களப்பாத்து சிரிக்கேன்னு சொல்லி அடிப்பாங்க."

"நீ அளுவியோ?"

அவன் சிரித்து "நான் அளுவுறதே இல்ல" என்றான்.

"ஏன்?"

"அளுகை வரமாட்டேங்கு..." என்றான். அதற்கு உடனே சிரித்தபடி "அளுகை வராம அளமுடியாது கேட்டேளா?" என்றான்.

கிழவர் "அளுகை வரேல்லன்னா நல்லதாக்கும்... உனக்க புருவம் நடுவிலே சுருக்கமே இல்ல... இப்பதான் பாக்குதேன்... உனக்கு துக்கமே இல்ல... சோறு இருந்தா சொர்க்கம்னு ஒரு சீவிதம்" என்றார்.

இளைஞன் சாமியாரைப்பார்த்து "உறங்கிட்டாரு" என்றான்.

“இல்ல, சாமி நிட்டையிலே இருக்கு” என்றார் கிழவர். “நான் கதைய எங்க நிப்பாட்டினேன்?”

“எங்க?”

“ஏலே மோணையா... நல்ல கதைல்லாலே சொல்லி வந்தேன்? கதையோடு கதை முட்டி தீ வாற இடத்திலேல்லா நிப்பாட்டினேன்?”

“ஆமா” என அவன் சிரித்தான்.

“சொல்லுதேன் கேளு” என்று கிழவர் தொடங்கினார். “பிறவு நடந்தது என்னதுன்னு இப்பவும் ஆருக்கும் தெரியல்லை. ஆனா இப்ப மீனாட்சி அங்க மோகூரானுக்க ஊரிலே மோகூரம்மைன்னு பேரிலே சாமியா நிக்கிறா. பிறவு அந்த குடியிலே பாளையக்காரரு கட்டின சின்ன கல்லுகோயிலு, பலிபீடமுண்டு. அதிலே பௌர்ணமி தோறும் மஞ்சச்சோறும், வெள்ளப்பொங்கலும், வேப்பிலைக்கட்டியும் வெல்லக்கட்டியும் வைச்சு படையல் குடுக்கிறதுண்டு. இப்ப கோயிலு பெரிசாப்போச்சு. எலக்ட்ரிக் லைட்டு உண்டு. ஆண்டோடாண்டு ஆடியம்மாசைக் கொடைக்கு வில்லுப்பாட்டும் நாடகக்கூத்தும் நடக்குது” என்று கிழவர் சொன்னார்.

“நாடகம் நல்லதாக்கும்” என்று இளைஞன் சொன்னான். “பாட்டும் நல்லது. ஆனா நாடகத்திலே பபூன் உண்டு பாத்துக் கிடுங்க.”

“மோகூரானும் பரங்குன்றானும் ஒண்ணானாங்க. புலியன் ராசாவானான். ஆனா மீனாட்சி ராணியானாளான்னு ஆருக்கும் தெரியாது. எதுக்கு அவளை சாமியாக் கும்பிடுறாங்கன்னும் தெரியாது... அதை அந்தூரிலே கேட்டா ரெண்டு விதமாச் சொல்லுதானுக... மீனாட்சி புலியனுக்க வாளை வாங்கிக்கிட்டு நேராபோயி கருப்பன் தலையை வெட்டினான்னு ஒரு கதை. அவ அந்தக்குடிக்கே அம்மையில்லா? குடி ஒண்ணாச்சு, புலியன் ராசாவானாரு, குடி ரெண்டும் செழிப்பாச்சு. அந்த மண்ணிலே அம்மை தன் கையாலே மண்ணுதொட்டு தொடங்கி வைச்சு ஏழு கம்மாயும் பதினாறு கொளமும் வெட்டினா.

கருப்பானூரணி பக்கத்திலே கருப்பனுக்கு ஒரு கோயில் கட்டி அம்மாசை தோறும் கொடை கொடுக்க ஏற்பாடு செஞ்சா... இப்ப கருப்பன் கோயிலும் பெரிசா கட்டியாச்சு. அருள்மிகு காவல் கருப்பண்ணசாமின்னாக்கும் பேரு...''

இளைஞன் தலையாட்டினான். சாமியாரை பார்த்து ''நிட்டை யிலே இருக்காரு'' என்றான்.

''குலத்துக்கே அம்மையா நின்னதுனாலே அவளை சாமி யாக்கிட்டாங்க. தன் நெஞ்சிலே இருக்குத ஆசையையும் பிரியத்தையுமில்லா அம்மை வெட்டி துண்டாக்கி வீசினா? ராணியா ஆகணுமானா சும்மாவா? தனக்குன்னு ஒண்ணும் இருக்கப்பிடாது. ஜனரட்சை மட்டும்தான் முக்கியம். அதுக்காக பெத்த பிள்ளையச் சாகக்குடுக்கதானா சிரிச்சுக்கிட்டே செய்ய ணும். அம்மை அதைச் செஞ்சா.''

''செரி'' என்றான் இளைஞன். பிறகு ''நிட்டைன்னா சாவுற தாக்குமோ?'' என்றான்.

''அவரு சாகமாட்டாரு... சாமிங்க சமாதியாவும்'' என்றார் கிழவர். ''ஏலே, சொல்லுகதக் கேளு. கதை இப்பிடி முடியல்ல. அங்க இன்னொரு கூட்டம் சொல்லுறது வேற கதை. அம்மை நேரா கருப்பன் பக்கத்திலே போயி நின்னா. ஒரு வார்த்தையும் சொல்லாம வாளாலே தன் சங்கை அறுத்துக்கிட்டு கருப்பன் மடியிலே விளுந்தா. கருப்பன் மண்டைய மண்ணிலே முட்டிக் கிட்டு கதறி அளுது மூர்ச்சையாகிப்போட்டான். அம்மையை எரிச்ச சிதையிலே அவனும் பாய்ஞ்சு எரிஞ்சு சாம்பலானான். ரெண்டுபேருக்கும் கோயிலைக் கட்டினது புலியத்தேவரு. மோகூரான் குடியிலே அவருக்க பங்காளிங்க ரெண்டுபேருக்க ரெண்டு மகள்களை புலியன் கட்டிக்கிட்டான். மூத்தவ மீனாச்சி, ரெண்டாம் ராணி லச்சுமி. புலியன் நாப்பது வருசம் நாடாண்டாரு. அவருக்க மகன் தடியண்ண தேவரு... அந்த வம்சம் அப்பிடி பெருகிச்சுன்னு ஒரு கதை.''

''செரி'' என்று இளைஞன் சொன்னான். சாமியாரை திரும்பி ஒரு முறை பார்த்து கால்களை நீட்டிக்கொண்டான்.

"ராஜபோகமும் குலப்புகழும் தெய்வானுக்ரகமும்கூட வேண்டாம், மனம் கொண்ட பதியே போரும்னுட்டு அம்மை முடிவெடுத்தான்னு இவனுக சொல்லுதானுக. பொம்புளை மனசுலே பிரேமை இல்லாம வேறொண்ணும் நுழையாது. அந்த பிரேமையாலே அவ தெய்வமானாள்னு சொல்லுதானுக" என்றார் கிழவர். "ரெண்டு கதையும் இருக்கு. ரெண்டையும் கணியானுங்க துடியும் தப்பும் கொட்டி பாடுதானுக. ரெண்டையும் கேக்க ஊருசேந்து வந்து உக்காருதானுக. ஆம்புளையும் பொம்புளையும் ரெண்டையுமே கேட்டு கண்ணீரு விட்டு அளுவுதானுக. கேட்டாக்க ரெண்டும் உண்மையின்னு சொல்லுதானுக."

"செரி" என்றான் இளைஞன். அவன் சிறுபிள்ளை போல காலை ஆட்டிக்கொண்டு சாலையை பார்த்தான்.

"அதெப்டி ரெண்டுமே செரியாவும்னு எனக்க ஆசான் கண்ணங்காடு பரமக்கணியான்கிட்ட நான் சின்னப்பையனா இருக்கிறப்ப கேட்டிருக்கேன். ரெண்டும் செரின்னு எப்ப உனக்கு தெரியுதோ அப்பதான் நீ முழுசா கணியானாவேன்னு அவரு சொன்னாரு... ஆச்சு வருசம் அம்பது... இந்தா இப்பமும் அரைக்கணியானா அத்து அலையுதேன்."

சாமியார் கண்களை திறந்து இளைஞனைப் பார்த்து "ஏலே, கதை கேட்டேல்ல?" என்றார்.

"ஆமா, நல்ல கதையாக்கும்."

"செரி, நீ என்ன நினைக்கே? மீனாச்சி செய்தது என்ன?"

"அவ என்ன செய்தான்னு எனக்குத் தெரியுமே" என்று இளைஞன் சிரித்தபடி சொல்லி எழுந்து அமர்ந்தான். "எனக்கு இப்ப கண்ணுமுன்னாலே நடக்குத மாதிரி தெரியுது."

"செரி" என்றார் சாமியார். "இப்ப கணியாரு சொன்னதிலே மூணு பதில் இருக்குல்லா?"

"ஆமா"

"நீ என்ன பண்ணுதே, வெளியே போயி ஒரு சின்னக் கல்லு எடுத்து உள்ளங்கையிலே வைச்சு பொத்தி கொண்டாருதே...

வெள்ளாரங்கல்லுன்னா அம்மை கருப்பனைக் கொன்னா. கருப்புக்கல்லுன்னா அம்மை சங்கறுத்து விளுந்தா. செவப்பு ஓட்டுக்கல்லுன்னா ரெண்டும் செரி... உனக்கு தோணுத ஒரு கல்லை எடுத்துட்டு வா.''

''செரி... இப்ப கொண்டாறேன்'' என்று இளைஞன் எழுந்து வெளியே போனான்.

''அவன் பச்ச மண்ணு'' என்றார் கிழவர்.

சாமியார் புன்னகைத்தார்.

இளைஞன் உள்ளே வந்து மூடிய வலக்கையை நீட்டி ''எடுத்தாச்சு'' என்றான்.

''காட்டாதே, நீயே வைச்சுக்கோ'' என்றார் சாமியார். ''எனக்கு தெரியுது. மத்தவங்க காணவேண்டாம்.''

இளைஞன் கிழவரைப் பார்த்து ''அளுவுதாரு, பாவம்'' என்றான்.

''டேய், நீ எனக்க பொக்கணத்தை எடுத்துக்க. என் பின்னாடியே வா. இப்ப முதல் நான் குத்தாலத்திலே சமாதியாகிற வரைக்கும் என்கூடவே இரு'' என்றார் சாமியார்.

''செரி'' என்று இளைஞன் சொன்னான். கிழவரிடம் ''நான் சாமி கூட போறேன். அவரு குத்தாலத்திலே சமாதியாகணும்லா?'' என்றான். பின்னர் திரும்பி சாமியாரிடம் கிழவரைச் சுட்டிக்காட்டி ''அளுவுதாரு'' என்றான்.

சாமியார் ஒன்றும் சொல்லாமல் தன் தண்டத்தை மட்டும் எடுத்துக்கொண்டு கிளம்பினார். இளைஞன் அவருடைய பொக்கணத்தை எடுத்துக்கொண்டு கிழவரிடம் ''வாறேன், என்னா?'' என்று சொல்லிக்கொண்டு நடையில் இயல்பான சிறு துள்ளலுடன் சாமியாரின் பின்னால் சென்றான். அவன் சாமியாரிடம் ''அளுவுதாரு, பாவம்'' என்று சொல்வது கேட்டது.

***